AF448862

ஜன்னல் கைதிகள்

முதற்பதிப்பு: 2023

First Edition: 2023

Jannal Kaithigal

ஜன்னல் கைதிகள்

Pattukottai Prabakar

பட்டுக்கோட்டை பிரபாகர்

ISBN: 978-93-95166-02-7

காப்புரிமை @ ஆசிரியர்

இந்தப் புத்தகத்தின் எந்த ஒரு பகுதியையும் பதிப்பாளாரின் எழுத்துபூர்வமான முன் அனுமதி பெறாமல் மறுபிரசுரம் செய்வதோ, அச்சு மற்றும் மின்னணு ஊடகங்களில் மறுபதிப்பு செய்வதோ காப்புரிமை சட்டப்படி தடை செய்யப்பட்டதாகும். புத்தக விமர்சனத்திற்கு மட்டுமே இந்தப் புத்தகத்திலிருந்து மேற்கோள் காட்ட அனுமதிக்கப்படுகிறது.

Pustaka Digital Media Pvt. Ltd.
#7-002, Mantri Residency,
Bannerghatta Main Road, Bengaluru - 560 076
Karnataka, India
+91 7418555884

ஜன்னல் கைதிகள்

பட்டுக்கோட்டை பிரபாகர்

என்னுரை

அன்புள்ள உங்களுக்கு,

வணக்கம்,

இன்றைக்குச் சமுதாயத்தில் பெண்களின் பங்கு கல்வி, உத்தியோகம், விளையாட்டு, அரசியல் என்று சகல துறைகளிலும் அதிகரித்து வருவது சந்தோஷத்தையே தருகிறது. ஆனால்...

நம் தமிழ்நாட்டு..., வேண்டாம். இப்படி குறுகிய வட்டம் வேண்டாம். நம் பாரதப் பெண்களின் குடும்ப வாழ்க்கையை மட்டும் உற்று நோக்கும்போது... கவலையே அதிகரிக்கிறது.

ஒரு சுதந்திரமான, சந்தோஷமான, நிம்மதியான குடும்ப வாழ்க்கைக்கு பலப்படுத்தும் சக்திகளைவிட... தடைக் கற்களே அதிகமாய் தென்படுகின்றன. அவைகளின் ரூபங்களில்தான் மாற்றங்கள்.

நமது திருமண முறைகளில் அடிப்படையாய் எங்கேயோ ஒரு தப்பு ஒளிந்து கொண்டிருப்பது நிச்சயம். இதற்கு மாற்று என்ன என்று யோசிக்கிற மண்டைகளின்மேல் பண்பாடு, கலாச்சாரம் போன்ற வார்த்தைகள் 'லொட்' என்று தட்டி 'ஷ்! சும்மா உட்கார்' என்கின்றனவோ?

As it is... Where it is... கண்டிஷனில் பார்க்கும் போது மேலே குறிப்பிட்ட தடைக் கற்களின் லிஸ்டில் முதலாவதாக நிற்கிறான். ஆண்! வழிவழியாய் பெண் என்பவள் ஒரு dependent என்கிற எண்ணத்தை ரத்தத்துடன் கரைத்து வைத்திருக்கும் இவனிடம் பக்குவமும், தேர்ந்த மனநிலையும், புரிந்து கொள்ளும் இதயமும், மனிதாபிமானமும், உறுத்தாத egoவும் இல்லாதபோது... இவன் ஒரு தடைக்கல்லாகிறான்.

ஆண்கள் அத்தனை பேரும் ராட்சசர்கள் என்கிற பொறுப்பற்ற கருத்தை கூட்டத்தோடு சேர்ந்து கத்திவிட்டுப் போவதல்ல என் நோக்கம். ஒரு பெண்ணின் சந்தோஷமற்ற வாழ்க்கைக்கு அவனும் ஒரு காரணமே ஒழிய... அவன் மட்டுமே அல்ல.

ஜன்னல் கைதிகள், சில பெண்களின் பிரச்சினை வாழ்க்கைகளைச் சொல்கிற கதை. ஒரு எழுத்தாளன் பிரச்சினையைச் சொல்லி அதற்குத் தீர்வும் சொல்ல வேண்டும் என்பது அவசியம் இல்லை. அப்படித் தீர்வு என்று ஒன்றை அவன் எழுதினால்... அது அபத்தமானது. ஒரு பொதுத் தீர்வு அத்தனை வகைப் பிரச்சினைகளுக்கும் பொருந்தாது.

குடும்பத் தகராறா? டைவர்ஸ் செய்! என்று மேலோட்டமாக தூரத்தில் நின்று தீர்வு சொல்வது குழந்தைத்தனம். பிரச்சினையின் பரிமாணம், சம்மந்தப்பட்டவர்களின் அந்தரங்க மன உணர்வுகள் என்பவை யாரும் நுழைய முடியாத அந்தரங்கக் கோட்டை, நம் சொந்தக் கனவு மாதிரி.

இந்தக் கதை சாவி வார இதழில் தொடர்கதையாக வெளிவந்ததாகும்.

இந்தப் புத்தகத்திற்கு... வழக்கமாக எனது அத்தனைப் படைப்புக்களையும் உன்னிப்பாக வாசித்து, விமரிசித்து எழுதும் வாசகர்களில் இருந்து ஒரு வாசகன், ஒரு வாசகியை மதிப்புரை எழுதச் சொன்னபோது... ஆர்வமாக அனுப்பித் தந்த ஈரோடு டாக்டர். வீரலஷ்மி நந்தகோபால் அவர்களுக்கும்; சென்னை, சபாநாயகம் அவர்களுக்கும் இதய நன்றி.

உங்களுக்கும்தான்.

பிரியங்களுடன்,
பட்டுக்கோட்டை பிரபாகர்.

அன்புள்ள பட்டுக்கோட்டை பிரபாகர் அவர்களுக்கு,

வணக்கம்,

தொடர்கதையாக 31 வாரங்கள் வெளிவந்த 'ஜன்னல் கைதிகள்' முடிந்தபோது, அதன் கதாப்பாத்திரங்களுடன் நாம் வாழவில்லையே என்கிற ஏக்கம் மேலோங்கி நின்றது உண்மை.

ராதிகா, மாலதி, மீனா கல்யாணி, வசந்தி, சேதுராமன், சரவணகுமார் இப்படி அத்தனைக் கதாபாத்திரங்களும் கற்பனையல்லாமல் நம்மோடு வாழும், உலவும் மனிதர்கள் என்ற ரீதியில் நினைக்கச் செய்த பெருமை உங்கள் எழுத்தைச் சேரும்.

முதல் அத்தியாயத்தில் அறிமுகமாகும் சேதுராமனின் குணங்களை, அவரை மழைக்காக கடையின் வாசலில் ஒதுங்க வைத்து, அவர் எண்ணங்களின் மூலமும், செயல்களின் மூலமும் மிக யதார்த்தமாகக் கூறியிருப்பது சிறப்பு, உங்களின் இயற்கைச் சூழ்நிலைகளைப் பற்றிய வர்ணனைகள் குறும்பு, இதம், ரம்யம் எல்லாம் கலந்து திரும்பத் திரும்பப் படிக்கத் தூண்டும் வகையில் அமைந்திருந்தன.

ஒவ்வொரு வாரமும் காத்திருந்து, காத்திருந்து படிக்கையில் தவிப்பு இருந்தது. (வாசக, வாசகியரே தற்பொழுது உங்கள் கைகளில் தவழும் இந்நாவலை ஒரே மூச்சில் படித்து ரசிக்கப் போகிறீர்கள் என்பதில் எனக்குப் பொறாமையே).

ராதிகாவின் பாத்திரம் அற்புதமானது. ஒரு இளம் விதவையை இந்தச் சமூகம் எப்படிப் பார்க்கிறது. எப்படி நடந்து கொள்கிறது என்பதை அட்சர சுத்தமாக கதையின் ஒவ்வொரு நிலையிலும் நியாயப்படுத்தியுள்ளீர்கள். ஒரு ஆண் எழுத்தாளராகிய நீங்கள் ஒரு இளம் விதவையின்

உணர்வுகளை, எண்ணப் போராட்டங்களை தத்ரூபமாக எழுதிய வகை அசர வைத்தது. நிகழ்ச்சிகள் யாவும் கற்பனை செய்தாய் இல்லாமல் உண்மை வாழ்க்கையில் நடப்பவை போலவே அமைந்துள்ளது. படிக்கும்போது ராதிகாவின் நல்வாழ்க்கைக்காக என் மனம் பிரார்த்தித்தது என்பதை நம்புவீர்களா?

ராதிகாவுக்கு அடுத்தபடியாக மனதைக் கவர்பவர், மாலதி. ஆரம்பத்தில் ஒரு வெறுப்பைச் சம்பாதித்துக் கொண்டாலும், அவள் மீது ஒரு பச்சாதாபமும், இரக்கமும் ஏற்படுத்துகிற சாமர்த்தியம் உங்கள் எழுத்திற்கு இருந்தது. ஒவ்வொரு கதாப்பாத்திரமும் தன் மனநிலைகளை வார்த்தைகளில் கொட்டுகையில் அதிலுள்ள நியாயத்தை தெளிவாகப் புரியவைக்கத் தவறவில்லை நீங்கள்.

கதை முடிவில் கவியரங்கத்தில் இருந்து வரும் கவிதை, கதையின் தலைப்புக்கு மிகப் பொருத்தமான அர்த்தத்தைத் தந்து விடுகிறது. அதற்கான விளக்கம் மிக சிந்திக்கவும் வைக்கிறது.

இறுதியாக ராமநாதன் 'எல்லாம் சரியா வந்துடும், கவலைப்படாதே' என்று சொல்வது நீங்கள் சமுதாயத்திற்குச் சொல்கிற நம்பிக்கை வார்த்தைகளாகவே படுகிறது. ஒரு நிறைவையும் தருகிறது.

இந்தக் கதையின் ஒவ்வொரு அத்தியாயத்தையும், ஏன் ஒவ்வொரு வரியையும் விமர்சனம் செய்ய ஆசைதான். அதற்கு நானும் 31 அத்தியாயங்கள் எழுத வேண்டியதாகி விடும்.

இறுதியாக ஒரே ஒரு வேண்டுகோள் மிஸ்டர் பிரபாகர், நானும் ஒரு பெண் என்கிற தவிப்பில், ஆதங்கத்தில் கேட்கிறேன், யதார்த்த வாழ்க்கை இப்படித்தான் அமைகிறது என்பதை மனம் ஒப்புக் கொண்டாலும்,

அந்தரத்தில் நிற்கும் அத்தனைக் கதாப்பாத்திரங்களுக்கும், அவர்கள் பிரச்சினைகளை கற்பனையிலாவது முடித்து வைக்கிற வகையில்...

'ஜன்னல் கைதிகள்' – இரண்டாம் பாகம் எழுதுங்களேன், ப்ளீஸ்...

அன்புடன்,
ஒரு வாசகி
(டாக்டர். வீரலஷ்மி நந்தகோபால்,
ஈரோடு)

ஜன்னல் கைதிகள் பற்றி...

ஒரு மலையேறும் வீரன் மிக மிக அத்யாவசியமான பொருட்களை மட்டும் தன்னுடன் எடுத்துச் செல்வதைப் போல் தனது படைப்புகளுடன், கனமற்ற, ஆனால் கவனமான நடையுடன் வந்து தமிழ்க் கடலின் உரைநடைத் துறைமுகத்தில் நங்கூரம் பாய்ச்சியிருக்கும் இவருக்கு கம்பனே இன்று இங்குவந்து 'சீதைக்கு ராமன் சித்தப்பன்' என்று சொன்னாலும் 'இல்லை' என்று மறுக்கிற தெளிவும் தீர்மானமும் உண்டு.

தமிழ்ச் சிறுகதையுலகில் இரண்டாவது 'அக்கினிப் பிரவேச'மான இவரது சிறுகதை 'ஒரு காந்தமும் – ஒரு இரும்புத் துண்டும்,' பொறுப்பான இலக்கியவாதிகள் மத்தியில் பேசப்பட்டிருக்க வேண்டிய படைப்பு.

பேசப்படவில்லை.

காரணம்: Only the Heaven knows.

பெண்களைப் பற்றிய, பெண்மையைப் பற்றிய ஒரு தளத்தில்தான் 'ஒரு காந்தமும் – ஒரு இரும்புத் துண்டும்' எழுதப்பட்டிருக்கிறது.

'ஜன்னல் கைதிகள்' நமக்குச் சொல்வதும் இந்நாளில் பெண்டிரைச் சூழ்ந்திருக்கும் எரியும், மற்றும் உள்ளே மெல்ல மெல்லப் பதங்கமாகும் பிரச்சினைகளைப் பற்றிதான்.

ஆனால் இதன் தளம் வேறு.

நடுத்தர வர்க்கப் பெண்களின் வாழ்வில் ஏற்படும் அகவயமான மற்றும் ஆண் ஆதிக்க சிக்கலின் முக்கிய முடிச்சுகளை, வாழ்க்கையைப் பற்றிய நுண்ணிய, பரிவு சுமந்த, பார்வையுடன் ஒரு பக்கச் சார்பு நிலையின்றி சிறந்த வெளிப்பாட்டுடன் சொல்லியிருக்கிறார்.

இத்தகைய கருவைக் கையாளும் போது பெண்டிரின் மீது ஆண் ஆதிக்கம் என்றோ, ஆண்களின் மீது பெண் ஆதிக்கம் என்றோ, எழுத்தாளர் ஒரு பக்கமாக சாய்ந்து விடுகிற அபாயம் பொதுவாக உண்டு.

கம்பிமேல் கவனமாக நடந்து அபாயத்தைத் தாண்டியிருக்கிறார், பட்டுக்கோட்டை பிரபாகர்.

"சமையலறை சென்று நெருப்புக் குச்சி கிழித்தாள் ஸ்டவ்வை ஏற்றிவிட்டு, பற்ற வைத்து எல்லாத் திரிகளுக்கும் பரவச் செய்து...

வட்டமான தீ வயிற்றில் நீலம் வரைந்து கொண்டு மென்மையாக எரிய ஆரம்பிக்க...

செங்கற்களால் எல்லையமைத்து, உள்ளே தவிடு குமித்து, அதன் மேலே சுள்ளிகளின் மேல் மாவிலை ஸ்பூனால் நெய் ஊற்றி ஊற்றி நெருப்புக்கு உற்சாகம் தந்து கொண்டிருந்தார் அந்தணர்." என்று விவாகத்தையும்,

"என்றோ, எப்போதோ, ஒரு வினாடியின் ஒரு துல்லிய பகுதியிலாவது, இப்படி ஒரு சந்தர்ப்பம், இப்படி ஒரு புரியாத துவக்கத்தை எதிர்பார்த்திருந்தேனோ? கடவுளே... இதென்ன கட்டுப்பட மறுக்கிற காளையாக என்னைக் கேட்காமலேயே என் சிந்தனைகள் கொட்டிலில் இருந்து கயிற்றறுத்துக் கொண்டு பாய்கின்றன..."

கயிறறுத்துக்...!

கயிறறுத்துக்...!

"தாலிக் கயித்தை அறுத்துடுங்க."

கயிறறுத்துக்...!

கயிறறுத்துக்...!

"தாலிக் கயித்தை அறுத்துடுங்க..."

என்று வைதவ்யத்தையும் இவர் தொட்டுக் காட்டும் போது பட்டிழைகள் ஒன்று ஒன்றின்மேல் ஊடாடிப் பின்னிப் பிணைந்து வரும் நேர்த்தியான நெசவை நினைப்பூட்டுகிறது, இவரது நடை.

"ஒரு கையில் சூட்கேசோடும், மற்றொரு கையில் சின்ன அட்டைப் பெட்டி ஒன்றோடும், மேலே வந்தார் கைலாசம். நெற்றியில் இட்டிருந்த திரிசூர்ணம் தலையிலிருந்து வழிந்த நீரில் பாதி கரைந்து போயிருக்க, மூக்கின் நுனியில் ஒரு துளி நீர் தள்ளாடியது."

என்கிற வரிகளைப் படிக்கும் போது, Character depiction-இல் இவர் தொட்டிருக்கும் உயரம் நமக்குப் புரிகிறது.

இது சீலமுள்ள பெண்குலத்தை வாழவிட மாட்டாமல் சித்திரத்தில் பெண்ணெழுதி சீர்படுத்தும் நானிலந்தான்.

இந்நானிலத்தில் இவர்படும் கொடுமை ஒரு பக்கம், ஆண்களால் தான். மறுபக்கம் பெண்களால், ஒருவருக்கொருவர் பொறாமைப்பட்டு எழுப்பும், நாற்றம் பிடித்த வாய்ச் சண்டைகளால், மற்றும் அவர்தம் மனதுள் அநாவசியமாக போட்டுக் குழப்பிக் கொள்ளும் அழிவுச் சிந்தனையால்.

இருபக்கமும் வறுத்தெடுக்கப்படும் அனிச்சமலர், ராதிகா.

இந்த 'ஜன்னலு'க்குள்ளே இவளைப் போல் மற்றும் பல 'கைதிகள்,'

இவர்களுக்காக இங்கே, தார்மீகக் கோபத்துடன் வாதாடியிருக்கிறார் பட்டுக்கோட்டை பிரபாகர்.

தீர்ப்பு இதுவாகத்தான் இருக்க முடியும்:

"பெண்மையே!
உனது விலங்குகள்
நிச்சயம் ஒரு நாள்
உடைபடும்!
அந்நாளில்
உனது சுதந்திரத்தை
நீ தான் செப்பனிட்டுக் கொள்ளவேண்டும்!"

ஒரு வாசகன்
(சபாநாயகம், S., சென்னை – 91)

✳ ✳ ✳

1

அத்தியாயம்

கண்டிக்கக் காற்று இல்லாததால், நின்று நிதானமாகப் பெய்து கொண்டிருந்தது மழை. கிடைத்த கூரைகளுக்குக் கீழே வெடவெடவென்று மக்கள் ஒதுங்கியிருந்தார்கள். சாலையில் நடமாட்டமே நின்று போயிருந்தது. ஒருவரை ஒருவர் தள்ளிக் கொண்டு பரபரப்பாக மக்கள் நடந்து போகும் அந்த வர்த்தகத் தெருவில் செம்பழுப்பில் நீர் ஓடிக் கொண்டிருந்தது. சுத்தமாக மூடியிருந்த ஒரு ரிக்‌ஷாவை ரெயின்‌கோட் அணிந்த ஒரு ரிக்‌ஷாக்காரன் சிரமத்தின் பேரில் தள்ளிக் கொண்டு போனான்.

தான் ஒதுங்கியிருந்த கடை என்னவென்று திரும்பிப் பார்த்தான் சேதுராமன். நடுத்தரமான ஜவுளிக்கடை அது. பெரிய அலங்காரக் கடைகளுடன் ஓரளவாவது ஈடு கொடுக்க முயன்று சிறிதான ஷோ கேஸ் அமைத்து உள்ளே ஒரே ஒரு பெண் பொம்மையை வைத்திருந்தார்கள். பழைய ஃபாஷனில் அதற்குச் சேலை கட்டிவிட்டிருந்தார்கள். 'லோஹிப்பில்.' சுற்றிலும் வேறு டிசைன்களில் சேலைகளை விசிறி போல விரித்துத் தொங்க விட்டிருந்தார்கள்.

சேதுராமன் மறுபடி சாலையைப் பார்த்தான் சங்கடமாக, மழையின் வேகம் கொஞ்சமும்

குறையவில்லை, அருகில் இருந்த ஏராளம் பேர் சுண்ணாம்பு ரேகை பதித்திருந்த தெருவிளக்குக் கம்பத்தின் உச்சியில் குழல் விளக்குக்குக் கீழே... வெளிச்சத்தில் மழையின் சாரலைப் பார்க்க சுவாரசியமாய் இருந்தது.

இதுவும் கொஞ்ச நேரம்தான். சேதுராமன் கவலையாய் தன் கைக் கடிகாரத்தைப் பார்த்தான். மைக்காவின்மேல் ஊசி முனைப் புள்ளிகளாய் சாரல் அமர்ந்திருந்தது. கைக்குட்டை எடுத்துத் துடைத்துவிட்டுப் பார்த்தான். மணி 7-35.

அஞ்சரை மணிக்கு கிளினிக்கைவிட்டு சைக்கிளில் புறப்பட்டுப் பாதி வழியில் டயர் பஞ்சராக, அதை ஒட்டிக் கொண்டு மறுபடி செலுத்தி கடைத் தெருவுக்கு வந்து பெரிய வெங்காயம், ப்ரு காபித்தூள், எலுமிச்சைப் பழம் என்று வாங்கிக் கொண்டு புறப்படும் முன்னர் வெங்கட்ராமனைச் சந்தித்ததுதான் தப்பாகிவிட்டது.

கவனிக்காமல் சிந்தனையில் நடந்து கொண்டிருந்தவன் எதிரே போய் கிரீச் என்று சைக்கிளின் பிரேக்கை அவனுக்கு நிருபித்து, "அடடே, சேதுவா!" என்று அவனை ஆச்சரியப்பட வைத்து, என்னமோ மறுபடி சந்திக்கவே போவதில்லை போல எல்லா சப்ஜெக்ட்டுகளையும் சாலையோரமாகவே நின்று கொண்டு, அவ்வெப்போது ஸ்கூட்டர், காரின் ஹாரன் சப்தத்திற்கு இன்னும் ஒதுங்கிக் கொண்டு அப்-டு-டேட்டாகப் பேசிக் கொண்டிருந்ததில் நேரம் மறந்து போனது.

விளைவாக இந்தக் கோடை மழையில் மாட்டிக் கொண்டாயிற்று. இல்லை என்றால் எப்போதோ வீடு போய்ச் சேர்ந்திருக்கலாம். அனேகமாக அம்மா புலம்ப ஆரம்பித்திருப்பார்கள். மழையில் நனைந்திருப்பானோ என்று.

கடையின் முன்புறத்தில் 'வி' மாதிரி மடிக்கப்பட்ட நீளமான தகரம் நீரை வாங்கி இரண்டு ஓரங்களிலும் சின்ன அருவிகள் போலக் கொட்டிக் கொண்டிருக்க... சேதுராமனின் சைக்கிளின் முன் டயர் இப்போது லேசாக நனைய ஆரம்பித்ததைக் கவனித்து அவசரமாக சைக்கிளைச் சற்றுப் பின்னால் நகர்த்தி வைத்தான்.

முன்பக்கத்தில் மாட்டியிருந்த வயர் கூடையில் இருந்த கிளாக்ஸோ பிஸ்கெட் பாக்கெட் இந்தக் காற்றின் ஈரத்தில் பதபதத்துப் போய் விடுமோ என்று சந்தேகம் ஏற்பட்டது. தனது எவர் சில்வர் டிபன் கேரியரை எடுத்து சைக்கிளின் சீட்மேல் வைத்துத் திறந்து ஒரு அடுக்குக்குள் பிஸ்கெட் பாக்கெட்டை வைத்து மூடினான். மறுபடி வயர் கூடையில் வைத்துவிட்டுக் குனிந்து நனைந்து போயிருந்த பான்ட் முனைகளைத் தனித்தனியாக ஒரு தரம் பிழிந்துவிட்டுக் கொண்டான். சற்றுத் தள்ளி சிகரெட் புகைத்துக் கொண்டிருந்த ஜீன்ஸ் பான்ட் அணிந்த வாலிபனைப் போல முழங்கால் வரைக்கும் பான்ட்டை உயர்த்தி விட்டுக்கொள்ள நினைத்தான். நனைவதற்கு முன்பே, வந்து ஒதுங்கிய உடனேயே அதைச் செய்திருக்க வேண்டும். இப்போது அப்படிச் செய்வதில் அர்த்தமில்லை என்று கைகளை மார்புக்குக் குறுக்கே கட்டிக்கொண்டு அமைதியாகக் காத்திருந்தான் சேதுராமன்.

என் கடையின் வாசல் படியில் ஒரு கிராமத்துப் பெண் மடியில் குழந்தையைக் கிடத்திக் கொண்டு சுதந்திரமாக அதற்குப் பால் கொடுத்துக் கொண்டு, ஒரு வாழைப் பழத்தை உரித்து சுவாரசியமாகச் சாப்பிட்டுக் கொண்டிருக்க, சேதுராமன் அவசரமாகப் பார்வையை விலக்கிக் கொண்டான்.

சேதுராமனுக்குப் பிடிக்காத விஷயங்களில் இதுவும் ஒன்று, பொது இடங்களில் இப்படிக் குழந்தைக்குப் புகட்டுவதை அவனால் தாய்மையின் விஷயமாக ஏற்றுக்கொள்ள முடியாது. ஒரு தரம் கல்யாணமாகி இரண்டு வருஷம் கழித்து மாலதியோடு கர்நாடக மாநிலத்திற்கு டூர் போயிருந்தபோது மதன் கைக்குழந்தை, மைசூர் பிருந்தாவனத்தில் சைரன் மாதிரி அவன் அழுகை துவங்க, ஒதுக்குப்புறம் தேடிச் சென்று அவனுக்குப் பால் புகட்டி விட்டுவந்து அரை மணி நேரம் பேச்சு வாங்கினாள் மாலதி. லாட்ஜிலேயே புறப்படுவதற்கு முன்னால் கொடுத்து தூக்கி வருவதற்கு என்ன என்று ஏக கோபம் இவனுக்கு.

அந்தக் கிராமத்துப் பெண்ணின் அருகில் தன் தகரப்பெட்டிக்கு மேல், வேஷ்டியை அண்ட்ராயர் தெரிய மடக்கிக் கட்டிக் கொண்டு அமர்ந்திருந்த அவள் புருஷனின் மேல் எரிச்சலாய் வந்தது.

மழை கொஞ்சம் வேகம் குறைந்திருந்தது. ஆனாலும் நடமாட லாயக்கில்லாமல் இருந்தது. ஒரு லாரியின் இரட்டை வெளிச்சம் மழையின் வயிற்றை வெட்டி எக்ஸ்ரேயாய்க் காண்பித்துவிட்டு, தண்ணீரை இரண்டு புறங்களிலும் வேகமாகச் சிதறடித்துவிட்டுப் போக... சேதுராமன் அவசரமாகக் கடையின் படிகளில் ஏறிக் கொண்டான்.

அந்த ஜீன்ஸ் பான்ட் இளைஞனின் பான்ட்டில் இரண்டு துளிகள் சிதறி விழுந்துவிட்டது. அவன் லாரியின் திசையில் கையை நீட்டிச் சத்தமாக, "பாஸ்டர்ட்" என்றான். அவனுக்கு ஆதரவாக அவனுக்கு அருகில் இருந்த ரெண்டு மூன்று பேர் லாரிக்காரனை அவசரக்காரன் என்றும், பொறுப்பில்லாதவன் என்றும் திட்டினார்கள்.

தகரப் பெட்டியின் மேல் அமர்ந்திருந்தவன் தன் மணிக்கட்டைத் தட்டி, "நேரம் எவ்வளவு சார்!" என்றான்.

சேதுராமன் பார்த்து, "ஏழே முக்காலாச்சு!"

அவன் சலிப்பாக ஒரு பெரிய கெட்ட வார்த்தையால் மழையைத் திட்டினான். "எட்டே காலுக்கு பஸ்ஸு. அதைவிட்டா காலைலதான் ஊருக்குப்போகலாம். நிக்க மாட்டேங்குதே. கண்டக்டரு பயமவன் ஓவர் டிக்கெட்டும் ஏத்த மாட்டான். கடைசி பஸ்னு கூட்டம் அள்ளும்" என்று எழுந்து சாலையின் எதிர்ப்புறத்தில் நின்றிருந்த ரிக்ஷாவை நோக்கி, "ரிக்ஷா! ரிக்ஷா! எங்கே ஆளு இல்லையா? ரிக்ஷா!" என்று கைகளைத் தட்டினான். எதிர்ப்புறம் அமைதியாக இருந்தது. ரிக்ஷாக்காரன் இல்லாமல் ரிக்ஷா மட்டும் நின்றிருந்தது.

ஜீன்ஸ் பான்ட் இளைஞன் ஒரு தரம் கடைக்குள் அலட்சியமாய்ப் பார்த்து, பிறகு அந்தக் கிராமத்துப் பெண் மேல் கொஞ்ச நேரம் பார்வையை நிறுத்தி விலக்கினான். அந்தக் குழந்தை அருந்தி முடித்து, காற்றைப் பார்த்துச் சிரித்துக்

கொண்டிருக்க, அவள் இப்போது சிகப்பு நூல் கட்டின மிக்சர் பொட்டலத்தைப் பிரிப்பதில்தான் மும்முரமாய் இருந்தாள்.

சேதுராமன் மறுபடி கடையின் ஷோகேசைப் பார்த்தான். முந்தா நாள் மாலதி குறைப்பட்டுக் கொண்டது நினைவுக்கு வந்தது.

"கல்யாணமான புதுசுல நம்ம கல்யாண நாளுக்கு ரெண்டு, மூணு வருஷம் புடவை எடுத்துக் கொடுத்தீங்க. மதனும், சிவகாமியும் பொறந்தப்புறம் அது நின்னு போச்சு. படிப்படியா, புடவையிலேர்ந்து ஜாக்கெட்டுக்கு வந்திங்க. அப்புறம் கோயில்ல பண்ற அர்ச்சனை மட்டும் போதும்னுட்டிங்க, கேட்டா, அப்போ செஞ்சது நியாயம், இப்போ செஞ்சா அதை அப்பா, அம்மா தப்பா எடுத்துக்குவாங்கன்னு சொல்லி என் வாயை அடைச்சுடுவிங்க."

சேதுராமனுக்கு, தன் மனைவி போலத் தனக்கு உடைகள் விஷயத்தில் அதிகமான ஆர்வமோ, புதிது புதிதாக வாங்க வேண்டும் என்கிற ஆசையோ ஏன் இல்லாமல் போனது என்று தன்னையே கேட்டுக்கொள்ளத் தோன்றியது. அவனைப் பொறுத்தவரை உடை என்பது மானம் காப்பதற்காக மட்டும் உள்ளது. அலங்காரத்திற்காக அல்ல, நாலு பான்ட் ஐந்து ஷர்ட், அவ்வளவுதான் வைத்திருக்கிறான். தீபாவளிக்கு தீபாவளிதான் தைத்துக் கொள்வான். நடுவில் கைத்தறி கண்காட்சிக்குப் போகும்போது மனைவியின் நிறைய வற்புறுத்தலுக்குப் பின் அதிக தள்ளுபடியில் ஏதாவது ஒரு சட்டைத் துணி டிசைன் எல்லாம் பார்க்காமல் எடுத்துக்கொள்வான். அதை அவனை தைத்துக்கொள்ளச் செய்யப் பல மாதங்கள் பிடிக்கும்.

அடுத்த மாசம் வருகிற தனது கல்யாண நாளுக்கு இந்த வருஷம் மாலதிக்கு ஒரு புடவை எடுத்துக் கொடுத்து ஆச்சரியப்படுத்தலாமா என்று யோசித்தான். உடனே அப்பா, அம்மாவை நினைத்தான்.

அவர்கள் ஒன்றும் நினைக்கமாட்டார்கள். ஆனால்... மனைவி கொஞ்சம் விசேஷமாகக் கவனிக்கப்படுகிற சந்தர்ப்பங்களில், தான் அவர்களிடமிருந்து சற்று அந்நியப்படுகிற மாதிரி அவர்கள் நினைத்துக் கொள்வார்களோ என்று சஞ்சலம்.

செய்வதற்கு வேறு காரியம் ஏதும் இல்லாததால், சும்மா பார்த்து வைக்கலாம் என்று நினைத்தான். சைக்கிளிலிருந்து வயர் கூடையைக் கையில் எடுத்துக் கொண்டு, சைக்கிளைப் பூட்டிவிட்டு, ஈரமான செருப்புகளை ஓரமாக விலக்கிவிட்டு, உள் வாசல்படியில் போடப்பட்டிருந்த மிதியடியில் கால்களை நன்றாகத் துடைத்துக் கொண்டு கடையின் உள்ளே நுழைந்தான் சேதுராமன்.

'ப' வடிவில் கவுண்டர் போடப்பட்டு, ராக்குகளில் வர்ண வர்ணமாய் துணிகள் அடுக்கப்பட்டிருக்க... சந்தனப்பொட்டு வைத்திருந்த முதலாளி, "வாங்க சார்" என்று புன்சிரிப்புடன் அழைத்தபோது இவனுக்கு தான் இப்போது ஒன்றும் வாங்கப் போவதில்லை என்பதனால் கில்டியாக இருந்தது.

"சேலைகள் எந்தப் பகுதியில்"என்று தேட...

"என்ன வேணும் சாருக்கு?" என்று கேட்ட சிப்பந்திகளிடம், "சேலை" என்றான் முணுமுணுப்பாக.

"அந்தக் கடைசிக்குப் போங்க சார், சாருக்கு லேட்டஸ்ட் டிசைன் சேலை காட்டுங்கம்மா" என்று அவன் சொன்னபோதுதான் அந்த பகுதியில் பெண் சிப்பந்தி இருப்பதைக் கவனித்தான்.

சேலைப் பகுதியை அடைந்தான். ஏற்கனவே வாங்க வந்தவர்கள் எடுத்துப் போடச் சொல்லி கவுண்டரின் மேல் குவியலாய் இருந்த சேலைகளை அந்த ஒல்லியான பெண் மடித்துக் கொண்டே "உங்களுக்கு என்ன சேலை வேணும் சார்?" என்றாள்,

சேதுராமன் இதுவரை தனியாக சேலை வாங்கினதில்லை. மாலதியை உடன் அழைத்து வந்து, அவள் புத்தகத்தில் படித்த டிசைன்களின் பெயரை எல்லாம் சொல்லி சிப்பந்திகளைச் சரியாக வறுத்தெடுத்துக் கொண்டிருக்க... இவன் பக்கத்து ஸ்டூலில் அமர்ந்து கொண்டு, துணிகளை லாவகமாக க்ராஃப்ட் கவரில் நுழைத்து பாக்கிங் செய்து கொண்டிருப்பவனை வேடிக்கைப் பார்ப்பான். அல்லது ஒரு விரல் காட்டும் மதனை அழைத்துச்

சென்று ரோட்டோரத்தில் விட்டுவிட்டுக் காத்திருந்து அழைத்து வந்து, "எடுத்தாச்சா?" என்பான்.

இப்போது என்ன சேலை என்று சொல்வது என்பது புரியவில்லை. 'நான் சும்மா மழைக்கு ஒதுங்கினேன். சும்மா பார்க்கிறேன். வாங்க மாட்டேன் இப்போது' என்று எப்படிச் சொல்ல முடியும்?

இவன் பதிலுக்குக் காத்திருக்காமல் அந்தப் பெண் பரபரவென்று கிட்டத்தட்ட பதினைந்து சேலைகளை வரிசையாக அடுக்கிக் கொண்டே, "இதான் லேட்டஸ்ட் சார். எவ்வளவு நைஸா இருக்கு பாருங்க. சுருங்காது. நேத்துதான் பாக்கிங் உடைச்சது. அதுக்குள்ளே இருபது சேலை வித்தாச்சு. உங்களுக்கு லைட் கலர் வேணுமா, டார்க் கலர் வேணுமா?"

"இது என்ன விலை?" என்றான் பொதுவாக.

அவள், லேபிள் பார்த்து, "நூத்து நாப்பது ரூபா அம்பது காசு."

"எனக்கு டிசைன் புரியலை. நாளைக்கு என் வைஃபை அழைச்சுட்டு வந்து வாங்கிக்கறேன். ஸாரி" என்று நகர்ந்தான் வாசலை நோக்கி.

நிச்சயமாக அவள் தன்னைப் பற்றித் தன் சக சிப்பந்தியிடம் கேலி பேசுவாள் என்று உணர்ந்தான். "அப்புறம் ஏன்யா வந்தே?" என்று மனதிற்குள் நினைத்திருப்பாள்.

சேதுராமன் வாசலை அடைகையில் கல்லாப்பெட்டி அருகே அமர்ந்திருந்த முதலாளியைப் பார்ப்பதைத் தவிர்க்க முயன்றாலும் அவராக, "என்ன சார், டிசைன் பிடிக்கலையா?" என்றார்.

"இல்லை சார். நாளைக்கு வந்து வாங்கிக்கறேன்" என்று சங்கடமாகச் சொல்லிவிட்டு வெளியேறித் தன் சைக்கிளுக்கருகே நின்று கொண்டான் சேதுராமன்.

மழையின் வேகம் வடிந்து போய் இப்போது சன்னமான தூறல் மட்டுமே இருக்க அந்தக் கிராமத்துக் குடும்பம் ஒரு ரிக்ஷாவில் ஏறிக் கொண்டிருந்தது. ஜீன்ஸ் இளைஞன் கர்சீப்பைத்

தலையில் போட்டு காதோரங்களில் செருகிக் கொண்டு நடக்க ஆரம்பிக்க...

சேதுராமன் கையை நீட்டிப் பார்த்தான். தூறல்தான் என்றாலும் வீடு செல்வதற்குள் நிச்சயமாக நனைந்து விடுவோம் என்பது புரிந்தது. ஆனால் அந்தக் கடையின் வாசலில் இனிமேலும் நிற்பது சங்கடமாக இருந்தது.

தனது கைக்குட்டையில் சைக்கிளின் சீட்டை அழுத்தமாகத் துடைத்துவிட்டு, ஸ்டாண்ட் எடுத்து, சாலையில் தள்ளிக்கொண்டு இறங்கினான். ஓடிக் கொண்டிருந்த மழை நீர் சிலீர் என்று பாதங்களைத் தொட்டது. கைக்குட்டையை வாட்சின் மேல் கட்டிக் கொண்டு இரண்டாவது உந்தலில் சைக்கிளில் ஏறிக் கொண்டு மிதிக்க ஆரம்பித்தான்.

சைக்கிளின் டைனமோ வெளிச்சத்தில் தூறல் மின்னிற்று. குடை உள்ள மக்கள் இப்போது நடமாடிக் கொண்டிருக்க, ஜாக்கிரதையாக நனைந்து கொண்டே ஓட்டினான்.

தஞ்சாவூர் தமிழ்ப் பல்கலைக்கழகத்தின் கட்டிடத்தைத் தாண்டி அரண்மனைக்காரத் தெருவில் கொஞ்ச தூரம் செலுத்தி இடது புற சிறிய சந்தில் நுழைந்தான். ஐந்தடி அகலமே உள்ள மிகக் குறுகலான சந்து. ஒரு மாட்டுவண்டி கூடப் போக முடியாது. சைக்கிள் ரிக்ஷாவே செல்ல முடியாது.

எதிரே மற்றொரு சைக்கிள் வர இறங்கிக் கொண்டான், பின் மெதுவாகத் தள்ளிக் கொண்டே வந்து தனது வீட்டின் வாசலில் வண்டியை நிறுத்திவிட்டு, இரண்டு புறமும் இருந்த திண்ணைத் தளத்தில் ஒன்றில் வயர் கூடையை வைத்துவிட்டு மரக்கதவைத் தட்டினான் சேதுராமன். கதவைத் திறந்த மதனைப் பார்த்து அதிர்ந்து போனான்.

∗∗∗

2

அத்தியாயம்

"**எ**ன்னடா... என்னடா இது மண்டையிலே?" என்று பதறிப் போனான் சேதுராமன். கதவைத் திறந்துவிட்டு தரையைப் பார்த்துக் கொண்டு நின்றிருந்த மதனின் மண்டையில் பாண்டேஜ் இருந்தது. காதருகில் கொஞ்சம் ரத்தம் கசிந்த பஞ்சு முட்டல் பாண்டேஜுக்குள் தெரிந்தது.

"அப்பா கேக்கறாங்க இல்லே, சொல்லேண்டா. பாரு, போண்டாவை வாயிலே அடக்கிக்கிட்ட மாதிரி உம்முன்னு நிக்கறதை" என்றவாறு வந்த மாலதி, திண்ணையில் இவன் வைத்திருந்த வயர் கூடையைக் கையில் எடுத்துக் கொண்டு அப்போதுதான் கணவனைச் சரியாய்க் கவனித்து.

"என்னங்க நீங்க... தெப்பலா நனைஞ்சுட்டு வந்திருக்கிங்க, இன்னும் கொஞ்சம் மழை விட்டு வரக்கூடாதா?" என்றாள்.

"ஒன்னும் ஜாஸ்தி நனையலை. இது என்ன கட்டு சொல்லு? அவன் சொல்ல மாட்டான். கீழே விழுந்துட்டானா?" என்று கேட்டுக் கொண்டே சைக்கிளைத் தூக்கி வீட்டின் உள் ஹாலுக்குப் போகிற நடையில் ஓரமாக நிறுத்தினான்.

மதன் சைக்கிளின் பெல்லை 'டிங்' என்று அடிக்க, வாசல் கதவை உள் பக்கமாகச் சாத்திவிட்டுத்

திரும்பி மாலதி, "வீட்ல ஒரு துரும்பை எடுத்து அந்தப் பக்கம் வைக்க மாட்டான். ஸ்கூல்ல சுத்தம் பண்ணானாம். கிளாஸ் வாத்தியார் டிரான்ஸ்பர் ஆகிப் போறாராம். அதுக்குப் பசங்க எல்லாம் சேர்ந்து பார்ட்டி தர்றாணுங்களாம். எப்படிக் கதை? நாலாங் கிளாஸ்லேயே பார்ட்டி, தெருப் புழுதி எல்லாம் கேக்குது. கிளாஸ்ல ஜன்னல் மேல ஏறிக்கிட்டு கலர் பேப்பர் ஒட்றேன்னு கீழே விழுந்துட்டானாம். பசங்கள்லாம் போய் வாத்தியார்கிட்டே சொல்லி அப்புறம் பக்கத்திலே ஆஸ்பத்திரிக்குக் கூட்டிட்டுப் போய் கட்டுப் போட்டு ரிக்ஷால கொண்டாந்து விட்டுட்டுப் போனாங்க, என்னடா ரிக்ஷாலேர்ந்து இறங்கறானேன்னு பார்த்தா மண்டைல கட்டு. எனக்கு 'பகீர்'ன்னு ஆய்டுச்சி. முழிக்கிறதைப் பாருங்க, 'தெரு முக்கத்துக் கடையிலே வெத்தலை வாங்கிட்டு வாடா'ன்னா போம்மான்னு ஓடிடுவான். வாத்தியாருக்குக் கலர் பேப்பர் ஒட்றானாம்" என்று கோபமாக மகனைப் பார்க்க...

அவன் தலையைக் குனிந்து கொண்டு கண்களை மட்டும் உயர்த்திப் பார்த்துக் கொண்டு மறுபடி சைக்கிளின் பெல்லை 'டிங்' என்று அடித்தான்.

"சைக்கிள்லேர்ந்து கையை எட்றா" என்று அவசரமாய் அவன் கையைத் தட்டிவிட்டாள் மாலதி. மதனின் கையைப் பற்றி உள்ளே ஹாலுக்கு நடத்திச் சென்று கொண்டு, "சரி, விடு மாலதி. அவனே அடிபட்டு வந்திருக்கான். சின்னக் காயமாத்தான் தெரியுது. டாக்டர் ஊசி போட்டாராடா?" என்றான் சேதுராமன்.

"ம், இங்கே" என்று டவுசரின் பின் பக்கத்தைத் தட்டிக் காண்பித்தான்.

"சரி, போய் படுத்துக்கோ, மாத்திரை எதுவும் கொடுத்தாரா?"

"முழுங்கிட்டான்"

"அப்பா இன்னும் வரலை?"

"இல்லை, அவரும் மழையிலே எங்கயாச்சும் மாட்டிக்கிட்டு நின்னுக்கிட்டு இருப்பார். பெட்ரூமுக்குப் போகாதீங்க.

தரையெல்லாம் ஈரமாய்டும். நேரா பாத்ரூம் போங்க. நான் வேட்டி, பனியன் எடுத்துட்டு வர்றேன். பாத்ரூமுக்குள்ளேயே துண்டு தொங்குது" என்று ஹாலின் ஓரத்தில் இருந்த அவர்களின் அறைக்குச் சென்றாள் மாலதி.

சற்று நீளமாக இருந்த ஹாலை ஓரமாக நடந்து கடந்தான் சேதுராமன். சமையல் கட்டிலிருந்து கடுகு தாளிக்கும் ஒசையும் நெடியும் வர, அம்மா அங்கிருந்தே, "வந்துட்டியா சேது?" என்றாள்.

"ஆமாம்மா இதோ டிரெஸ் மாத்திட்டு வர்றேன்."

கொஞ்ச நேரத்தில் பரபர என்று தலையைத் துடைத்துக் கொண்டு, வேட்டி பனியனில் ஹாலுக்கு வந்து தன் அறைக்கு வந்தான்.

கட்டில்மேல் படுத்திருந்த மதனுக்கு அருகில் சிவகாமி உட்கார்ந்து சிலேட்டில் திரும்பத் திரும்ப 'A' என்று எழுதிக் கொண்டிருக்க...

"சிவகாமி" என்று அவளைத் தூக்கி இரண்டு கன்னங்களிலும் முத்தம் கொடுத்து மறுபடி உட்கார்த்தி வைத்து, "என்னம்மா எழுதறே?" என்றான்.

பூப்பூவாய்ச் சிரித்து சிலேட்டைத் தூக்கிக் காட்டினாள்.

"அட! ஏ சரியா போட்டிருக்கியே... வெரிகுட்"

"அய்யே... ரொம்பக் கோணல் இது" என்றான் மதன்.

"அவ வயசில உனக்கு கோலா முட்டையே போட வரலை. என் கண்ணு, நீ எழுதும்மா. அண்ணனுக்கு என்னடா கண்ணா மண்டையிலே?"

சிவகாமி ஒரு விரலை வைத்து மதனின் புஜத்தில் குத்திக் காண்பித்து, "ஊசி... ஊசி..." என்றாள், முகத்தைக் கொஞ்சம் சோகமாய் வைத்துக் கொண்டு.

"என் செல்லம். நீ தான் புத்தி. அவன் பாரு. முரட்டுப் பய. டூ விடும்மா அவன் கூட டூ விடு."

"டூ... டூ" என்றாள் சிவகாமி.

"ஏய் டூவிட்டே, சுட்டுடுவேன்" என்று மதன் அவசரமாகத் தலையணைக்கு அடியிலிருந்து தன் பொம்மைத் துப்பாக்கியை எடுத்து சிவகாமிக்கு நேராய் நீட்டினான்.

"டூ... டூ..." என்றாள் சிவகாமி.

மதன் துப்பாக்கியின் விசையை அழுத்த, சிவகாமியின் முகத்தில் பீச்சியடித்தது தண்ணீர். சட்டென்று சிவகாமியைத் தூக்கிக் கொண்டு, "அறிவு இருக்காடா உனக்கு? குழந்தை மூஞ்சிலயா தண்ணியடிப்பாங்க?" என்று கடுமையாய் முறைத்துவிட்டு வேட்டி முனையில் துடைத்துவிட...

உள்ளே வந்த மாலதி, "நல்லா செல்லம் கொடுங்க. மண்டையில கட்டுப் போட்டுப் படுத்திருக்கிறப்பவும் கையை வச்சிக்கிட்டு சும்மா இருக்கானா பாருங்க... ரவா கிண்டியாச்சு. அத்தை கூப்பிடறாங்க, நீங்க சமையல் கட்டுக்குப் போங்க" என்று சிவகாமியை வாங்கிக்கொள்ள...

படுக்கையிலிருந்து மதன் ஒரு கண்ணைச் சுருக்கிப் பார்த்து மறுபடி துப்பாக்கியை நீட்டி அம்மாவைக் குறிவைக்க,

"தோலை உறிச்சுடுவேன் ராஸ்கல்" என்று மாலதி கத்தினதும், படக்கென்று தலையணைக்கடியில் வைத்துவிட்டான்.

"அப்பா வந்துடட்டுமே. சேர்ந்து சாப்பிடறோம்."

"இன்னும் மழை நிக்கலைங்க. அஞ்சரை மணிக்குக் காபி சாப்பிட்டுட்டுக் கிளம்பிப் போனாரு. குடை எடுத்துட்டுப் போகலை. எப்ப வருவாருன்னு எப்படித் தெரியும் ரவா சூடா இருக்கு. நீங்க எடுத்துக்கங்க. இங்கே வயர் துண்டு கிடந்திச்சே. எங்கேங்க?" என்று கட்டிலடியில் இருந்த ஒரு அட்டைப் பெட்டியைத் திறந்து தேடினாள் மாலதி.

தலையைச் சீவிக்கொண்டே, "வயரா? எதுக்கு?" என்றான்.

"மாடில ஃப்யூஸ் போய்டுச்சாம். ராதிகா வந்து கேட்டுட்டுப் போனா."

"அவங்களுக்குப் போடத் தெரியுமாமா? வித்வான் சார் இருக்காரில்லையா?"

"அதிசயமா திருச்சி ரேடியோ ஸ்டேஷன்ல ரெக்கார்டிங்னு கூப்பிட்டு இருந்தாங்கன்னு காலைல போனாராம். இன்னும் வரலை."

"அதான பார்த்தேன் என்னடா புல்லாங்குழல், சத்தத்தைக் காணமேன்னு. வயர் கிடைச்சுதா?"

"காணமே."

"நகரு, நான் பார்க்கறேன்." கழுத்திலும், மார்பிலும், அக்குள்களிலும் பவுடர் அடித்துக் கொண்டு தரையில் உட்கார்ந்து வயர் தேடி எடுத்தான் சேதுராமன்.

"டேய் மதன். இங்கே வாடா, அப்பாகிட்டே இந்த வயரை வாங்கிக்கிட்டு மாடிக்குப் போயி ராதிகா ஆன்ட்டிகிட்டே கொடுத்துட்டு வா" என்றாள் மாலதி.

மதன் தன் துப்பாக்கியுடன் புறப்பட்டான்.

"அதை வச்சிட்டுப் போறதுன்னா போ, இல்லைன்னா வேணாம்."

வேண்டா வெறுப்பாக வைத்துவிட்டு வந்தான்.

"கொடுத்துட்டு உடனே வந்துடணும். அரட்டை அடிச்சிக்கிட்டு நிக்கக் கூடாது. வந்து பால் சாப்பிட்டுட்டுத் தூங்கணும். என்ன?"

மதன் வயரை வாங்கிக் கொண்டு அறையைவிட்டு வெளியேறி ஹாலின் ஒரு ஓரத்தில் புறப்பட்ட மர மாடிப் படிகளில் 'பப்பரபாங்... பப்பரபாங்.' என்று ஒவ்வொரு படிக்கும் சொல்லிக் கொண்டு மாடிக்கு ஏறினான்.

சேதுராமன் சமையல் கட்டிற்கு வந்தான். தட்டில் ரவாவை வைத்துக் கொண்டே அம்மா, "நனைஞ்சுட்டியாமே? கிளினிக்கைவிட்டுப் பொறப்படவே லேட் ஆகிடுச்சா?" என்றாள்.

"இல்லைம்மா. வழில ஒரு ஃப்ரெண்டைப் பார்த்தேன். லேட்டாயிடுச்சு."

"பேசறதுக்கு ஆள் கிடைச்சுட்டா நேரம் போறதே தெரியாதே உனக்கு" என்று சட்னியைப் பரிமாறிய அம்மாவுக்குக் கழுத்தில் இரண்டு மடிப்புகள், தாலிச் சரடு தேய்த்துத் தேய்த்து ஒரு கறுமைக் கோடு விழுந்திருந்தது. இரண்டு மூக்கிலும் பேசரிகள் அணிந்து இருக்க, முகத்தில் முதுமையின் சாயல்கள் நிலைத்திருந்தன.

சேதுராமன் தன் அம்மா விஷயத்தில் சில ஆச்சரியங்கள் வைத்திருக்கிறான். எல்லா அம்மாக்களையும் போல இவன் அம்மா அனந்தநாயகிக்கு 'முணுக் முணுக்' என்று அழத் தெரியாது. எத்தனை பெரிய சோகம் என்றாலும் தொண்டைக்கு உள்ளேயே புதைக்கப் பட்டிருக்கும். முகத்தில் அதன் நிழல் படர்ந்திருக்கும். ஆனால் கண்களின் வழியே அவை வெளிப்பாடு தேடியதில்லை.

மூன்று வருஷம் முன்பாக சேதுராமனின் தங்கை கல்யாணியைத் திருமணம் செய்து கொடுத்து அவள் பஸ்ஸில் ஏறிப் பிரிந்த போதுகூட அப்பாதான் வேட்டியை வாயில் அடக்கிக் கொண்டு விம்மித் தீர்த்தார். அம்மாவின் கண்கள் பனிந்திருந்தாலும் ஒரு சொட்டு வெளியே இறங்கவில்லை. அந்தச் சமயத்திலும் அழுகையை வெல்ல... மாலதியிடம் இன்னும் யார் யாருக்கு ரவிக்கைத் துணி வைத்துக் கொடுக்க வேண்டும் என்று கேட்டு சடங்குகளின் பொய்யான பரபரப்பில் இறங்கிவிட்டது சேதுராமனுக்கு ஆச்சரியமான ஆச்சரியம்.

அப்புறம் மனம்விட்டு ஒரு சமயம் சேதுராமன் கேட்டே விட்டான்.

"அம்மா, உனக்குக் கல் நெஞ்சும்மா. கல்யாணி புறப்பட்டுப் போனப்போ கூட நீ அழலை பாரு."

"அந்தச் சந்தர்ப்பத்திலே நான் அழுதா அதைப் பார்த்துட்டு அவ இன்னும் அழுவா. அப்பா ஏற்கனவே இடிஞ்சு போய் அழுதுகிட்டு இருந்தாரு. எல்லாரும் சேர்ந்து அழுதா... மிச்ச காரியங்களை எல்லாம் யார்தான் பார்க்கிறது சேது?" என்று

அம்மா மழுப்பலாகச் சொன்னாலும் மற்றொரு நாள் அப்பா அவனிடம் சொல்லி விட்டார்.

"உங்கம்மா இருக்காளே... எந்த உணர்ச்சியையுமே வெளில காட்டிக்க மாட்டா. அன்னிக்கு ராத்திரி பூரா தூங்காம பூஜை ரூமுக்குள்ளே சுவத்திலே சாஞ்சு உக்காந்துட்டு விட்டத்தையே வெறிச்சுக்கிட்டு, பொலபொலன்னு அழுதுக்கிட்டு இருந்தா. மறுநாள் ராத்திரி மூணு மணிக்கு என்னை எழுப்பி, 'நான் இப்பவே கல்யாணியைப் பார்க்கணும்'னு சின்னக் குழந்தையாட்டம் அடம்பிடிக்கிறா."

அப்புறம் அம்மாவுக்கு மற்றொரு மாறாத கவலை, அடிக்கடி புலம்புவாள். "சேது, உன்னை டாக்டருக்குப் படிக்கவைச்சுப் பார்க்கணும்னு நினைச்சேம்ப்பா. நடக்கலையே." இவன் சிரித்துக் கொண்டே சொல்வான், "எப்படியோ டாக்டரோட சம்மந்தப்பட்ட வேலை கிடைச்சதில்லையா? பாலி கிளினிக்ல மானேஜர்ன்னா சும்மாவா? என்னைப் பார்த்துட்டுத்தான் டாக்டரையே பார்க்கணும் தெரியுமா?"

சேதுராமனுக்குத் தன் வேலையைப் பொறுத்தவரை அத்தனை நிறைவு இல்லை என்றாலும் பெரிதாகக் குறையும் இல்லை. முன்னூறு ரூபாய் சம்பளத்தில் அந்த பிரைவேட் பாலி கிளினிக்கில் அப்பாவின் சிபாரிசில் டைப்பிஸ்டாகச் சேர்ந்து... இன்றைக்கு எழுநூறு ரூபாய் வாங்குகிறான். மாலதிக்கு இது நிறைவே இல்லாத வேலை. நிறைவே இல்லாத சம்பளம்.

"அப்பாவுக்கு இன்ஷ்யூரன்ஸ் ஏஜெண்ட்டா இருக்கிறதாலே கம்பெனிலேர்ந்து கமிஷன் வருது. மாடிப் போர்ஷன்லேர்ந்து வாடகை வருது. சொந்த வீடு. ரெண்டு மாடு நிக்குது. பால் தேவைக்கு மேலே விக்கிறீங்க, பத்தாததுக்கு நீ ஐந்நூறு, ஆயிரம்னு தெரு முழுக்க வட்டிக்குக் கொடுத்து வாங்கறே. இது போதும் நமக்கு, இந்த நிலமை நீடிச்சா போதும், காரு, பங்களான்னு நமக்கு வேணாம் மாலதி" என்பான்.

"உங்களுக்கு ஆசை இல்லைன்னா மத்தவங்களுக்கும் வரக் கூடாது..." என்று முணுமுணுத்துக் கொண்டே சென்று விடுவாள் அவள்.

சேதுராமன் சாப்பிட்டு முடித்துக் கை கழுவிக் கொண்டு ஹாலுக்கு வந்தபோதுதான் மதன் 'பப்பரப்பாங், பப்பரபாங்' என்று மாடிப்படிகள் அதிர அதிர இறங்கித் தன் அப்பாவிடம் வந்தான். கையில் இரண்டு சாக்லேட் வைத்திருந்தான்.

"ஏதுடா?" என்று சேதுராமன் மூங்கில் நாற்காலியில் அமர்ந்து அருகில் மேஜைமேல் இருந்த பழைய கால நீள டைப் ரேடியோவைப் போட்டான்.

"ஆன்ட்டி கொடுத்தாங்க."

"அம்மாகிட்டே சொல்லாதே. திட்டுவா, ஏன் வாங்கினேன்னு. பைக்குள்ளே போட்டுக்கோ. அப்புறமா சாப்பிடு..."

"நல்லா இருக்குங்க. பொய் சொல்ல அவனுக்கு நீங்களே கத்துக் கொடுங்க, இங்கே வாடா, சும்மா சாக்லேட் தின்னா பல்லு போய்டும்னு சொல்லியிருக்கேனில்லே... இப்ப எதுக்கு வாங்கிட்டு வந்தே? சிவகாமிகிட்டே காண்பிச்சு கலகம் செய்யணும் இப்போ... அவகிட்டே காமிச்சே பார்த்துக்க" என்றாள் வந்துவிட்ட மாலதி.

"சரி, காமிக்கலை" என்று டவுசர் பாக்கெட்டில் போட்டுக் கொண்டு பெட்ரும் வரை நடந்துவிட்டுத் திரும்ப வந்து, "அய்யய்யோ மறந்துட்டனே... அந்த வயரை எப்படி மாற்றதுன்னு உங்களைக் கேட்டுட்டு வரச் சொன்னாங்கப்பா ஆன்ட்டி..."

ரேடியோ சூடாகிப் பச்சை விளக்கு மிளிரப் பாடத் தயாரானதும், திருகித் திருகி ஒரு இடத்தில் புல்லாங்குழல் இசை வர முள்ளை நிறுத்திவிட்டு, வால்யூம் சற்றுக் கூட்டி வைத்துவிட்டு, "அவங்களுக்குத் தெரியாதாமா?" என்றான்.

"அப்புறம் எதுக்குத் தெரிஞ்சா மாதிரி கேக்கறா" என்றாள் மாலதி.

"சட்டையை எடுத்துட்டு வா மாலதி. நான் போய் ஃப்யூஸ் போட்டுட்டு வர்றேன். பாவம்... லைட் இருந்தாலாவது நாலு துணி தைப்பாங்க அவங்க..."

மாலதி சட்டை கொண்டு வந்து கொடுத்த விதத்தில் வேண்டா வெறுப்பு இருந்தது. கொடுத்துவிட்டுச் சமையல் கட்டிற்குப் போய் விட்டாள்.

சேதுராமன் சட்டை அணிந்து கொண்டு மரப்படிகளில் மெல்ல ஏறி மேலே மாடிக்கு வந்து சும்மா சாத்தியிருந்த மரக் கதவில் ஒரு விரலால் தட்டிவிட்டு,

"அப்பா இன்னும் திருச்சிலேர்ந்து வரலிங்களா?" என்றான்.

அந்தச் சின்ன ஹால் ஒரே ஒரு ஹரிக்கேன் விளக்கின் வெளிச்சத்தில் கறுப்படிந்திருக்க, அதனருகில் தரையில் சற்று சுதந்திரமாக அமர்ந்திருந்த அவள் அவசரமாக எழுந்து கொண்ட போது, இருட்டில் அருகில் இருந்த தையல் மிஷினின் மேஜையில் 'நச்' என்று இடித்துக் கொண்டாள்.

3

அத்தியாயம்

"**ர**த்தம் வருதான்னு பாருங்க" என்றான் சேதுராமன்.

"அதெல்லாம் ஒண்ணுமில்லைங்க. உங்களுக்கு டார்ச் லைட் வேணுமில்லே? அப்பா இல்லாததாலே பாவம் உங்களுக்கு சிரமம் கொடுக்க வேண்டியதா இருக்கு" என்று அவள் சுவரோடு இருந்த மர அலமாரியைத் திறந்து ஹரிக்கேன் விளக்கை எடுத்துக் கொண்டு உள்ளே தேடி எடுத்தாள்.

"இருக்கட்டுங்க, நீங்க முதல்ல தலையை நல்லா தேச்சி விடுங்க. ரத்தம் கட்டிடும்."

"ஒண்ணும் பெரிய அடி இல்லைங்க" என்று பின்னந் தலையில் ஒப்புக்குத் தேய்த்துவிட்டு டார்ச் லைட்டைத் தையல் மிஷின் மேலே வைத்து, "இந்தாங்க. இந்த ஸ்டூல் உயரம் போதுமில்லை?" என்றாள்.

சேதுராமன் வயரைப் பல்லால் கடித்துத் துப்பி இழைகளைக் கையில் எடுத்துக் கொண்டு, இரண்டு இழைகளை மட்டும் முறுக்கி, பியூஸ் கேரியரைக் கழற்றிக் கையில் எடுத்துக் கொண்டு, "ஸ்க்ரூடிரைவர் இருக்கா உங்ககிட்டே?" என்றான்.

"தையல் மிஷின் பாக்ஸ்லேயே இருக்கு" என்று எடுக்க முன் வந்தவளைத் தடுத்து "நீங்க இருங்க நான் எடுத்துக்கறேன்" என்று எடுத்துக் கொண்டு இழைகளை மாட்டி காரியரை மாட்டியதும் ஒரு முறை கார் என்று இருமிவிட்டு டியூப்லைட் எரிந்தது. கீழே இறங்கினான். அவளைப் பார்த்தான்.

ராதிகா தன் பொங்கி வழிந்த அடர்த்தியான, கம்பி கம்பியான கூந்தலை முதுகில் ஒற்றை ரப்பர் பாண்டால் கட்டுப்படுத்தியிருக்க, சேலையைத் தோள் வழியாகப் போர்த்தியிருந்தாள். நெற்றியில் சுருக்கமாக ஒரு சாந்துப் பொட்டு.

சேதுராமனுக்கு மாடிப் போர்ஷனில் புல்லாங்குழல் வித்வான் கைலாசமும், அவர் மகள் ராதிகாவும் குடிவந்த சமயத்தில், ராதிகாவை இருபத்தேழு இருபத்தெட்டு வயதாகியும் பாவம் இன்னும் கல்யாணம் கை கூடவில்லை போலிருக்கிறது என்றுதான் நினைத்தான். அப்புறம்தான் மாலதி சொன்னாள், அவள் கணவனை இழந்தவள் என்று.

அன்றிலிருந்து ராதிகாவைப் பார்க்கும் போதெல்லாம் 'கப்' என்று சோக மேகம் சேதுராமனின் மனதைச் சூழ்ந்து கொள்ளும். 'இத்தனை சிறிய வயதிலா? அடப்பாவமே!' என்று இதயம் சூள் கொட்டும். 'பாவம்டி அவங்க' என்று மாலதியிடம் அடிக்கடி சொல்லிச் சொல்லி மாய்வான். ராதிகாவின் திருமண வாழ்க்கை பற்றி, இறந்து போன கணவன் பற்றி எல்லாம் மாலதியிடம் கேட்டுத் தெரிந்துகொள்ள நினைப்பான்.

ஆனால் மாலதிக்கு ராதிகாவை அவ்வளவாகப் பிடிக்காது. சின்னச் சின்னதாக ஏதாவது புகார் சொல்லிக் கொண்டே இருப்பாள். அவள் பார்வையே சரியில்லை, என்பாள், ராதிகா கோவிலுக்கோ, பாட்டு கிளாஸ் சொல்லிக் கொடுக்கவோ வெளியே செல்லும் போதெல்லாம், எவுனோ ஒரு ஸ்கூட்டர் வாலிபன் பின் தொடர்வதாகவும், இவளும் அவனைப் பார்த்துச் சிரிப்பதாகவும் சொல்வாள்.

இவளும் சிரிப்பதாகச் சொல்வது மாலதியின் பிற்சேர்க்கைச் செய்தி என்பது சேதுராமனுக்கு நன்றாகப் புரியும். 'அப்படியா!' என்று ஆச்சரியப்பட்டுக் கொள்வான். அவள் மேல் அவ்வளவாக நல்ல அபிப்பிராயம் இல்லாத மனைவியிடம் அவளைப் பற்றிய தகவல்கள் கேட்க இவனுக்குத் தயக்கம். பல சமயம் நினைத்து, நினைத்து, கேட்டதேயில்லை.

ராதிகாவின் புருஷன் ஈபியில் என்னவாகவோ வேலை பார்த்து... டைஃப்பாய்ட் ஜூரம் வந்து செத்துப் போனான் என்பது மட்டும் அம்மா வழியாகத் தெரியும். இவனுக்கென்னவோ ராதிகாவைத் தப்பாக எடை போட மனசு வராது. அவள் பேச்சிலும், நடத்தையிலும் நிச்சயமாக ஒரு கண்ணியம் இருப்பதாக உணர்வான் ஆனால் மாலதி புகார் சொல்லும் போது... தன் கருத்தைச் சொல்லி விவாதிக்க மாட்டான்.

சேதுராமன் டார்ச் லைட்டை மிஷின் மேல் வைத்துவிட்டு, "மதன் மேலே வர்றப்பல்லாம் சாக்லேட், பிஸ்கெட்ன்னு கொடுத்து ஏன் அநாவசியமா..." என்று ஆரம்பித்து அதற்குமேல் அந்த வாக்கியத்தை எப்படி முடிப்பது என்று திணறினான்.

"இதென்னங்க... சின்ன விஷயம். குழந்தைங்கதானே? ஆன்ட்டி ஆன்ட்டின்னு எவ்வளவு பிரியமா பழகுவான் தெரியுமா? பாவம். ஸ்கூல்ல விழுந்துட்டானாமே... டெட்டானஸ் போட்டாச்சான்னு விசாரிச்சு... போடலைன்னா போட்டுடுங்க."

"போட்டாச்சாம். சரியான வாலுங்க. எப்பப் பார்த்தாலும் வால்தனம். போன வாரம் உங்க கத்திரிக்கோலைக் கீழே போட்டு உடைச்சுட்டானாமே... நல்லா முதுகிலே ஒண்ணு வச்சேன். அந்த உடைஞ்ச கத்திரிக்கோலை வாங்கிட்டு வா மாலதி, அதே மாதிரி வாங்கிக் கொடுத்துடலாம்னு என் வைஃபை அனுப்பிச்சேன். நீங்க தரவே முடியாதுன்னு மறுத்துட்டிங்க..."

"குழந்தைங்கன்னா அப்படித்தான் இருப்பாங்க. நானே கை தவறிக் கீழே போட்டா உடையாதா? இதைப் பெரிசா எடுத்துக்கிட்டு ஏன் பதிலுக்கு வாங்கித் தரணும்னு நினைக்கிறிங்க?"

"அதுக்கில்லைங்க. வந்து... எங்கே முனை உடைஞ்ச அந்த கத்திரிக் கோலைக் காமிங்க, பார்க்கலாம்."

"விடுங்க. அதைப் பார்த்து என்ன செய்யப் போறிங்க?"

"சும்மா பார்க்கிறேனே..."

"எங்கேயோ தூக்கிப் போட்டுட்டேன், காணோம்."

"என்ன விலைக்கு வாங்கினிங்க?"

"பார்த்திங்களா, சுத்தி சுத்தி அங்கேயே வர்றிங்க. இந்த விஷயத்திலே நீங்க இவ்வளவு கணக்குப் பார்க்காதீங்க ப்ளீஸ், நீங்க பணமா கொடுத்தாலோ... கத்திரிக்கோலா கொடுத்தாலோ எதையும் வாங்கிக்க மாட்டேன். சாப்பாடு ஆச்சா?"

சேதுராமன் வாசல் கதவின் தாழ்ப்பாளைத் தடவிக் கொண்டு, கீழே பார்த்துக் கொண்டு சொன்னான். "வந்துங்க,... உங்க மனசு எனக்குப் புரியுது. ஆனா... வந்து... உங்க நிலைமையும் எனக்குப் புரியுதே... தெரு பூராவுக்கும் ஜாக்கெட் தைச்சுக் கொடுத்து, பாட்டு சொல்லிக் கொடுத்து உங்களை வறுத்திக்கிட்டு சம்பாதிக்கிறிங்க, வித்வான் சார் சங்கீத சீசன் தவிர எப்பவாச்சும் ரேடியோ, கல்யாண வீடுன்னு போய் வாசிச்சு எவ்வளவு சம்பாரிக்க முடியும்ங்கிறதும் எனக்குத் தெரியும். அதனால இருபத்தஞ்சு ரூபா கத்திரிக்கோல் நிச்சயமா உங்களுக்குப் பெரிய விஷயம்தான். தயவு செஞ்சு இந்த விஷயத்திலே தன்மானம் பார்க்காதீங்க. என் மகனோட தப்புக்கு நான் பொறுப்பு ஏத்துக்கறதுதான் நியாயம். வைஃபை அனுப்பறேன். அதைக் கொடுத்து அனுப்புங்க. வேற வாங்கித் தந்துடறேன்."

"அட! என்னங்க நீங்க, விட மாட்டேங்கறீங்க. நான் வேற வாங்கிட்டேன்."

"அப்போ அதோட பில்லைக் கொடுத்தனுப்புங்க, ப்ளீஸ்" என்றுவிட்டு வேகமாகப் படிகளில் இறங்கிப் போன சேதுராமனையே பார்த்துக் கொண்டிருந்தாள் ராதிகா.

எத்தனை இங்கிதமான மனிதன் என்று நினைத்துக் கொண்டபோதே அன்று மாலதி இதே விஷயமாக மேலே வந்து பேசினது நினைவுக்கு வந்தது.

"ஏம்மா ராதிகா, குழந்தைங்கன்னா அப்படி இப்படித்தான் இருப்பாங்கன்னு உனக்குத் தெரியாதா? அவன் கைல கிடைக்கிற மாதிரி ஏன் கத்திரிக்கோலை வைக்கிறே? இப்போ கீழே போட்டு உடைச்சுட்டானே. யாரு தண்டம் அழறது!"

"நான் உங்களைக் கேக்கலையேங்க."

"நீ கேக்கலை. என் வீட்டுக்காரர் கேக்கச் சொல்றாரே. பெரியவங்க நாமே கை தவறி உடைச்சுடறதில்லையா? குழந்தைங்களுக்கு, பாவம், என்ன தெரியும்? அவனைப் போட்டு மொத்திட்டு, போய் அந்த உடைஞ்ச கத்திரிக்கோலை வாங்கிட்டு வாடின்னு என்னை அனுப்பிட்டார். கொண்டாம்மா. வாங்கி பத்து வருஷம் இருக்குமா?"

ராதிகா ஒரு தரம் தோள்களைக் குலுக்கிக்கொண்டு சிரித்துக் கொண்டாள். ஹாலின் ஓரமாக இருந்த ஜன்னலின் கதவுகளைத் திறந்து கம்பிகள் வழியே கையை நீட்டிப் பார்த்தாள். லேசான தூறலை உணர்ந்தாள், ஜன்னல் வழியாகத் தெரிந்த ஒரு ஓட்டு வீட்டின் மேல் ஓடுகளின் இடைவெளியில் சமையல் புகை தப்பித்துக் கொண்டிருக்க, கதவைச் சாத்திவிட்டு, போர்த்தியிருந்த புடவையின் தலைப்பை எடுத்துத் தொங்க விட்டுவிட்டு நீளமான மர பெஞ்சில் கவிழ்த்து வைத்து இருந்த புத்தகத்தை எடுத்துக் கொண்டு, தரையில் அமர்ந்து கால்களை நீட்டிக் கொண்டு சுவரில் சாய்ந்து படிக்க ஆரம்பித்தாள்.

ஒவ்வொரு பக்கத்தையும் புரட்டுகையில், 'என்ன, அப்பாவை இன்னும் காணோம்?' என்று யோசனை வந்து வந்து போனது.

ராதிகாவிடம் பேசிவிட்டுக் கீழே வந்தவுடன் சட்டையைக் கழற்றிவிட்டு, பழையபடி மூங்கில் நாற்காலியில் அமர்ந்து கொண்டு ரேடியோவைப் போட்டுக் கொண்டு காலையில் வந்த செய்தித்தாளை எடுத்துக் கொண்டான் சேதுராமன்.

சற்றைக்கெல்லாம் கைகளை முந்தானையில் துடைத்துக் கொண்டு வந்த மாலதியிடம், "சாப்ட்டியா?" என்றான் செய்தி படித்துக் கொண்டே.

"ஆச்சு" என்று கீழே அமர்ந்து தரையில் இறைந்து கிடந்த மதனின் நோட்டுக்கள், புத்தகங்களை அடுக்கிக் கொண்டே, "ஃப்யூஸ் போட்டாச்சா?" என்றாள்.

"இவ்வளவு நேரமா?"

"அந்தக் கத்திரிக்கோல் சமாசாரத்தைப் பத்திப் பேசிட்டு வந்தேன்."

"என்னன்னு?"

"அவங்களே புதுசு வாங்கிட்டாங்களாம். அதோட பில்லை மாலதிகிட்டே கொடுத்தனுப்புங்க, பணம் தந்துடறேன்னு சொன்னேன்."

"அவதான் வேணாம்னு அன்னிக்கே சொல்லிட்டாளே. அப்புறம் என்ன சும்மா, தர்றேன் தர்றேன்னுட்டு? இவன் என்ன வேணுமின்னா உடைச்சான்? ஹைதர் அலி காலத்துக் கத்திரிக்கோல், பொட்டுன்னு போய்டுச்சு."

"இல்லை மாலதி, நாம வாங்கித் தந்துடறதுதான் சரி. அவங்களே வாங்கிட்டதாலே அந்தப் பணத்தை ஒப்புக்கிறதுதான் முறை."

"பெரிய முறை. அவதான் மறுத்துட்டாளே. பின்னே ஏன் வற்புறுத்தணும்? இவனைப் பாரு. தினம் பென்சிலைக் கூர் உடைச்சுட்டு வந்துடறான்" என்று கூர் உடைந்த பென்சிலை எடுத்து, மேஜை டிராயரிலிருந்து பிளேடு எடுத்துச் சீவ ஆரம்பித்தாள்.

"அவங்க வேணாம்னுதான் சொல்லுவாங்க. அவங்க குடும்பத்து நிலைமை தெரியுமில்லையா நமக்கு"

"கஞ்சி குடிச்சுக்கிட்டு கால் பாட்டினி, அரைப் பட்டினியாவா கிடக்கறாங்க? ஒரு ஜாக்கெட்டுக்கு எவ்வளவு வாங்கறா தெரியுமா? நாலு ரூபா. தெருப்பூரா இவகிட்டேதான் தைக்குது. அவளைப் பத்தி உங்களுக்குத் தெரியாது."

சேதுராமன் மௌனமாக ஒருதரம் தன் மனைவியைப் பார்த்துவிட்டு, நாளிதழின் வேறு பக்கத்தைப் புரட்டிக் கொண்டான். தன் மனைவிக்கு அவள்மேல் என்ன விதமான வெறுப்பு என்பது புரியவில்லை. வீட்டிற்கு இரண்டு நபர்களுக்கு சாப்பாட்டிற்கு சாமான்கள் வாங்க வேண்டும், போர்ஷெனுக்கு வாடகை கொடுக்க வேண்டும். தொழிலுக்கு நூல்கண்டு, பட்டன்கள் வாங்க வேண்டும். என்று அவளுக்கு எத்தனை செலவுகள் இருக்கின்றன. ஜாக்கெட் தைத்து தருகிற கூலியை தினமும் பாங்கிலா போடுகிறாள்? அப்படி என்ன வந்துவிடும்? இதெல்லாமும் மாலதிக்கும் தெரியும். அப்புறமும் ஏன் இவள் மனது அவள் விஷயத்தில் சற்று இறுக்கமாகவே இருக்கிறது?

"என்ன முடிவு செஞ்சிங்க?"

"மாலதி, நீ என்ன வேணும்ன்னாலும் பேசு. நான் அவங்ககிட்டே சொல்லிட்டேன். நாளைக்கோ, எப்பவோ... அந்த பில்லைக் கேட்டு வாங்கு, கொடுத்துடுவோம்."

எதுவோ சொல்ல வாயெடுத்த மாலதி அத்தை வருவதைப் பார்த்து நிறுத்திக் கொண்டு மதனின் பள்ளிக்கூட அலுமினியப் பெட்டியுடன் தன் அறைக்குப் போனாள்.

அம்மா வந்து சேதுராமனின் அருகில் இருந்த நீளமான, அகலமான பெஞ்சில் அமர்ந்து கொண்டு, "பேப்பரைப் படிச்சுட்டு மாதவன் கடையிலே போய் பார்த்துட்டு வர்றியா சேது? எங்கே சுத்தினாலும் அவர் கடையிலே கடைசியா பத்து நிமிஷம் உக்கார்ந்து பேசாம வர மாட்டாரு. இன்னும் துறல் இருக்கு. குடை எடுத்துட்டுப் போ."

"சரிம்மா" என்று பேப்பரை மடக்கி வைத்துவிட்டு, "ரேடியோ இருக்கட்டுமா, கேக்கறியா?" என்று எழுந்தான்.

"அணைச்சுடுப்பா, சுலோகம் படிக்கணும்."

அணைத்துவிட்டு ஹாலின் ஓரத்தில் நின்றிருந்த மர அலமாரியின் மேலே படுத்திருந்த குடையை எடுத்து அதன் தூசியைத் தட்டினான். தன் அறைக்குள் வந்து சட்டையணிந்து

கொண்டு, "மதன், இன்னும் தூங்கலை?" என்று கேட்டுவிட்டு, "எதுவும் வாங்கணுமா?" என்றான், தலையணைக்குச் சலவை உறை மாட்டிக் கொண்டிருந்த மனைவியிடம்!

அவள் நிமிராமல், "ராதிகாவுக்கு கத்திரிக்கோல் வாங்கிட்டு வந்து கொடுங்க" என்றது சுருக் என்றது. கொஞ்சம் முறைத்தான். ஆனால் அவள் நிமிராததால் அதை உணரவில்லை. சட்டென்று வெளியேறி ஹாலுக்கு வந்து, "கதவைச் சாத்திக்கம்மா" என்று வாசல் கதவைத் திறந்து கொண்டு வீதியில் இறங்கினான்.

தனது குறுகிய சந்தில் குட்டி வெள்ளமாய் ஓடிக் கொண்டிருந்த மழை நீரில் வேட்டி நனையாமல் உயர்த்திப் பிடித்துக் கொண்டு, சாரலின் திசையில் குடையைப் பிடித்துக் கொண்டு மெயின் ரோடுக்கு நடந்தபோது சேதுராமனின் மனசு கொஞ்சம் உஷ்ணமாய் இருந்தது.

முக்கிய சாலைக்கு வந்தபோது எதிரே குடையோடு அப்பா வந்து கொண்டிருந்ததைப் பார்த்தான். அவரும் பார்த்து விட்டார்.

நெருங்கினதும், "உங்களைத் தேடித்தான் மாதவன் மெடிக்கல்சுக்கு வந்துக்கிட்டிருந்தேன்ப்பா. குடை ஏது?"என்று அவரோடு திரும்பி நடந்தான்.

அவனை விட நல்ல உயரமாய், சிவப்பாய், தலையில் முடிகள் எல்லாம் சமாதானக் கொடியின் நிறத்தை ஒருமனதாக விரும்பியிருக்க... கதர்த் துணியில் சட்டையாய் இல்லாமல் கை வைத்த பனியன் மாதிரி தைத்து அணிந்திருந்தார். மணிக்கட்டில் கறுப்புக் காசிக் கயிறு. நெற்றியில் வட்டமாய்க் குங்குமம். நீளமான கழுத்தில் முதுமையின் சுருக்கங்களோடு கக்கத்தில் இடுக்கிய எல். ஐ. சிக்காரன் கொடுத்த தடியான டைரி, சட்டையின் பையில் உப்பலாய்க் காகிதங்கள், பேனா.

ராமனாதன் தன் மகனை விட வேகமாய் நடந்து கொண்டு, "மாதவனோடதுதான். மொதல்லேயே வந்திருப்பேன். நீ சாப்ட்டியா?" என்றார்.

"ம்"என்றான்.

இருவரும் வீட்டை அடைந்து, கதவைத் தட்டுகையில்...

மாடியில் அதன் சப்தத்தைக் கேட்ட ராதிகா, அப்பா தானோ என்று நினைத்துக் கொண்டு நான்கு படிகள் கீழே இறங்கி வர... சேதுராமன் மற்றும் அவன் அப்பாவின் குரல்களைக் கேட்டதும் மறுபடி மேலே ஏறிச் சென்று அந்தத் தமிழ் மாத நாவலைவிட்ட இடத்திலிருந்து படிக்க ஆரம்பித்தாள்.

அடுத்த பக்கத்தைப் புரட்டியவள் அதிர்ச்சியுற்றாள்.

அந்தப் பக்கத்தின் தலைப்பில் இருந்த வெள்ளைப் பகுதியில் 'டியர் ராதிகா' என்று பால் பாய்ண்ட் பேனாவால் எழுதப்பட்டு, அங்கிருந்து ஒரு கோடு நாவலின் வசன வரிகளில் ஒன்றுக்குச் சென்று அதில் மூன்று வார்த்தைகளைச் சுற்றி வந்து அடை காக்க...

அந்த நீள வட்டத்திற்குள்...

'ஐ லவ் யூ' என்று அச்சாகியிருந்தது.

4

அத்தியாயம்

திக்கென்றிருந்தது ராதிகாவுக்கு வயிற்றில் அமிலம் சுரந்தது. அடி நெஞ்சில் சரசர என்று ஒரு கோபப் பூச்சி ஊர்ந்தது.

'டியர் ராதிகா' என்றுதான் மேலே எழுதியிருந்தது. அப்புறம் கோடிழுத்து 'ஐ லவ் யூ' என்கிற அச்சு வார்த்தைகள் வட்டமிடப்பட்டு...

ராஸ்கல்! யார் வேலை இது?

இந்தப் புத்தகத்தை யாரிடம் வாங்கினோம் என்று சிந்தித்தாள். ஜாக்கெட் தைக்க வருகிற செல்வி, மாதவி, சுலோச்சனா இந்த மூன்று பேரும் அவ்வப்போது நிறையப் புத்தகங்கள் கொண்டு வந்து தந்துவிட்டு, பிறகு வாங்கிக் கொள்கிறார்கள்.

'ஜனவரி, பிப்ரவரி, மார்ச்சுவரி' என்னும் இந்த நாவலைக் கொடுத்தது யார்? நினைவுக்கு வரவில்லை. வரட்டும். அவர்கள் வரும்போது விசாரித்து... இந்த விஷயத்லைதத் துண்டிக்க வேண்டும். கண்டிக்க வேண்டும். இந்த மூவரில் யார் வீட்டிலோ ஒரு ஆண் பிள்ளைக்கு சமீபத்தில் மீசை முளைத்திருக்க வேண்டும். நரம்புகளில் தினவெடுத்திருக்க வேண்டும். அது விரல்களுக்குத் திமிர் ஏற்றியிருக்க வேண்டும்.

கண்டுபிடிக்கலாம்.

கண்டுபிடித்து...

கீழே வாசல் மரக் கதவு திறக்கும் சப்தமும் அதைத் தொடர்ந்து அப்பாவின் குரலும் கேட்டது. வந்து விட்டார். அவரைப் பற்றின மெலிசான கவலை விலகிக்கொள்ள, புத்தகத்தை மடக்கி வைத்துவிட்டு மேலே அவர் வருவதற்காகக் காத்திருந்தாள் ராதிகா.

ஒரு கையில் சூட்கேசோடும், மற்றொரு கையில் சின்ன அட்டைப் பெட்டி ஒன்றோடும் மேலே வந்தார் கைலாசம். நெற்றியில் இட்டிருந்த திரிசூர்ணம் தலையிலிருந்து வழிந்த நீரில் பாதி கரைந்து போயிருக்க, மூக்கின் நுனியில் ஒரு துளி நீர் தள்ளாடியது.

ராதிகா சூட்கேசை வாங்கி ஓரமாக வைத்துக் கொண்டே "என்னப்பா இது நனைஞ்சிட்டிங்க? ரிக்ஷா பிடிச்சுதானே வந்திங்க" என்று கேட்டு எதிர் சுவரில் ஒரு ஓரங்களில் ஆணியடித்துக் கட்டியிருந்த நைலான் கயிற்றில் தொங்கின துண்டை உருவி அவர் கையில் கொடுத்தாள். "முதல்ல தலையைத் துடைங்கப்பா. இது என்ன அட்டைப் பெட்டி?"

"ஸ்டவ் ரிப்பேராப் போச்சு, புதுசு ஒண்ணு வாங்கணும்ன்னு சொல்லிக்கிட்டிருந்தியே... இதை நாலு கடையில் பார்த்து வாங்கிட்டுப் புறப்பட்டதிலேதான் லேட்டாயிடுச்சு. இல்லைன்னா மழைக்கு முந்தி வந்திருப்பேன் பிரிச்சுப் பாரு" என்று துண்டால் அழுத்தித் தலையைத் துவட்டிக் கொண்டார் கைலாசம்.

ராதிகா பிளேடு எடுத்துக் கொண்டு தரையில் அமர்ந்து, அட்டைப் பெட்டியின் மேல் கட்டியிருந்த சணலை கட் செய்து பிரித்துக் கொண்டே, "எத்தனை திரிப்பா?" என்றாள்.

"பதினாறு திரி"

"நம்ம வீட்டுக்குப் பன்னெண்டு திரி ஸ்டவ்வே போதுமே."

"என்னமோ பார்த்தேன். பிடிச்சிருந்தது."

"என்ன விலைப்பா?"

"நாப்பத்தஞ்சு ரூபா."

"கேக்கலையே – ரெக்கார்டிங் ஆச்சா?"

"ஆகாமே? பின்னே ஏது பணம்? குழந்தைகள் பாட்டுன்னு ரெண்டு பாட்டு ரெக்கார்ட் பண்ணினாங்க, ஸ்டேஷன் ஆர்ட்டிஸ்ட் மெடிக்கல் லீவாம். அதிலே வாசிச்சேன். அப்றம் தனியா ஒரு பதினைஞ்சு நிமிஷம் வாசிச்சேன். இந்தத் தடவையும் டைரக்டரைப் பார்க்க முடியலை. அடுத்த மாசம் பேப்பர்ல விளம்பரம் பண்ணப் போறாங்களாம். 'முன் கூட்டியே எதுக்கும் ஒரு அப்ளிகேஷன் போட்டு வச்சிடுங்க சார்'ன்னு எனக்குத் தெரிஞ்ச கிளார்க் சொன்னாரு. வாய்ஸ் டெஸ்ட்ல தேறிட்டா அப்றம் தொடர்ந்து சான்ஸ் கிடைக்கும். நாளைக்கு அப்ளிகேஷன் மாதிரி ஒண்ணு எழுதிப் போடும்மா ராதிகா."

"எத்தனை தடவைப்பா சொல்லியிருக்கேன், இந்த மாதிரி குரல் கொடுக்கற சமாச்சாரம் எல்லாம் எனக்குப் பிடிக்கலைன்னு."

"இதிலே என்னம்மா தப்பு இருக்கு? நாடகம்னா, சினிமான்னா தொட்டு நடிக்கணும். எல்லாரும் பார்ப்பாங்க, ரேடியோ நாடகத்திலே பின்னணிக் குரல் மட்டும் கொடுக்கிறதிலே என்ன சங்கடம் இருக்கு?"

'சங்கடம் என் மனசுக்குத்தான்ப்பா புரியும். வெறும் குரல் மட்டும்தான். ஆனா பேச வேண்டிய வசனங்கள் எல்லா வகையிலேயும் இருக்குமே. கொஞ்சல், காதல் வசனங்கள் இதெல்லாம் இயந்திரம் மாதிரி மனசுக்கு சம்மந்தமே இல்லாத மாதிரி, எப்படிப்பா என்னால பேச முடியும்? அந்த வசனம் தொழில் வசனம்னு தெரியும். உதட்டோட முடிஞ்சுடறதுன்னு புரியும். ஆனா உள்ளுக்குள்ளே என்னாலே ஜீரணிக்க முடியாதுப்பா, எதை எதையோ நினைவுபடுத்தும், பழசை எல்லாம் அசை போடச் சொல்லும். என் நிலைமையிலே இருக்கிறவங்களுக்குச் சில பழைய உணர்வுகளின் ஞாபகங்கள் சில சமயங்கள் ஆறுதல் தந்தாலும், சில சமயங்கள் அவஸ்தையைத்தான் தரும்ப்பா' என்று எப்படி அப்பாவிடம் வெளிப்படையாகவே சொல்ல முடியும்?

எதற்காக இந்த வேலையை மறுக்கிறேன் என்பதை இவர் புரிந்துகொள்வதே இல்லை. ஒவ்வொரு முறை ரெக்கார்டிங்குக்காக ரேடியோ ஸ்டேஷன் போய் வந்த பிறகும் ஆரம்பித்து விடுவார். இதேபோல, அவரிடம் சொல்லியிருக்கிறேன். இவரிடம் கேட்டிருக்கிறேன் என்று.

"என்னம்மா பதில் சொல்ல மாட்டேங்கறே? நாளைக்கு நான் சொன்ன மாதிரி எழுதறியா?"

"இல்லைப்பா, எனக்கு என்னவோ பிடிக்கலை. நம்ம ரெண்டு பேர் குடும்பத்துக்கு, ஆடம்பரத்துக்கு இல்லைன்னாலும், அவசியத்துக்கான வருமானம் ஏதோ வருது. நீங்க ஏதோ கச்சேரி, ரெக்கார்டிங்னு ஒரளவு சம்பாதிக்கறீங்க. துணிதச்சுக் கொடுக்கிறதிலே கொஞ்சம் வருது. இங்கே உள்ளூர்லேயே எதாச்சும் கௌரவமான வேலை கிடைக்குமான்னு விசாரிங்க" என்று கீழே கிடந்த சணலைச் சுற்றி வைத்துவிட்டு, "தண்ணி ஊத்திப் பார்த்தீங்களாப்பா, ஒழுகலையே?" என்றாள்.

"இல்லை, சரிம்மா, அப்புறம் உன் இஷ்டம். இதிலே என்ன கௌரவக் குறைச்சல்னு எனக்குப் புரியலை, உனக்கு அதிர்ஷ்டம் இருந்தா இதிலே ஆரம்பிச்சு உன் இனிமையான குரலுக்கு எங்கேயோ போனாலும் போகலாம். அங்கே வந்து பார்க்கணுமே. சிபாரிசுல வந்த எத்தனை தகரத் தொண்டைங்க காசு சம்பாரிக்குது தெரியுமா?"

"அப்பா, நீங்க சொல்ற மாதிரி எங்கேயோ போறதுக்கெல்லாம் எனக்கு ஆசைகளே இல்லை. எதுக்காக அப்படி ஒரு எதிர்பார்ப்பு? என்னோட பெருமைகளைப் பார்த்து யார் சந்தோஷப்பட? இன்னொண்ணு என்ன சொன்னிங்க? அதிர்ஷ்டமா? என்னோட அதிர்ஷ்டத்தைப் பத்திப் புதுசாப் பேசறிங்களா? கட்டின புருஷனைப் பறி கொடுத்துட்டு குத்துக் கல்லாட்டம் உக்காந்திருக்கிற ரொம்பப் பெரிய அதிர்ஷ்டசாலிப்பா. கட்டி வச்சிங்களே கல்யாணம், அதுக்கு ஞாபகார்த்தமா வளர்ந்துச்சே வயத்திலே, அதுவாவது தங்கிச்சா? ரெண்டாம் மாசமே

கலைஞ்சு போச்சே... நீங்க போட்ட ஒண்ணு ரெண்டு நகையும் பாங்க்ல அடகில இருக்கு. மீட்டுத் தந்துடறேன்னு சொல்லி, என் பையனைக் கட்டிக்கிட்டதுக்கு இந்தா போட்டோ ஆல்பம்னு சொல்லித் தூக்கிக் கொடுத்து அனுப்பிவெச்சாங்களே... இன்னமும் என்னோட அதிர்ஷ்டத்தைப் பத்திப் பேசறிங்களேப்பா? சிரிப்புதான் வருது" என்றவளின் கண்களில் படலமிட்ட நீர் வெளியே தப்பிக்க வழிபார்க்க... புறங்கையால் அவசரமாகத் துடைத்துக் கொண்டாள் ராதிகா.

சங்கடமாக எழுந்தார் கைலாசம்.

"சரி விடு, நான் எதையோ ஆரம்பிச்சா, நீ எங்கேயோ போறே. கை, கால் கழுவிட்டு வர்றேன், சமைச்சுட்டியா?"

"இனிமேதான். நீங்க எப்போ வருவீங்கன்னு தெரியாதே."

"சாதம் எல்லாம் வச்சிக்கிட்டிருக்க வேணாம். கோதுமை ரவா வாங்கிட்டு வந்தேன். சூட்கேஸ்ல இருக்கு, எடுத்துக்க. ரெண்டு வெங்காயத்தை அரிஞ்சு போட்டு கிளறு. போதும்" என்று உள்ளே நடந்து தகரம் அடித்த பாத்ரூம் கதவைத் திறந்தார் அவர்.

ராதிகா எழுந்து சூட்கேசைத் திறந்து ரவா பாக்கெட்டை எடுத்துக் கொண்டாள். உள்ளே இருந்த மூன்று புல்லாங்குழல்களை எடுத்து அலமாரியைத் திறந்து உள்ளே வைத்தாள்.

சமையலறை சென்று நெருப்புக் குச்சி கிழித்தாள்.

ஸ்டவ்வை ஏற்றிவிட்டு, பற்ற வைத்து எல்லாத் திரிகளுக்கும் பரவச் செய்து.

வட்டமான தீ வயிற்றில் நீலம் வரைந்துக் கொண்டு மென்மையாக எரிய ஆரம்பிக்க...

செங்கற்களால் எல்லையமைத்து, உள்ளே தவிடு குமித்து, அதன்மேலே சுள்ளிகளின் மேல் மாவிலை ஸ்டூனால் நெய் ஊற்றி ஊற்றி நெருப்புக்கு உற்சாகம் தந்து கொண்டிருந்தார் அந்த அந்தணர்.

கைகளைக் கட்டிக் கொண்டு அதன்மேல் தோள் வழியாய் துவளும் பட்டுத் துண்டைப் போட்டு மறைத்துக் கொண்டு வெளியே தெரியாமல் இதமாக ராகவனின் விரல்கள் அவளின் விலாவில் அயோடெக்ஸ் போலத் தடவ.

நெளிந்தாள் ராதிகா.

"ஸ், சும்மாருங்க" என்றாள் உதடு திறக்காமல்.

"சும்மா இருக்கிறதுக்கா கல்யாணம்?" என்றான் அவனும் உதடு பிரியாமல்.

ஓரக் கண்களில் அவனைப் பார்க்க... சைடு போசில் ஒரு நடிகனை அவன் நினைவுபடுத்த... முதலிரவில், "நான் எப்படி இருக்கேன் ராது!" என்கிற அவனின் மயக்கமான அசட்டுக் கேள்விக்கு...

"சரத்பாபு மாதிரி இருக்கீங்க சைடில பார்த்தா" என்று வெளிப்படையாகச் சொன்ன ராதிகா

"உங்களை மாதிரியே சரத்பாபுகிட்டே ஒரு சாயல் தெரியுதுன்னு நீ சொல்லியிருந்தா இன்னும் சந்தோஷப் பட்டிருப்பேன்" என்ற அவன் பதிலில் அவனுக்கிருந்த ஈகோவை வெகுவாய் ரசித்தாள்.

அந்த ரசிப்பு ஒவ்வொரு சின்னச் சின்ன சம்பவங்களிலும் தொடர, தன் கணவனை முழுமையாக அறிந்து கொண்டு புரிந்து கொண்டு, பூரித்துப் போன சந்தர்ப்பத்தில்தான்,

ஜுரம், பாழாய்ப் போன டைபாய்ட் ஜுரம். ஆரம்பத்தில் அலட்சியப்படுத்திய டாக்டர், அப்புறம் பெட்டில் சேர்க்கச் சொல்லித் தீவிரமாய் சிகிச்சை அளித்து...

"ராது, நான் போய்டுவேனோன்னு பயமாருக்கு."

"ச்சீ. என்ன பேச்சு இது? உலகத்திலே ஜுரம் வர்றதேயில்லையா? ஒண்ணும் கவலைப்பட வேணாம்னு டாக்டர் சொல்லியிருக்கார். நீங்க உளறாம ரெஸ்ட் எடுங்க, வாயைத் திறங்க. இந்த மாத்திரைய முழுங்குங்க."

"இல்லை ராது, எனக்கென்னமோ..."

"ஏங்க இப்படியெல்லாம் பேசறீங்க!"

"ஒரு வேளை அப்படி ஆய்டுச்சுன்னா... என்னை மன்னிச்சுடு ராது."

"அய்யோ என்னங்க இதெல்லாம்? என்னைப் பத்தித் தெரியும். சுலபமா அழமாட்டேன். அழ ஆரம்பிச்சா நிறுத்தறதும் சுலபம் இல்லை."

வாழ்க்கை முழுதும் அந்த அழுகையை அவர்களுக்குச் சொந்தமாக்கிவிட்டு அவன் விலகின ரொம்ப நாள் கழித்து யோசித்தாள்.

'ஏன் மன்னிச்சுடு என்றார்?'

இந்த ஒரு நிலையைத் தந்ததற்காகவா? அந்த நிலையிலும் உயிர்ப் போராட்டப் படுக்கையிலும் தன் நிலையை விட என் நிலைக்கான சிந்தனையும் அதற்கான வருத்தமுமா?

எத்தனை பெரிய இழப்பு!

எத்தனை பெரிய துரதிருஷ்டசாலி நான், எனக்கு இனிமேல் ஒரு அதிர்ஷ்டம் தூரத்தில் காத்துக் கொண்டு உட்கார்ந்திருக்கிறதாம். எதற்காக? என் தலையில் கொள்ளி வைத்து அவரோடு சேர்ப்பதற்காகவா? நான் எதிர்பார்க்கிற அதிர்ஷ்டம் அதுதான் இனிமேல்...

பாத்ரூம் கதவு திறக்கிற சப்தம் கேட்க எண்ணங்களில் இருந்து மீண்டு கெட்டித்துப் போன ரவை உப்புமாவைக் கிளற ஆரம்பித்தாள் ராதிகா.

✵ ✵ ✵

சேதுராமன் பனியனைக் கழற்றிக் கொண்டே கொல்லைப்புறம் கிணற்றடிக்கு வந்தான். கொஞ்ச நேரம் கிணற்றுக்குள் அசையாத

தண்ணீரில் தெரிந்த நீலவானப் பின்னணியில் தன் முகத்தைப் பார்த்தான்.

வாளியைச் சரசர என்று உள்ளே இறக்கிக் காட்சியைக் கலைக்க...

அருகே மாட்டுக் கொட்டிலில் மரத் தொட்டியில் புண்ணாக்கு கரைத்துக் கொண்டிருந்த மாலதி, "என்ன? கிணத்தடியிலேயே குளிக்கப் போறீங்களா?" என்றாள்.

பக்கத்தில் பசு மாடு கழுத்து மணியை அசைத்துச் சிணுங்கிக்கொள்ள, "ஆமாம், ஏன்?" என்றான்.

"அய்யோ! எத்தனை தடவை சொல்லியிருக்கேன். பாத்ரும்ல குளிங்க இங்கே குளிக்காதிங்கன்னு. சொல்றதைக் கேக்க மாட்டிங்களே."

"இருக்கிறது ஒரு பாத்ரூம், அப்பா குளிச்சிட்டிருக்கார்."

"அவர் வந்ததும் குளிக்கிறது."

"எனக்கு க்ளினிக்குக்கு நேரமாச்சே."

"ஆமாம், நீங்க போய் ஆபரேஷன் பண்ணப் போறிங்களா? சொன்னாக் கேளுங்க. கொஞ்சம் பொறுத்து அப்பா வந்ததும் போய்க் குளிங்க."

"உன்னோட பெரிய வம்பும்மா. இங்கே குளிச்சா உனக்கு என்ன கஷ்டம் மாலு?"

"எனக்கு ஒண்ணும் கஷ்டம் இல்லை. மாடி ஜன்னல் வழியாப் பார்த்தா சுத்தமா கிணத்தடி தெரியும்ங்கிறது ஞாபகம் இருந்தா சரி."

திரும்பி மாடிப் போர்ஷனின் பின் பகுதியில் இருந்த அந்த ஜன்னலை ஒரு தரம் பார்த்துவிட்டுத் திரும்பினான் சேதுராமன்,

"அறிவு இருக்கா உனக்கு? ஜன்னல் சாத்தியிருக்கு பாரு. அவங்க எப்பவும் இந்த ஜன்னலை மூடித்தான் வைச்சிருக்காங்க" என்று சேந்திய வாளித் தண்ணீரைத் தலையில் கொட்டிக் கொண்டான்.

"ஜன்னல் சாத்தியிருக்குதான். தாழ்ப்பாள் உள்பக்கம் தானே போட்டிருக்கு. எப்ப யார் திறக்கிறாங்க, எட்டிப் பார்க்கிறாங்கன்னு தெரியுமா நமக்கு?" என்று முணுமுணுப்பாகச் சொன்ன மாலதியைச் சில வினாடிகள் முறைத்தான்.

"உன் மனசு சரியான கழிசடை மாலு" என்றுவிட்டு மும்முரமாகக் குளித்தான்.

சைக்கிளில், பின்னால் மதனை உட்கார வைத்துக் கொண்டு புறப்பட்டான் சேதுராமன். வழியில் ஞாபகமாய் அப்பாவின் நண்பரின் மெடிக்கல் ஸ்டோர்சில் குடையைத் தந்துவிட்டு, மதனை பள்ளிக்கூட வாசலில் இறக்கி விட்டுவிட்டு,

"ஸ்கூல் ஃபீஸ் நாளைக்கு அப்பா கட்டுவாருன்னு சொல்லு."

வேகமாக சைக்கிள் மிதித்து சிவகெங்கை பூங்கா தாண்டி, தனது நாராயணா பாலி க்ளினிக் கட்டிடத்திற்குள் நுழைந்தபோது மணி – வேர்த்துப் போன ஒன்பதரை.

நீளமான கவுண்ட்டருக்கு மறுபக்கம் இரவு டூட்டி பார்த்த அசிஸ்டெண்ட் பையன் எழுந்து கொண்டு, "சார், நீங்க வந்ததும் சீஃப் டாக்டர் ரூமுக்கு வரச் சொன்னார்" என்றான்.

போய்க் கதவைத் தட்டி உள்ளே போன போது டாக்டருக்குப் பக்கத்து நாற்காலியில் அந்த வெள்ளை டாக்டர் கோட்டும், ஸ்டெத்தும் அணிந்த புதிய நபரைப் பார்த்தான்.

"வாங்க சேது, நான் சொன்னேனே, ஒரு ஃப்ரெஷ் காண்டிடேட்டை இங்கே பர்மனென்ட்டா போட்டு ட்ரெய்ன் பண்ணப் போறேன்னு. இவங்கதான் மிஸ் வசந்தி" என்றார் சீஃப்.

"வணக்கம் மேடம்" என்றான்.

✳ ✳ ✳

5

அத்தியாயம்

தனது மெலிதான நீண்ட விரல்களும், அதன் முனைகளில் சீராகக் கத்தரிக்கப்பட்ட நகங்களும் கொண்ட கைகளைக் குவித்து டாக்டர் வசந்தியும் வணக்கம் சொன்னாள்.

"ஆடிட்டர் கௌரிசங்கர் தெரியுமா சேது?" சுஃப் டாக்டர் பாலதண்டாயுதம். காதோரங்களில் மட்டும் வெண்மை வைத்துக் கொண்டு, நட்ட நடு நெற்றியில் பொம்பிளை போல சின்ன வட்டத்தில் குங்குமம் வைத்துக் கொண்டு, தடிமனான பிரேமில் கண்ணாடி அணிந்து கொண்டு.

"கேள்விப்பட்டிருக்கேன். தெரியாது" என்றான் சேதுராமன்.

"அவரோட டாாட்டர். வசந்தி, இவர் சேதுராமன். கிளினிக்கோட மானேஜர். போன வருஷம் ஜூன் மாசம் டெலிபோன் பில் எவ்வளவு வந்திச்சுன்னு கேட்டா ஃபைலைப் பார்க்காம சொல்லுவார். எந்த ஃபார்மாசூட்டிகல்சுக்கு இன்னிய தேதிக்கு நாம எவ்வளவு டியு தரணும்னு கேளுங்க. கம்ப்யூட்டரை விட சீக்கிரம் சொல்லுவார்."

சேதுராமன் நெளிந்தான்.

"அதிகமாக சொல்றிங்க சார்."

"உண்மையைத் தானேப்பா சொல்றேன்" என்று மணிக்கட்டில் பார்த்துக் கொண்டு எழுந்தார். "வெல், மெடிக்கல் காலேஜில பத்து மணிக்கு எனக்கு கிளாஸ் இருக்கு இன்னிக்கு எடுத்துட்டு வந்துடறேன். சேது, டாக்டர் கோபால்ராவ் வந்ததும் இவங்களை அறிமுகப்படுத்தி வைங்க. இப்போ நம்ம கிளினிக்கை சுத்திக் காட்டுங்க. நான் புறப்படட்டுமா?"

அவரோடு அவர்களும் வெளியே வந்தார்கள். தயாராய் நின்ற ஃபியட் காரில் ஏறிக் கொண்டு அவர் புறப்பட்டுப் போனதும்,

"வாங்க மேடம்" என்றான். பின் உள்ளே நடந்தார்கள்.

அருகில் நடக்கும்போது அவளிடமிருந்து லேசான செண்ட் வாடையை உணர்ந்தான், வலை அணிவித்து கொண்டையிட்டிருந்தும், கழுத்தில் கொண்டையில் சிக்காத கற்றைச் சுருள் முடிகள் தனித்திருந்தன. புருவத்தில் கத்தரி உபயோகித்திருந்தாள். இருக்கிறதா, இல்லையா என்று சந்தேகப்படுகிற மாதிரி பொட்டு, நேச்சுரல் கலரில் லிப்ஸ்டிக் போட்டிருப்பது போலத் தெரிந்தது.

"மிஸ்டர் சேதுராமன், எங்கப்பாவும் இவரும் ஃப்ரெண்ட்ஸ். கோர்ஸ் முடிஞ்சதும் இவர்கிட்டே டிரெய்னிங்குக்கு வரணும்னு ரெண்டு வருஷத்துக்கு முந்தியே திட்டமிட்டாச்சு. இவரோட சொந்த கிளினிக்கா இது?"

"இல்லைங்க. மூணு டாக்டர்கள் சேர்ந்து அமைச்சிருக்காங்க. இவர் மேஜர் ஷேர். ஒரு நீரோ சர்ஜன், ஒரு ஆர்த்தோ ஸ்பெஷலிஸ்ட் கோபால் ராவ்ன்னு ஒரு டாக்டர் இங்கே எப்பவும் இருப்பார். சீஃப் அடிக்கடி வருவார். மத்தவங்க கேஸ் இருந்தா வந்து அட்டெண்ட் செஞ்சுட்டுப் போய்டுவாங்க. ஒரு லேடி டாக்டர் வேணும்னு ஃபீல் பண்ணி உங்களைக் கொண்டாந்திருக்கார். இந்தப் பக்கம் மாடிக்குப் போகலாம், மாடிலதான் ஸ்பெஷல் வார்ட்ஸும், ஆபரேஷன் தியேட்டரும் இருக்கு. அநேகமாக

இங்கே வர்ற பேஷண்ட்ஸ் சாப்பாட்டுக்காக மட்டும்தான் வெளில போகணும். இங்கேயே எக்ஸ்ரே யூனிட் இருக்கு. பிளெட், யூரின் டெஸ்ட்டுக்கு லாபரட்ரி இருக்கு. மெடிக்கல் ஷாப்பும் இருக்கு. ஆனா கொஞ்சம் காஸ்ட்லி எல்லாமே."

"ஐ ஸீ" என்றாள்.

வார்டுகளைப் பார்த்து, ஆபரேஷன் தியேட்டரைப் பார்த்து, பின்பக்கம் தோட்டத்தைப் பார்த்து, எக்ஸ்ரே யூனிட் பார்த்து, அங்கங்கே, "புது டாக்டர் இவங்க" என்று நர்சுகளுக்கும், சிப்பந்திகளுக்கும் அறிமுகப்படுத்தப்பட்டு, திரும்பி சீஃப் டாக்டரின் அறைக்குள் வந்ததும் கேட்டாள்.

"ஐ பாட்லி நீட் எ குட் காஃபி, கிடைக்குமா?"

"வாங்கிட்டு வரச் சொல்றேங்க, உக்காருங்க, பிளாஸ்க் இருக்கு. வாங்கி அனுப்பறேன்" என்று அவன் வெளியேறினதும், நாற்காலியில் அமர்ந்து ஒரு கையில் லேசாக நெற்றியோரத்தை நீவிக் கொண்டு, மேஜை மேல் இருந்த மருத்துவ இதழை மடி மீது விரித்துக் கொண்டாள் வசந்தி.

✷ ✷ ✷

"சீக்கிரம் வந்துடுங்க" என்றார் சேதுராமனின் அப்பா.

"வந்துடறோம்" என்று அனந்தநாயகி முன் நடையின் ஓரத்தில் இருந்த செருப்புகள் போடும் கள்ளிப் பெட்டிக்குள் தேடி தன்னுடைய ஜோடியை எடுத்து வெளியே போட்டாள்.

கையில் இருந்த அர்ச்சனைக் கூடையில் எல்லா பொருள்களையும் பார்த்துக் கொண்டு, "வெத்தலை மட்டும் வாங்கணும் அத்தை" என்றாள்.

"வழில வாங்கிக்கலாம், வாம்மா. உங்களைத்தான், நீங்க பாட்டுக்குப் புறப்பட்டு வெளில போய்டாதிங்க கொல்லைப் பக்கத்திலே பாத்திரம் எல்லாம் கிடக்குது. நாங்க சீக்கிரம் வந்துடறோம்."

"சரி" என்றார்.

"மாமா, சிவகாமி அழுதா லேசா தொட்டிலை ஆட்டி விடுங்க. பால் கலந்து பாட்டில்ல ஊத்தி வச்சிருக்கேன். ரொம்ப அழுதான்னா கொடுங்க."

"ஏம்மா, அர்ச்சனை பண்றதுக்குதானே போறீங்க? அமெரிக்காவுக்கா போறீங்க? நான் பார்த்துக்கறேன் எல்லாம் போய்ட்டுவாம்மா..."

அவர்கள் போனதும், ஸ்டீல் கால்களைக் கொண்ட பிரேமை நிறுத்தி, அதன்மேல் ஸ்டீல் பிளேட்டைப் பொருத்திக் குட்டி மேஜை அமைத்துக் கொண்டார். மோடாவை இழுத்துப் போட்டுக் கொண்டார். லெட்ஜர் மாதிரியான தடி நோட்டையும், டைரியையும், துண்டு துண்டாய் காகிதங்களையும் வைத்துக் கொண்டு உட்கார்ந்தார்.

அவருக்கு இப்படி எழுதத்தான் பிடிக்கும். பக்கத்திலேயே ரேடியோ வைத்த, ரெக்ஸின் போர்த்திய பெரிய மர மேஜை இருந்தாலும், அது சௌகரியக் குறைச்சலாய் உணர்வார் ராமநாதன்.

கணக்கு விபரங்களில் படு சுத்தம். அசைக்க முடியாது. இவர் மூலம் சேர்க்கப்பட்ட அத்தனை பாலிசிதாரர்களுக்கும் தனித்தனி பக்கம் அமைத்து... அவரவர் கட்டியது. கட்ட வேண்டிய டியு தேதி, மெச்சூரிட்டி தேதி என்று துல்லியமாய் அத்தனை விபரங்களும் வைத்திருப்பார். தன் பாலிசிதாரர்களுக்கு சர்வீஸ் செய்வதில் சளைத்ததில்லை. கார்ப்பரேஷனின் அன்றைய தேதி சட்ட திட்டங்கள், சின்ன மாறுதல்கள் அத்தனையும் தெரியும். பிராஞ்ச் மானேஜருக்கு ராமநாதன் என்றால் லேசாய் ஒரு பயம், "இந்த பாலிசியில் ஐயாயிரம் ரூபாய் லோன் கேட்டுத் தந்த மனுவை நிராகரித்திருக்கிறீர்களே, எந்தப் பின்னணியில் நிராகரித்தீர்கள்?" என்று ஆரம்பித்து எதிர் நாற்காலியில் உட்கார்ந்து பேச ஆரம்பிப்பார். லோன் சேங்ஷன் உத்தரவுடன்தான் வெளியே வருவார். அதே போல மூணு வருஷத்திற்கு முன்பு கார்ப்பரேஷன்

தனக்குத் தர வேண்டிய கமிஷன் பாக்கி பதினெட்டு ரூபாய்க்காக அலுக்காமல் போராடுவார்.

சொல்லி வைத்தது போல, அவர்கள் கோவிலுக்குப் போன ஐந்தாவது நிமிடமே குழந்தை தூளியில் ஒரு தரம் நெளிந்துவிட்டு அழ ஆரம்பித்தாள்.

கண்ணாடியைக் கழற்றி வைத்துவிட்டுப் போய், விலக்கி முகம் பார்த்து, "என்னடிம்மா, தூங்கு, கண்ணை மூடு. தாத்தா கணக்கெழுதணும், சமர்த்துதானே என் பேத்தி?" என்று கொஞ்சநேரம் ஆட்டிவிட்டு, தூளியோடு இணைத்திருந்த நீளமான கயிற்றைக் கையில் எடுத்துக் கொண்டு வந்து உட்கார்ந்து, கணக்குப் பார்த்துக் கொண்டே மெதுவாக இழுத்து விட... அவள் சமாதானமாகி நிசப்தமானாள்.

வாசலில் 'தட், தட், தட்' என்று மோட்டார் பைக்கின் ஒலியைக் கேட்டதும், பழக்கமான அந்த ஒலியை வைத்தே வந்திருப்பது தனது டெவலப்மெண்ட் ஆஃபீஸர் சரவணகுமார்தான் என்பதை உணர்ந்து, எழுந்து ஓரமாய் இருந்த நாற்காலியை எடுத்துத் தன் எதிரே பிரித்துப் போட்டுவிட்டு அமர்ந்தார்.

பைக்கின் நீளமான கீ செயினை விரலால் சுழற்றிச் சுற்றிச் சுழற்றிக் கொண்டே குளிர் கண்ணாடியுடன், ஷூ கழற்றப்பட்ட சாக்ஸ் கால்களுடன் உள்ளே வந்து, "குட் மார்னிங் சார், பாருங்க. நேத்து அடிச்சு ஊத்தினது. இன்னிக்கு வெயில் ஆளை வறுக்குது. ஸ்ஸ்ஸ்."என்று வாய் வழியாய் மூச்சு வெளியேற்றி அவர் எதிரே இருந்த நாற்காலியில் அமர்ந்தான் சரவணகுமார்.

ராமநாதன் எழுந்து ஃபான் ரெகுலேட்டரைத் திருகி வேகத்தில் வைத்துவிட்டு வந்து, "என்ன சரவணன், டார்கெட்டை முடிச்சுடுவீங்களா?"

"பார்க்கலாம். உங்களை மாதிரி ஆதரவு எனக்கு இருக்கறப்போ என்ன கவலை?" என்று அவன் தன் முழுக்கை சட்டையின் முனைப் பித்தான்களை அவிழ்த்து முழங்கை வரை ஏற்றிக்

கொண்டு, கர்ச்சீப் எடுத்துக் கைகள், கழுத்து என்று துடைத்துக் கொண்டபோது...

"போஸ்ட்" என்றது வாசல்.

எழ முயற்சித்தவரை, "நீங்க இருங்க"என்று சொல்லிப் போய் வாங்கி வந்து ராமநாதனிடம் கொடுத்தான் அவன்.

வந்த நான்கு கடிதங்களை ஒவ்வொன்றாக முகவரி பார்த்துவிட்டு, "இது மாடிப் போர்ஷனுக்கு" என்று தனியாய் எடுத்து உள்புறம் துவங்கிய மர மாடிப்படிகள் அருகே போய், "அம்மா ராதிகா, உங்களுக்குத் தபால் வந்திருக்கு. வந்து வாங்கிட்டுப் போம்மா" என்றுவிட்டு வந்து அமர்ந்து, ஒரு தரம் தூளியை ஆட்டிவிட்டு "அப்புறம் சொல்லுங்க" என்றார் ராமநாதன்.

"நீங்கதான் சொல்லணும். கருந்தட்டாங்குடி போகலாம்னு சொன்னீங்க, எப்போ போகலாம்? கார் எடுத்துட்டு வரட்டுமா?"

"தேவரைச் சொல்றிங்களா? போகலாம். திடீர் திடீர்னு புறப்பட்டு மக வீட்டுக்கு மெட்ராஸ் போய்டுவார் அந்தாளு தெரிஞ்சுக்கறேனே... ஊர்ல இருக்காரான்னு."

மொட்டை மாடியில் தலையை வெயிலில் காயப்போட்டுக் கொண்டிருந்த ராதிகா, ராமநாதனின் குரலைக் கேட்டு தன் போர்ஷனுக்கு வந்து, ஒரு ரிப்பனைத் தேடி, கொத்தாக முடிகளை வளைத்துப் பிடித்துக் கட்டிக் கொண்டு கீழே இறங்கிவந்தாள்.

ராமநாதன் அருகில் வந்து கடிதத்தை வாங்கிக் கொண்டாள்.

"எங்கே சார் உங்க வைஃபைக் காணோம்? தண்ணி கொண்டாரச் சொல்லுங்க" என்றான் சரவணகுமார்.

"எல்லாரும் கோவிலுக்குப் போயிருக்காங்க, நான் எடுத்துத் தர்றேன்" என்று அவர் எழ...

"நீங்க இருங்க... நான் உள்ளே போய் கொண்டார்றேன்" என்று உள்ளே சமையலறைக்குச் சென்றாள் ராதிகா, செம்பையும்

டம்ளரையும் தேடி, தண்ணீர் எடுத்துக் கொண்டு வந்து மேஜை மேல் வைத்தாள்.

"இவர் தான்ம்மா என்னோட டெவலப்மெண்ட் ஆபீஸர். சரவணகுமார், சார். இந்தப் பொண்ணு ராதிகா. மேல் போர்ஷன்ல குடி இருக்கு. உங்ககிட்டே சொல்லணும்னு இருந்தேன். டைப்ரைட்டிங் எல்லாம் தெரியும், ஏதாச்சும் ஒரு நல்ல கம்பெனில ஒரு வேலை பாருங்களேன்."

"சரி சார்" என்றான் தயக்கமாக.

தன் போர்ஷனுக்குச் செல்ல அவள் நகர்ந்தபோது, தூளியிலிருந்து ஒரு குட்டி அருவி உற்பத்தியாகித் தரையில் சிந்தி முடிந்தது.

"நீ போம்மா. நான் மாத்திக்கறேன்."

"பரவாயில்லைங்க. குழந்தைதானே." ராதிகா சுவரோரமாக இருந்த குழந்தைக்கான பிளாஸ்டிக் கூடையில் துணியெடுத்து, தூளியை விளக்கி, சிவகாமியைத் தூக்கி, துடைத்து மாற்றி, தூளியைச் சுற்றி ஈர இடத்தை மாற்றிக் கிடத்திவிட்டு, பின்புற நடை வாசலில் கிடந்த சாக்குத் துண்டை கொண்டு வந்து அடியில் போட்டுவிட்டு, தன் கடிதத்துடன் படியேறி மாடிக்குச் செல்ல,

"தங்கமான பொண்ணு சரவணன். பாவம் கொடுத்து வைக்கலை. புருஷன் ஜூரத்திலே போய்ட்டான். அப்பா புல்லாங்குழல் வித்வான். இது ஒரு ஒட்டை தையல் மிஷினை வச்சுக்கிட்டு தெருல நாலு வீட்டுக்கு ஜாக்கெட் தைக்குது."

"சே, பாவங்க" என்றான்.

மேலும் கொஞ்ச நேரம் பேசிக் கொண்டிருந்துவிட்டுப் புறப்பட்டு, ஷூ அணிந்து, தன் பைக்கை ஸ்டார்ட் செய்து புறப்படுமுன், வீட்டின் முதல் மாடியை நிமிர்ந்து பார்த்தான் சரவணகுமார். மூடப்பட்ட ஒற்றை ஜன்னல் தெரிந்தது. புறப்பட்டு 'தட் தட் தட்' என்று தேய்ந்து போனான்.

✳ ✳ ✳

ஸ்ரீரங்கத்தில் இருந்து ராதிகாவின் தோழி எழுதியிருந்தாள் அந்தக் கடிதத்தை. நீ எப்படி இருக்கிறாய்? என்ற ஒரு வாக்கியத்தைத் தவிர, வரி வரியாய் சுய சங்கதிகளாக நிரப்பியிருந்தாள். 'கல்யாண தினத்திற்கு மோதிரம் வாங்கித் தந்தார். புதிதாய் ஒரு ஃபாரின் கிளியோபாட்ரா சேலை வாங்கினேன். அடுத்த மாசம் வீட்டிற்கு கேஸ் வந்து விடும். சின்னவன் கிளாசில் முதல் ரேங்க் எடுக்கிறான். சம்மருக்கு கொடைக்கானல் அழைத்துப் போகிறேன் என்று சொல்லியிருக்கிறார். இங்கே வெயில் ஜாஸ்தி. இந்த வருஷம் இன்னும் வடாம் பிழியயவில்லை. போன மாசம் டி அண்ட் சி செய்து கொண்டேன்.'

"அக்கா."

கடிதத்திலிருந்து நிமிர்ந்தாள் ராதிகா.

கையில் ஜாக்கெட்டோடு, இரட்டை சடைகளையும் முன்புறம் போட்டுக் கொண்டு வந்த மாதவி, "நீங்க பிரிச்சுச் கொடுத்தப்புறமும் கைகிட்டே டைட்டாதான் இருக்கு. போட்டு காமிக்கட்டுமாக்கா?"

"வேணாம். இன்னும் உள்ளே துணி இருக்கு. மறுபடி பிரிச்சு தச்சுத் தர்றேன் மாதவி. உக்காரு" என்றவள் சட்டென்று நினைவு வந்து அந்தப் புத்தகத்தை எடுத்து நீட்டினாள். "படிச்சிட்டேன். இந்தா. இது நீ கொடுத்த புத்தகம்தானே?"

"ஆமாங்கா. நல்லா இருந்திச்சா?"

"ம். ஆமாம். உனக்குக் கூடப் பொறந்தவங்க எத்தனை பேரு மாதவி?"

"ஒரே ஒரு அண்ணன்தான்."

"வீட்ல வேற யாரு இருக்கீங்க?"

"அம்மா, நான், எங்க பாட்டி மூணு பேருதான். ஏன்க்கா?"

"சும்மாதான் தெரிஞ்சுக்கலாம்னு கேட்டேன். அண்ணன் என்ன செய்றாரு."

"கவர்மெண்ட் ஆர்ட்ஸ் காலேஜ்ல பி. ஏ. எகனாமிக்ஸ் - இதான் கடைசி வருஷம். அவரு படிச்சு முடிச்சிட்டு வேலைக்குப் போய்ட்டா எங்க குடும்பத்துக்கு எல்லா கஷ்டமும் போய்டும்."

"அவரு பேரென்ன?"

"முரளி" என்றாள் மாதவி.

பியூன் கொண்டு வந்து நீட்டின துண்டுச் சீட்டைப் பார்த்துவிட்டு, கண்ணாடி அணிந்த அசிஸ்டெண்ட் ப்ரொஃபஸர், "முரளி, உன்னைப் பார்க்க யாரோ வந்திருக்காங்களாம். ஆபீஸ் ரூம்கிட்டே மரத்தடியிலே வெயிட் பண்றாங்களாம். போய்ட்டு வா" என்றார்.

6

அத்தியாயம்

முரளி ஆச்சரியப்பட்டான். அப்படி யாரும் இதுவரை கல்லூரிக்கே வந்து சந்தித்ததில்லை. குழப்பமாய் வகுப்பைவிட்டு வெளியேறி, வராந்தாவில் நடந்தான்.

கல்லூரி நிர்வாகக் கட்டிடத்தின் முன் வேப்ப மரநிழலில் மார்புக்குக் குறுக்கே கைகளைக் கட்டிக் கொண்டு தூரத்தில் கல்லூரி மைதானத்தில் புல் பிடுங்கிக் கொண்டிருந்தவர்களைப் பார்த்துக் கொண்டிருந்த ராதிகாவைப் பார்த்து வியந்தான். 'இவங்களா?'

நடையில் தயக்கம் சேர்ந்து கொண்டது. மனசில் சின்னதாய் ஒரு பதைப்பு சூழ்ந்து கொண்டது. மெதுவாக அருகில் நெருங்கினான்.

இவன் காலடி ஓசைகளைக் கேட்டுத் திரும்பிய ராதிகா, மென்மையாகச் சிரித்து, "ஹலோ, என்னைத் தெரியுமில்லே, உங்க தெருவிலே குடியிருக்கேன். உங்க சிஸ்டர் மாதவியை நல்லாத் தெரியும். உங்க பேருதானே முரளி?" என்றாள்.

"ஆமாம்" என்றான் எச்சில் விழுங்கி, "உங்ககிட்டே கொஞ்சம் தனியாய் பேசணும் நான்."

"இ... இப்பவா?"

"ஆமாம். அதுக்காகத்தான் வந்தேன். அதோ அங்கே ஒரு சிமெண்ட் பெஞ்ச் தெரியுதே. அங்கே போய்ட்லாமா மிஸ்டர் முரளி?"

"வந்துங்க... கிளாஸ் நடந்துகிட்டிருக்கு. பாதில விட்டுட்டு வந்திருக்கேன்."

"சரி, அப்ப நீங்க கிளாஸுக்குப் போங்க, பிரின்சிபால் இன்னிக்கு காலேஜுக்கு வந்திருக்காரா?"

"வந்திருக்கார். ஏங்க!"

"நான் அவர்கிட்டே பேசிக்கிறேன். கிளாஸ் நடந்துகிட்டிருக்கு. பாதில விட்டுட்டு வந்திருக்கிங்க. நீங்க போங்க."

நகரவுமில்லை, பதில் பேசவுமில்லை.

"பிரின்சிபால் ரூமுக்கு எப்படிப் போகணுங்க முரளி?"

"மேடம், சிமெண்ட் பெஞ்சுக்குப் போய்டலாம்."

கைகளை நெஞ்சுக்கு நேராய் கட்டியவாறே ராதிகா முன்னால் நடக்க, பின்னால் மௌனமாக நடந்தான் முரளி.

சின்ன தோட்டம் போல இருந்தது அந்தப் பகுதி, காற்றில் பச்சை வேர் வாசனை இருந்தது. ஒரு விசிறி வாழை இருந்தது. அருகில் மஞ்சள் மஞ்சளாய் செவ்வந்திப் பூச்செடிகள் காற்றில் அசைந்து கொண்டிருக்க... சின்ன, பெரிய வண்ணத்துப் பூச்சிகள் அல்லாடின. சிமெண்ட் பெஞ்சில் ஏராளமான ஆண்களின் பெயர்கள் செதுக்கப்பட்டிருந்தன. உளி, ஆணி ஏதுமில்லாதவர்கள் கரி, சாக்பீசில் பெயர் பொறித்திருக்க... வேப்ப மரத்தின் உதரல்கள் சிந்தியிருந்தன.

ராதிகா முந்தானையால் அவற்றைத் தட்டிவிட்டு ஒரு ஓரமாய் அமர்ந்து கொண்டு அவனை அமரச் சொன்னாள்.

"பரவால்லைங்க" என்றான்.

"சும்மா உக்காருப்பா முரளி" என்ற அவளின் ஏக வசனம் அவனைக் கட்டுப்படுத்தியது. மரியாதையாய்ப் போதுமான இடைவெளிவிட்டு அமர்ந்தான்.

திரும்பி அவனை நேராய்ப் பார்த்தாள். ஒரு பத்து வினாடிக்கு மேல் அவளின் பார்வையை அவனால் சந்திக்க முடியாமல் மரத்தைப் பார்த்தான்.

"உனக்கு என்ன வயசுப்பா முரளி!"

"இருபது."

"எனக்கு இருபத்தி ஒன்பது."

அமைதியாய் இருந்தாள். அவன் சங்கடமாய் கைகளைப் பிசைந்து, ஒவ்வொரு விரலாய் மடக்கி சொடக்கு எடுத்துக் கொண்டான்.

"நான் எதுக்காக உன்னைச் சந்திக்க வந்திருக்கேன்னு உனக்குத் தெரியுமா?"

"தெரியாது" என்றான் அவசரமாக, "தெரியாது?" அமைதியாய் மைதானம் பார்த்தான்.

"நீதானே புஸ்தகத்திலே எழுதினது?"

"எந்தப் புஸ்தகத்திலே?"

தோளில் மாட்டியிருந்த கைப்பையை எடுத்து, உள்ளிருந்து புத்தகத்தை எடுத்து, பக்கம் புரட்டி மடித்து, "இந்தப் புஸ்தகம். இந்த எழுத்து."

"வந்து... வந்து... இது..."

"எழுதறப்போ இருந்த தைரியம், அதை ஒத்துக்கிறப்பவும் இருக்கணும் முரளி. எதுக்கு இப்படி மறைமுகமா எழுதிக்கிட்டு? இதோ நேரா வந்திருக்கேன். இப்போ நாம ரெண்டு பேரும் தனியாத்தான் இருக்கோம். சொல்லு, மனசிலே என்ன வச்சிருக்கேன்னு சொல்லு. நேரா பேசிக்கலாம்."

அவன் பேசவில்லை.

"பேசுப்பா. கொஞ்சம் யோசிச்சுப் பாரு. எழுத்தில சொன்ன விஷயத்தை உன்னால வார்த்தையா பேச முடியலை. 'டியர் ராதிகா'ன்னு எழுதிட்டு, இப்போ மேடம்னு சொல்றே. அப்போ... உனக்கே தெரியுது. எழுதினது ஒரு விளையாட்டு, ஒரு அபத்தம்னு இல்லையா? அந்த விளையாட்டு மத்தவங்களை எத்தனை தூரம் பாதிக்கும்ங்கிறதையும் நீ சிந்திக்கணும் முரளி. படிச்ச உடனே எனக்கு ஏற்பட்ட கோபமும், கொதிப்பும் எவ்வளவு தெரியுமா? காதல்ங்கிறது எத்தனை பெரிய, மென்மையான பர்சனலான விஷயம். அதை அத்தனை கொச்சையா உபயோகப்படுத்தியிருக்கிற உன்னோட நோக்கம் என்னன்னு எனக்குத் தெரியணும்."

"வந்து. ஸாரிங்க" என்றான்.

"சரியாப் போச்சா? என் கொதிப்பு மறைஞ்சுடுமா? வாழ்க்கைப் பூரா இந்த சம்பவம் நினைவைவிட்டு விலகாதே முரளி? நாலு பேருக்குத் தெரிஞ்சாதான் அது அவமானமா? இந்த ஒரு வரி லெட்டரை நான் கோபமா எடுத்துக்கிட்டு உன்னைக் கண்டிக்க வந்துட்டேன், நீ ஸாரி சொல்லிட்டே ஆனா உன் எதிர்பார்ப்பு என்ன முரளி? நான் அப்படியே புளங்காகிதம் ஆகி... பதிலுக்குப் புஸ்தகத்திலே எதாச்சும் கிறுக்கி அனுப்பணும்ன்னு உன் அந்தரங்க எதிர்பார்ப்பு. இல்லையா? சரி, அப்படி நான் செஞ்சிருந்தா உன் அடுத்த ஸ்டெப் என்ன? சந்திக்கணும், நேர்ல சந்திச்சதும் தொடணும். அதானே கடைசி எதிர்பார்ப்பு? 'விதவைதானே? காத்திருப்போடவே இருப்பா'ங்கிறது உன் எண்ணம். இத்தனை உள்ளர்த்தங்கள் இதுக்குள்ளே இருக்கு முரளி. ஒரு வரியிலே என்னை அந்தரங்கமா கேவலப்படுத்திட்டே..."

"மேடம்... நான்..."

"இல்லைன்னா உன் மனசில இருக்கிறது டிவைன் லவ்வா? என்னைப் பத்தி எவ்வளவு தெரியும் உனக்கு? என் குணங்கள் தெரியுமா? என் கூடப் பேசி, பழகி இருக்கியா? தெருவிலே போறப்போ பார்த்திருக்கே, கொஞ்சம் சிவப்புத்

தோலோட, கொஞ்சம் பளிச்சுன்னு இருக்கேன். விசாரிச்சே. தைரியம் வந்துடுச்சு, எழுதிட்டே என்னால் சிம்பிளா எடுத்துக்க முடியலைப்பா இதை."

"மேடம், ஏதோ கிறுக்குத்தனமா நடந்துகிட்டேன். ப்ளீஸ், என்னை மன்னிச்சிடுங்க. எவ்வளவு தூரம் நீங்க சென்சிடிவா பாதிக்கப்பட்டிருக்கிங்கன்னு என்னால புரிஞ்சுக்க முடியுது. ஸாரி சொல்றதைத் தவிர வேற என்ன சொல்றதுன்னு புரியலை எனக்கு."

"உன் அழுக்கு மனசிலே கொஞ்சம் பெருந்தன்மையும் இருக்கிறது ஆச்சரியமான விஷயம். அன்னிக்கு நான் இருந்த மூடிலே ரொம்பக் கோபமா, சீரியஸா ரியாக்ட் பண்ண நினைச்சேன். உன் அம்மாகிட்டே வந்து சொல்லியிருக்கலாம். அவங்க மனசிலே நீ வளர்த்திருக்கிற உன்னைப் பற்றின அபிப்ராயம் தூள் தூளாய்டும். போலீஸ் ஸ்டேஷன் போகக்கூட நினைச்சேன். எவ்வளவு கேவலமாய்டும் உன் பேரு, கோபத்தைத் தள்ளிப் போட்டு யோசிச்சப்போ எழுதினது நீ இல்லை, உன் பருவம்ன்னு உணர முடிஞ்சது. அதனாலேதான் நேரா உன்கூடப் பேச நினைச்சேன். இது படிக்க வேண்டிய வயசு. உன் குடும்பம் உன்னைத்தான் நம்பியிருக்குது. எந்தப் பொண்ணுக்கும் இது மாதிரி பேத்தலா லெட்டர் எழுதாதே, உனக்குக் காதல்ன்னா என்னன்னு சத்தியமாத் தெரியாது. கதையும், சினிமாவும் சொல்றதில்லை காதல். அது வேற, வர்ணிக முடியாத ஒண்ணு. கடவுள் மாதிரி, மின்சாரம் மாதிரி, உணர்வு பூர்வமானது. இப்படி லெட்டர் எழுதி யாசகம் மாதிரி வாங்கிவிட முடியாது. நல்ல புஸ்தகங்களைப் படி நல்ல படங்களைப் பாரு. நல்லவங்களோட சேரு. 'ஓ. கே. ஐ ஃபர்கெட்.' உன்னை முரடனா கற்பனை பண்ணியிருந்தேன். பிடி கொடுத்துப் பேச மாட்டேன்னு நினைச்சேன். 'யூ ஆர் எ ஸாஃப்ட் பாய்.' உள்ளே கொஞ்சம் கொஞ்சம் பாசி இருக்கு. கழுவித் தள்ளிடு, இல்லைன்னா வழுக்கி விட்டுடும். எந்திரிக்க முடியாம விழுந்துடுவே" என்று புத்தகத்தை தோள் பைக்குள் வைத்துக் கொண்டு எழுந்தாள் ராதிகா, கூடவே எழுந்த முரளியின் கண்களில் படலமாய் நின்றது நீர். எச்சில் விழுங்கிக் கொண்டான்.

"உன் கிளாஸ் டயத்திலே வந்து தொந்தரவு பண்ணிட்டேன். ஸாரி. வேற சந்தர்ப்பத்திலே உன்னை இப்படித் தனியா சந்திக்க வாய்ப்பு இல்லை. அதனாலதான். வரட்டுமா?"

"ம்" என்றது அவனுக்கே கேட்கவில்லை.

கல்லூரி வாசலை நோக்கி நடந்து கொண்டிருந்த ராதிகாவை, கண்ணில் இருந்து மறையும் வரை பார்த்துக் கொண்டே நின்றான் முரளி.

✸ ✸ ✸

தனது வயர் பேகில் காலி டிபன் பாக்ஸையும், கொண்டு வந்திருந்த வார இதழ்கள் இரண்டையும் எடுத்து வைத்துக் கொண்டு தனது நாற்காலியையிவிட்டு எழுந்தான் சேதுராமன். மேஜையை ஒழுங்கு படுத்திவிட்டு, டாய்லட் அறைக்குப் போய்த் திரும்பி, கூடையை எடுத்துக் கொண்டு கிளினிக்கைவிட்டு வெளியே வந்து பக்கப் பகுதியில் ஆஸ்பெஸ்டாஸ் வேய்ந்த ஷெட்டில் நிறுத்தியிருந்த சைக்கிளை எடுத்துக் கொண்டு சாலையில் உருட்டிக் கொண்டு நடந்தபோது...

"ஹலோ, சேதுராமன்."

திரும்பினான். டாக்டர் வசந்தி புடவையின் ப்ளீட்ஸ் புரளப் புரள, வேகமாய் வந்துக் கொண்டிருந்தாள். அருகே வரும்வரை காத்திருந்தான்.

வந்து, "என்ன, புறப்பட்டாச்சா?" என்றாள்.

"ஆமாம்."

"நானும் புறப்புட்டேன். ரவுண்ட்ஸ் போனேன். எல்லாம் நார்மல், நீ போம்மான்னுட்டார் கோபால்ராவ், உங்களைப் பார்த்தேன். பேசிக்கிட்டே போகலாம்னுதான் கூப்ட்டேன்."

"நீங்க நேத்து ஸ்கூட்டர்ல வந்திங்களே, இன்னிக்குக் கொண்டாரலையா?"

"நேத்து டாடி ஊர்ல இல்லை. அவரோட ஸ்கூட்டரைக் கொண்டாந்துட்டேன். அவருக்குத் தெரியாது. தெரிஞ்சா கத்துவார். மொபெட் வாங்கித் தர்றேன்னு சொல்லிருக்கார். அதுவரைக்கும் பஸ்தான். உங்களுக்கு நடுவிலே வேற வேலைகள் இருந்தா, பஸ் ஸ்டாப் வரைக்கும் பேசிக்கிட்டே நடக்கலாம். வேலை எதுவும் இல்லைன்னா செண்ட்ரல் பஸ் ஸ்டாண்ட் வரைக்குமே நடக்கலாம். எனக்கு நடக்கிறதுன்னா ரொம்ப பிடிக்கும். என்ன?" என்றாள்.

லாண்டரியில் இரண்டு பட்டுப் புடவை தேய்க்கக் கொடுத்ததைத் திரும்ப வாங்கிக் கொண்டு, மதனுக்கு சாக்ஸ் வாங்கிக் கொண்டு, காப்பிப் பொடி வாங்கிக் கொண்டு, மருந்துக் கடையில் விக்ஸ் வேபரப் வாங்க வேண்டும். அவ்வளவுதான் வேலை. அரை மணிக்கு உள்ளே முடிந்துவிடும்.

"ஒண்ணும் வேலை இல்லைங்க, பேசிக்கிட்டே நடக்கலாம்" என்றான் சேதுராமன்.

"உங்க வீடு எங்கே இருக்கு?"

"அரண்மனைக்காரத் தெருவிலே, ஒரு சந்திலே இருக்குங்க. ஒரு நாள் இன்வைட் பண்றேன்."

"எத்தனை குழந்தைங்க சார் உங்களுக்கு?"

"ஒன் ப்ளஸ் ஒன்."

"அரசாங்க ரெக்வெஸ்ட்படியா?" என்று சிரித்தாள்.

"உங்க வீடு எங்கே இருக்கு டாக்டர்?"

"அருளானந்த நகர்ல இருக்கு"

சேதுராமன் சைக்கிளைத் தள்ளிக் கொண்டே நடக்க, பக்கத்தில் கண்ணின் மேல் விழும் முன் நெற்றிக் கூந்தல் கற்றையை அடிக்கடி காதோரம் ஒதுக்கிக் கொண்டே நடந்தாள் வசந்தி.

✹ ✹ ✹

இடுப்பில் சிவகாமியை வைத்துக் கொண்டு மாலதி மதனின் பள்ளிக்கு வந்தாள். மரத்தடியில் மணலைக் குச்சியால் குத்திக் கொண்டு காத்திருந்த மதன் அம்மாவைப் பார்த்ததும் தனது அலுமினிய புத்தகப் பெட்டியையும், சின்ன இரண்டுக்கு புளூ கலர் டிஃபன் பாக்ஸையும் தூக்கிக் கொண்டு ஓடி வந்தான்.

"ஸ்கூல் முடிஞ்சு எல்லாரும் போய்ட்டாங்க. இப்பத்தான் வர்றே, எவ்ள நேரம் உக்காந்திருக்கிறது. நானா வர்றேன்னாலும் உடமாட்டிங்க. அய் சிவகாமி" என்று அவள் கன்னத்தில் கிள்ள... சிவகாமி பூப்பூவாய் சிரித்தது.

"மண்ணு கையாலத் தொடாதே. டிராஃபிக் எவ்வளவு பயங்கரமா இருக்கு. இவரு தனியா வர்றாராம். காலைலதான் அப்பா சைக்கிள்ல கொண்டாந்து விட்டுடுறாருல்ல? சாயங்காலம் ஒரு வேளைதானே? அம்மா வர்ற வரைக்கும் வெய்ட் பண்ணித்தான் ஆகணும்."

"போம்மா. போரடிக்குது. ஒண்ணு நீ சீக்கிரம் வா. இல்லைன்னா அப்பாவையே திரும்பக் கூட்டிட்டுப் போக வரச் சொல்லு."

"சாயங்காலம் அவருக்கு நேரம் ஒத்து வரலையேடா."

"அப்போ ரிக்ஷா வச்சு விடு."

"பேசுவோம். வா, பால் கறந்து, காய்ச்சி வச்சு, வீடு கூட்டிட்டு வர்றதுக்குள்ளே நேரமாய்டுது. அறிவு இருக்கா உனக்கு? மண்ல விளையாடிட்டு விரலை அவ வாய்ல வைக்கிறியே, கையை எடுடா."

ஒரு கையின் விரலைப் பிடித்துக் கொண்டுதான் நடக்கவேண்டும் என்கிற அம்மாவின் கண்டிப்புக்கு முணுமுணுத்துக் கொண்டே, டவுசர் பையிலிருந்து பதினஞ்சு பைசாவுக்கு வாங்கிய பிளாஸ்டிக் விசிலை 'பீ, பீ' என்று ஊதிக் கொண்டே கூட நடந்தான் மதன்.

பஸ் ஸ்டாண்ட் பகுதிக்கு வந்ததும் மாலதி சாக்கு விரித்து அதன்மேல் கொட்டியிருந்த பூண்டை பேரம் பேசி வாங்கிக் கொண்டாள். நெருக்கிக் கட்டின மல்லிகைப் பூ வாங்கிக்

கொண்டாள். ஒரு பக்கம் வார்விட்டிருந்த செருப்பை இருபத்தைந்து காசு கொடுத்து தைத்துக் கொண்டு, ஒரு பெரிய பிளாஸ்டிக் வாளிக்கு விலை மட்டும் விசாரித்துக் கொண்டாள்.

கெஞ்சிக் காசு வாங்கிக் கொண்டு பபிள்கம் வாங்கக் கடைக்குள் ஓடின மதனுக்காகக் காத்திருந்தாள். பபிள்கம் குதப்பிக் கொண்டே வந்த மதன், "அம்மா. அதோ பாரு அப்பா, யாரோ ஆன்ட்டி கூட சிரிச்சுப் பேசிக்கிட்டே வர்றார்" என்றான்.

திரும்பி அவன் காட்டிய திசையில் பார்த்தாள்.

அந்த காபி ஹோட்டலின் வாசல் படிகளில் சேதுராமனும், வசந்தியும் இறங்கிக் கொண்டிருந்தார்கள்.

✴ ✴ ✴

7

அத்தியாயம்

போல்டிங் டிரேயை மேஜையாய் அமைத்துக் கொண்டு, ராமநாதன் கணக்குப் பார்த்துக் கொண்டிருக்க, அருகே சேதுராமனின் அறையில் கட்டிலில் குப்புறப்படுத்துக்கொண்டு, "பிக் ஷிப் ஈஸ் ஃப்ளோட்டிங் இன் த வாட்டர் பிகாஸ்..." என்று உரக்க அந்த ஒற்றை வரியையே படித்துக் கொண்டிருந்தான் மதன். தரையில் உட்கார்ந்து அவனது ஜாமிட்ரி பாக்ஸை ஆராய்ந்து கொண்டிருந்தது சிவகாமி. டியூப் லைட்டின் வெளிச்சத்தை சுழல்கிற ஃபான் வெட்டி அனுப்பிச் சுவர்களில் நிழல் நடனம் ஏற்படுத்திக் கொண்டிருந்தது.

சாப்பிட்டு முடித்துப் பின்பக்கம் போய் கை கழுவிக் கொண்டு ஹாலுக்கு வந்தான் சேதுராமன். அலமாரியைத் திறந்து டப்பா எடுத்து எலுமிச்சைச் சாற்றில் ஊற வைத்துப் பதப்படுத்திய இஞ்சித் துண்டை வாயில் போட்டுக் கொண்டு அப்பாவிடம் வந்தான்.

ரேடியோவைப் போட, விவித பாரதி குடும்பக் கட்டுப்பாட்டிற்குக் கடைப்பிடிக்கவேண்டிய பர்சனலான முறைகளை ஒலிபரப்பிக் கொண்டிருக்க, அணைத்தான். அன்றைக்கு ஒருநாள் மதன்,

"ஏம்ப்பா, லூப் உபயோகியுங்கள்னு சொல்றானே ரேடியோல, அப்படின்னா என்ன? நாம வாங்கலையா?" என்றபோது பதில் சொல்லத் திணறிப் போய், "லூப்ன்னா அது ஒரு சோப்பு" என்று சொல்லிச் சமாளித்தான்.

"சேது, கல்யாணி லெட்டர் எழுதியிருந்தாளே, படிச்சியா?" என்றார் அப்பா.

ஸ்டூல் போட்டு ஏறி, சுவரில் மாட்டியிருந்த வால் கிளாக்கிற்குச் – சாவி கொடுத்துக் கொண்டே, "படிச்சேன்ப்பா" என்றான்.

"நாம தப்புப் பண்ணிட்டமோ சேது?"

"நாம என்னப்பா செஞ்சோம்? நாலு இடத்திலே விசாரிச்சோம். எல்லாரும் நல்லபடியாத்தான் சொன்னாங்க. வீடு, சொத்து, வேலை, படிப்புன்னு எல்லாம் இருக்குது. ஜாதகத்திலே பிரமாதமான பொருத்தம்னு ஜோசியன் சொன்னான். எங்கேயாவது ஒரு இடறல் இருந்ததுன்னா நாம யோசிச்சிருப்போம். இல்லையே"

"செல்லமா வளர்த்துட்டோம் இங்கே. அதனால்தான் அவளுக்குச் சின்ன உரசல் கூடப் பெரிய பிரச்சினையாத் தெரியுது. கல்யாணத்துக்கப்புறம் தான் மாப்பிள்ளைக்கு இந்தப் பழக்கம் ஆரம்பிச்சிருக்கணும்."

"யாருக்குத் தெரியும்!" என்று ஸ்டூலிலிருந்து கீழே இறங்கி, மேல் துண்டால் ஸ்டூல் மேல் ஒட்டியிருந்த கால் மண்ணைத் தட்டிவிட்டு அமர்ந்து கொண்டு, "என்னைக் கேட்டா, கல்யாணி இதையெல்லாம் நமக்கு எழுதறதே தப்பு. இது அவளோட சொந்தக் குடும்பப் பிரச்சினை. அவளே அன்பா, அரவணைப்பா, இதமா எடுத்துச் சொல்லித் திருத்த முயற்சி செஞ்சிருக்கணும். அதை விட்டுட்டு, 'எம் புருஷன் இப்பல்லாம் ராத்திரி குடிச்சிட்டு வர்றார். சமயத்திலே அடிக்கிறார்' ன்னு எல்லாருக்கும் 'டாம் டாம்' அடிக்கிறது புத்திசாலித்தனமே இல்லை" என்றான் சேதுராமன்.

முந்தானையில் கையைத் துடைத்துக் கொண்டே வந்த அனந்தநாயகி தூணில் சாய்ந்து உட்கார்ந்து கொண்டு, "ஆமாம் இவனைக் கேளுங்க. நியாயம் சொல்வான் பிரமாதமா" என்றாள்.

"நான் சொன்னதிலே என்ன தப்பு? எனக்குக் கல்யாணமாகி இத்தனை வருஷத்திலே நம்ம குடும்பத்திலே எத்தனையோ தடவை சின்னச் சின்னப் பிரச்சினைகள் வராமலா இருந்திச்சு? எதையாச்சும் மாலதி அவங்கம்மா வீட்டுக்கு எழுதியிருக்காளா?"

தன் அறை வாசலில் உட்கார்ந்து சிவகாமியை மடியில் கிடத்திக் கொண்டு அவள் முதுகில் நைசில் பவுடரைத் தூவிக் கொண்டே "பேசிக்கிட்டிருக்காங்க தெரியுதில்லே? மெதுவா மனசுக்குள்ளே படிடா" என்று மதனை அதட்டினாள் மாலதி.

"கல்யாணியைப் பத்திப் பேசறப்போ உன் பொண்டாட்டியைப் பத்தி ஏன் பேசறே? 'இங்கே வீட்டு வேலை ஜாஸ்தியா இருக்கு, மாட்டுச் சாணி எல்லாம் அள்ள வேண்டியிருக்கு'ன்னு புதுசிலே மாலதி எழுதாமதானா சம்மந்தியம்மா இங்கே வந்தப்போ, 'எங்க பொண்ணை சொகுசா வளர்த்துட்டோம். கொஞ்சம் கொஞ்சமாக் கத்துக்குவா'ன்னு அட்வைஸ் பண்ணாங்க? மறந்துடுமா?" என்றாள் அனந்தநாயகி.

இங்கே அறை வாசலிலிருந்து கனைத்தாள் மாலதி.

"அது நான் எழுதலை. விருந்துக்கு வந்த சொந்தக்காரங்க பார்த்துட்டுப் போய்ச் சொன்னதை வச்சு எங்கம்மா கேட்டதுன்னு ஆயிரம் தடவை சொல்லிட்டேன். சந்தர்ப்பம் வர்றப்பல்லாம் நீங்க அதை விடறதில்லை" என்றாள் மாலதி.

"நாயகி, சும்மா இருக்க மாட்டியா நீ வாயை வச்சிக்கிட்டு? நம்ம பொண்ணு எழுதிருக்கிறதைப் பத்திப் பேசினா நீ ஏன் சம்மந்தமில்லாம எங்கேயோ போறே?" என்றார் ராமநாதன் சற்றுக் கடுமையாக,

"நானா ஆரம்பிச்சேன்? 'மாலதி எழுதினாளா? இவ எழுதிருக்கா பாருங்க'ன்னு சேது ஆரம்பிச்சதாலே சொன்னேன்."

"இப்பவும்தான் சொல்றேன். கல்யாணி இதையெல்லாம் நமக்கு எழுதினது தப்புதான்" என்றான் சேதுராமன்.

"அப்படியில்லை சேது. உன் தங்கையைப் பத்தித் தெரியாதா உனக்கு? தைரியம் போதாது, நாலு வார்த்தை பதில் பேசத் தெரியாது. அப்படி வளர்த்துட்டோம். இப்போ திடீர்னு பிரச்சினைங்கிறப்போ அதை எதிர்கொள்ற பக்குவம் இல்லை. அப்படி என்ன பல வருஷம் குடும்பம் நடத்தி அனுபவமாவது வந்திருக்கா? ரெண்டு வருஷம்தானே ஆகுது? குடும்பத்திலே பிரச்சினைன்னா புருஷன்கிட்டே சொல்வா, புருஷனே பிரச்சினையா நிக்கிறான்னா... அவ எங்கே போய்க் குமுறலைக் கொட்டுவா? நமக்கு எழுதாம வேற யாருக்கு எழுதுவா? இதை வளர விடறது நல்லதா எனக்குப்படலை" என்ற ராமநாதன் விசிறி மட்டையைத் திருப்பி பனியனுக்குள் முதுகில் தேய்த்துக் கொண்டார்.

"கோயிலுக்குப் போவார். ஸ்தோத்திரம் சொல்லுவார். எங்கேருந்து வந்துச்சு இவருக்கு இந்தக் கெட்டப் பழக்கம்? கார்த்திகை மாசம் சேது போய்ப் பார்த்துட்டு வந்தப்போ கூட கல்யாணி சந்தோஷமாதான் இருந்தா. மாப்பிள்ளையும் நெருக்கமாப் பழகினதாதான் சொன்னான்."

"பொண்டாட்டியைக் கைநீட்டி அடிக்கிறது சரியான கோழைத்தனம். இந்த மாதிரி திடீர்னு அவர் மாறிப் போயிருக்காருன்னா, என்னால காரணத்தைப் புரிஞ்சுக்க முடியலையே" என்ற சேதுராமன் ரேடியோவுக்கு அடியில் செருகியிருந்த இன்வண்ட் கடிதத்தை எடுத்து மறுபடி ஒரு தரம் படித்தான்.

"என்ன காரணம்? கெட்ட சகவாசம்தான். ஆபீஸ்ல எவனாச்சும் புதுசா தண்ணிவாலா சேர்ந்திருப்பான், இவரையும் கெடுத்துட்டான்."

"இன்னொருத்தர் சொல்லித் தந்து கெட்டுப் போற வயசெல்லாம் தாண்டினவர் அவரு. எனக்கு எதுவும் புரியலைப்பா."

"என்ன சேது, நீ என்ன நினைக்கிறே மனசிலே?"

"வேற என்னவோ காரணம் இருக்கணும்."

"அப்படி என்ன இருக்க முடியும்?"

"இல்லை, ஏதோ நடந்திருக்கு. இப்படி அநாவசியத்துக்குக் குடிச்சுட்டு வொய்ஃபை அடிக்கிற டைப் இல்லை வெங்கட்ராமன்."

"ஒண்ணு செய் சேது. வர்ற ஞாயித்துக் கிழமை நீ புறப்பட்டுக் காரைக்குடி போ. கல்யாணியோட மனசுவிட்டுப் பேசிப் பாரு. அவ தபால் எழுதி அது சம்பந்தமா விசாரிக்க வந்ததா காட்டிக்காதே. ஒரு வாரம் வச்சிருந்து அனுப்பறேன்னு சொல்லி கல்யாணியை இங்கே அழைச்சுட்டு வந்துடு. மொதல்ல இவளை விசாரிச்சுத் தெரிஞ்சுக்கலாம். அப்புறம் என்ன செய்யலாம்னு யோசிக்கலாம். இப்படியோ, அப்படியோன்னு சும்மா மனசைப் போட்டுக் குழப்பிக்க வேணாம். என்ன சேது?" என்றார் அப்பா.

"அப்படித்தான் செஞ்சாகணும்."

"பிக் ஷிப் இஸ் ஃப்ளோட்டிங்க் இன் த வாட்டர் பிகாஸ்..." என்றான் மதன் சத்தமாக,

"ஆமாம். ஒரு மணி நேரமா இதையே படிச்சிக்கிட்டிரு. உருப்பட்டாப்பலதான். மூடி வச்சுட்டு தூங்கு. காலைல அஞ்சு மணிக்கு எழுப்பறேன். அப்போ படிக்கலாம். ஊரெல்லாம் பரீட்சை முடிஞ்சி வெகேஷனுக்கு ஊருக்குக் கூடப் போய்ட்டாங்க. உனக்கு மட்டும் இன்னும் பரீட்சை முடியாது" என்று மாலதி முனகிக் கொண்டே தலையணையைத் தட்டிப் போட,

"சரிப்பா, நான் படுத்துக்கப் போறேன். ஞாயித்துக் கிழமை போய்ட்டு வந்துடறேன்" என்று தன் அறைக்கு வந்தான் சேதுராமன்.

கதவைச் சாத்திவிட்டுப் பனியனையும் கழற்றிக் கொடியில் போட்டான்.

"சிவகாமி தூங்கிட்டாளா?"

துளியை ஆட்டிக் கொண்டே, "கொட்டக் கொட்ட முழிச்சிட்டிருக்கா. மூணு வயசாகுது. இன்னும் துளியை விட மாட்டேங்கறா. பத்தரை மணி ராத்திரில சிரிப்பு என்னடி? தூங்கு படவா!"

"குழந்தைக்கு என்னடி தெரியும்? ஏன் அதுமேல பாயறே?"

"வேற யார் மேல பாயறது?"

"அம்மா சொன்னதை நினைச்சிக்கிட்டிருக்கியா? சும்மா பேச்சுக்குச் சொன்னதைப் பெரிசா எடுத்துக்கக் கூடாது. தூங்கிட்டான்னா லைட்டை அணைச்சுட்டு வந்து படு. டேய் மதன். நகர்ந்து படுடா, வெட்டி முறிச்சவன் மாதிரி படுத்தவுடனே தூக்கம்."

மதனை நகர்த்திக் கட்டிலின் ஓரத்தில் சுவர்ப் பக்கம் படுக்க வைத்துவிட்டு, ஃபானின் ஸ்பீடை உயர்த்திவிட்டுப் படுத்துக் கொண்டான் சேதுராமன்.

சற்று நேரம் கழித்து விளக்கணைத்து. இரவு விளக்கை மட்டும் போட்டுவிட்டு, தலையில் வைத்திருந்த பூவை எடுத்து மேஜை மேல் வைத்துவிட்டு வந்து அமைதியாகப் படுத்துக் கொண்டாள் மாலதி.

இயல்பாக அவளின் வயிற்றின் மேல் விழுந்த சேதுராமனின் கையைச் சட்டென்று விலக்கினாள்.

"ஐய, என்னாச்சு, கோபமா?"

"வரக் கூடாதா? அதையும் உதுர்த்துடணுமா? எல்லா உணர்ச்சியையும் உதறிட்டு ஜடமாய்டணும் பொம்மனாட்டின்னா. அதானே உங்க நினைப்பு?"

"என்னம்மா என்னமோ மாதிரி பேசறே?"

"பேசலை. பேசவும் கூடாதுன்னா பேசலை. தங்கச்சிக்கு நியாயம் கேக்கப் போறாராம். போங்க. சொந்த நியாயத்தை யார் கேக்கறதுன்னு தெரியலை."

"மாலதி, என்ன சொல்றே?"

"என்னத்தைச் சொல்றது... கண்ணால பார்த்துக்கப்புறம்."

"இங்கே பாரு, சுத்தி வளைக்கிற வேலையெல்லாம் எனக்குப் பிடிக்காதுன்னு உனக்குத் தெரியுமில்லே? என்ன பார்த்தே? என்ன பேசுறே?"

"நான் கூடப் பார்க்கலை முதல்ல. மதன் பார்த்துட்டுக் கேக்கறான், 'யாரும்மா அந்த ஆன்ட்டி'ன்னு? என்னத்தைச் சொல்வேன் நான்!"

"மதன் யாரைப் பார்த்தான்? எங்கே பார்த்தான்? கேட்டு கேட்டுத்தான் சொல்லுவியா?"

"நான் சொல்லலைன்னா உங்களுக்குத் தெரியாதோ? மதனை ஸ்கூல்லேர்ந்து அழைச்சுட்டு வந்தப்போ பஸ் ஸ்டாண்ட்கிட்டே பார்த்தோம். அந்தச் சிரிப்பை, அந்த அசிங்கத்தை, 'அந்த ஆன்ட்டிக்கு ஏன் அப்பா டிபன் வாங்கித் தந்தார்ம்மா?'ன்னு வழி பூராக் கேட்டுக்கிட்டே வந்தான் மதன்."

"அடிப்பாவி! இதானா உன் கவலை? இதைத்தான் பார்த்தேன், பார்த்தேன்னு புலம்பறியா? இங்க பாரு மாலதி, சந்தேகம் இருக்கே, அது கான்சர். வாழ்க்கையிலே அது வரவே கூடாது. இத்தனை வருஷத்திலே என்னை என்னதான் புரிஞ்சுக்கிட்டே நீ? மதன் கேட்டதிலே நியாயம் இருக்கு. அவன் புரியாதவன், ஆனா நீ? ஒரு காட்சியிலேயே ஒரு முடிவுக்கு வந்திடறது எவ்வளவு தப்பு? க்ளினிக்ல புதுசா வஸந்தின்னு ஒரு லேடி டாக்டர் வந்திருக்காங்க. சாயங்காலம் நானும் அவங்களும்தான் பேசிக்கிட்டே நடந்து வந்தோம். அவங்க சரியான காப்பிப் பைத்தியம். ஒரு நாளைக்குப் பத்து காபியாவது சாப்பிடுவாங்க. ஹோட்டலைப் பார்த்ததும் காபி சாப்பிடுவோம்னு கூப்பிட்டாங்க. சரின்னு போய் சாப்பிட்டோம். அவ்வளவுதான். இதைப் போய் அனர்த்தமா எடுத்துக்கிட்டு... நோ! இனிமே இப்படிக் கிறுக்குத்தனமா கற்பனை பண்ணாதே. உனக்குத் துரோகம் பண்ணனும்னு எனக்கு ஒரு புள்ளி அளவுகூட எண்ணம் மனசிலே வராது. புரிஞ்சுதா?"

"அழகாப் பேசிடறிங்க, எனக்கு எங்கே பேசத் தெரியுது? என்னவோ... எல்லாம் நல்லபடியா நடந்தா சரி"

"பார்த்தியா, நான் சொல்றதை நீ புரிஞ்சுக்க மாட்டேங்கறியே..."

"புரிஞ்சுக்கறேன் விடுங்க. நீங்க அவளுக்குக் காபி வாங்கிக் கொடுத்தாலும் நான் கேக்கலை. புடவை வாங்கிக் கொடுத்தாலும் நான் கேக்கலை. சரிதானே?"

"மாலதி, நீ எரிச்சல் மூட்றே."

"ரெண்டு பெத்தாச்சில்லே. இனிமே என் பேச்சு எரிச்சலாத்தான் இருக்கும்" என்று டக்கென்று அவனுக்கு முதுகைக் காட்டிக் கொண்டு திரும்பிப் படுத்தாள் மாலதி.

"ச்சை! உன்கிட்டே பேசிப் புரிய வைக்க முடியாது. சொன்னா எடுத்துக்கணும். புரிஞ்சுக்கணும். திரும்பத் திரும்ப எடக்குப் பேசிக்கிட்டே இருந்தா நான் சொல்லிட்டேன். நீ எப்படி வேணாலும் எடுத்துக்கோ போ!" என்றுவிட்டு மதன் பக்கமாக இவனும் திரும்பிக் படுத்துக் கொண்டான்.

காலையில் குளித்து, டிபன் சாப்பிட்டு க்ளினிக்கிற்குப் புறப்பட பாண்ட் மாட்டிக் கொண்டிருந்தான் சேதுராமன்.

வாசல் கதவு திறக்கும் சப்தம் கேட்டது.

"ஒரு ரூபா சேர்த்துக் கொடுங்க" என்று வாசலில் சொல்வது கேட்டது.

அப்பாவின் பேச்சுக் குரல் கேட்டது.

மதன் உற்சாகமாக உள்ளே ஓடி வந்து, "அப்பா அப்பா, கல்யாணி அத்தை வந்திருக்காங்க" என்று மூச்சிறைத்தான்.

✳ ✳ ✳

8

அத்தியாயம்

மதன் சொல்வதை நம்பாமல், மாட்டிக் கொண்டே சட்டையின் பட்டன்களைக் கூடப் போட்டுக் கொள்ளாமல் அறையைவிட்டு வெளியே வந்து எட்டிப் பார்த்தான் சேதுராமன்.

தோள் பட்டையால் பாதி திறந்திருந்த கதவை முழுக்கத் திறந்துக் கொண்டு ஒரு கையில் பெரிய சூட்கேஸும், மறு கையில் பொருள்கள் முட்டிக் கொண்டிருந்த ஒரு பையுமாக அப்பாதான் முதலில் உள்ளே வந்தார்.

அப்புறம் கல்யாணி தன் ஹீல்ஸ் செருப்பின் வாரைக் குனிந்து கழற்றி விடுவித்துவிட்டு, வளையல்களும், கொலுசும் சப்திக்க உள்ளே வர, "அத்தை" என்று ஓடிப் போய்க் கட்டிக் கொண்ட மதனைத் தூக்கி முத்தம் கொடுத்து விட்டு, "எங்கே அவ சிவகாமி?" என்றாள்.

"வா கல்யாணி" என்றான் கடைசிப் பட்டனைப் போட்டுக் கொண்டு.

குரல்கள் கேட்டு உள்ளிருந்து வந்துவிட்ட அம்மா, "வாடி" என்று முகமெல்லாம் சிரித்தாள். கல்யாணி அவள் கையைப் பற்றிக் கொண்டு, "என்னம்மா எப்படி இருக்கே?"

"எனக்கென்ன? நான் நல்லாருக்கேன். எங்கே, மாப்பிள்ளை வரலை?"

"வரலை. நான் மட்டும்தான் வந்தேன்."

"தனியாவா?"

"ரெண்டரை மணி நேரப் பயணம். என்ன பயம் காலையிலே? எங்கே அண்ணி?"

"குளிச்சிட்டிருக்கா."

அப்பா இதற்குள் ஃபானை ஓடவிட்டு அதற்குக் கீழே நாற்காலியை எடுத்துப்போட்டு, "இங்கே வா, இப்படி வந்து உக்காரு. வேர்த்து ஊத்துது பாரு. ஜாக்கெட்லாம் பொதபொதன்னு நனைஞ்சிருக்குது."

கல்யாணி உடனே அங்கே வராமல் சேதுராமனின் அறைக்குள் சுதந்திரமாக நுழைந்து, கட்டிலில் தூங்கிக் கொண்டிருந்த சிவகாமியைக் கன்னத்தில் முத்தமிட்டு, "தூங்கறியாடி கழுதை?" என்று கேட்டுவிட்டு வந்து அமர்ந்தாள்.

பக்கத்தில் மேஜையில் சாய்ந்து கொண்டிருந்த சேதுராமன், "உன் லெட்டர் பார்த்து எல்லாருக்கும் ஒரே சங்கடம். நான் ஞாயித்துக் கிழமை அங்கே வர்றதா இருந்தேன் கல்யாணி."

கல்யாணி பதில் பேசவில்லை.

மதன் அவள் கொண்டு வந்திருந்த பையைப் புதைபொருள் ஆராய்ச்சி நடத்தி, "ஹய் பிஸ்கெட்" என்று நீளமான பாக்கெட்டை எடுக்க...

"உனக்குத்தான் மதன், எடுத்துக்கோ, அந்தப் பைக்குள்ளே ஆப்பிள் இருக்கு. அப்படியே கொண்டு போய் சமையல் கட்டிலே வையி" என்றாள்.

"கல்யாணி, மொதல்ல டிஃபன் சாப்பிட வா, அப்புறம் பேசலாம்."

"நான் சாப்பிட்டுட்டுதான்ம்மா புறப்பட்டேன்."

"காலையிலே சாப்பிட்டது. பயணத்திலேயே ஜீரணமாயிருக்கும். இட்லிதான் இன்னிக்கு. ரெண்டு சாப்பிடு. நம்ம வீட்ல கூச்சம் என்ன? சேது, உனக்கு கிளினிக்குக்கு நேரமாகலை!"

"ஆமாம்."

"புறப்படு, எங்கே போறா? வந்து பேசிக்கலாம்."

கல்யாணி எழுந்து அம்மாவோடு சமையலறை சென்றாள்.

"சாதாரணமா புறப்பட்டு வந்த மாதிரி எனக்குப் படலை" என்றார் அப்பா இவனிடம்.

"இப்படி யாரும் தனியா அனுப்ப மாட்டாங்க. நேத்து லெட்டர் வருது. இன்னிக்கு இவளே வந்து நிற்கிறா. ஏதோ சிக்கல்தான். நீங்களாக் கேக்காதீங்க, அவளா சொல்லட்டும். நான் புறப்படறேன். மதன், டேய் வா, நான் கிளம்பிட்டேன்."

சேதுராமன் சைக்கிளைக் கீழே இறக்கி வைத்துவிட்டு வந்து டிஃபன் கூடையையும், மதனின் புத்தகப் பெட்டியையும் எடுத்துச் சென்று சைக்கிளில் மாட்டிவிட்டுக் காத்திருக்க, கையில் பிஸ்கெட் பாக்கெட்டோடு ஓடி வந்தான் மதன்.

"டேய், பிஸ்கெட் பாக்கெட்டை வச்சிட்டு வா."

"ம்கூம், அத்தை எனக்குக் கொடுத்தது."

"உனக்குக் கொடுத்ததுதான். ஸ்கூலுக்கு எடுத்துப் போனா பசங்க எல்லாம் பிடுங்கிக்குவாங்க. சொன்னாக் கேளு போய் நம்ம ரூமிலே உன் டிராயர்லே வச்சு மூடிட்டு வா. ஒருத்தரும் எடுக்க மாட்டாங்க."

மதன் ஓடிப் போய்த் திரும்பி வந்து பின்னால் ஏறிக் கொண்டதும், இவன் புறப்படத் தயாரான போது அம்மா ஓட்டமாய் வந்து...

"சாயங்காலம் வர்றப்போ ஜவ்வரிசி வாங்கிட்டு வா. ஜவ்வரிசி பாயசம்னா கல்யாணிக்கு ரொம்ப இஷ்டம்" என்றாள்.

"சரிம்மா, கதவைச் சாத்திக்கோ." சேதுராமன் சிந்தனையோடு சைக்கிளை மிதித்தான்.

இவளாக இயல்பாக வரவில்லை. அனுப்பப்பட்டிருக்கிறாள். பிரச்சினை முற்றியிருக்க வேண்டும்.

வெங்கட்ராமன் கோபமாய், "புறப்பட்டுப் போடி" என்று சொல்லியிருக்க வேண்டும். ரோஷக்காரி இவள். வந்து விட்டிருக்கிறாள். அப்படித்தான் இருக்க வேண்டும்.

✳ ✳ ✳

அப்படித்தான் இருந்தது.

"என்மேல் தப்பு எதாச்சும் இருந்தா சொல்லுங்கப்பா" என்றாள் கண்களில் நீர் முட்ட, தூணில் சாய்ந்து உட்கார்ந்து முழங்கால்களைக் கட்டிக்கொண்டு.

சற்று தள்ளி, கன்னத்தில் கை வைத்துக் கொண்டு அம்மா உட்கார்ந்திருக்க சிவகாமியை மடியில் கிடத்திக் கொண்டு அதைத் தட்டிக் கொடுத்துத் தூங்கச் செய்து கொண்டிருந்தாள் மாலதி.

ராமநாதன் வெற்றிலையில் சுண்ணாம்பு தடவிக் கொண்டே மௌனமாகக் கேட்டுக் கொண்டிருந்தார். சேதுராமனுக்குப் பரபர என்றிருந்தது. தன் மைத்துனன் மேல் கோபம் பொங்கியது. சே, மனுஷனா அவன் என்ற வெறுப்பு எகிறியது.

"என்ன ஆச்சு கல்யாணி? அவரோட இந்தப் போக்குக்குக் காரணம் என்ன?" என்றாள் அம்மா.

"அதான்ம்மா புரிஞ்சுக்கவே முடியலை. நல்லா அன்பா இருந்தார். எப்போ இந்தச் சனியன் பிடிச்ச குடிப்பழக்கம் சேர்ந்துச்சோ... சுத்தமா மாறிட்டார். எத்தனை தடவை அடி வாங்கிட்டேன் தெரியுமா?"

"ச்சை! அடிக்கிறது மிருக குணம்."

"காரணம் இருந்து அடிச்சாலாவது பரவால்லை அண்ணா. நான் தப்பு செஞ்சாலோ, எதிர்த்துப் பேசினாலோ அடிக்கட்டும், உதைக்கட்டும். உரிமை இருக்கு. அப்போ தொட்டதுக்கெல்லாம் முணுக்குன்னு கோபம் வருது. ஏதாச்சும் சண்டைக்குக் காரணத்தை இவரா தேடறார். சின்ன விஷயத்தைப் பெருசா எடுத்துக்கறார். 'கட்டில்ல பெட்ஷீட் அழுக்காயிடுச்சு கல்யாணி'ன்னு முதல் நாள் சொன்னார். மறுநாள் ராத்திரி நிதானமில்லாம வந்து, 'ஏண்டி பெட்ஷீட் மாத்தலை'ன்னு தலைமுடியைப் பிடிச்சு இழுத்து. நங்கு நங்குன்னு முதுகிலே குத்தினார். சலவையிலேர்ந்து மாத்து பெட்ஷீட் இன்னும் வரலைன்னு நான் கதர்றேன். காதிலே வாங்கிக்க மாட்டேங்கறார். நான் சொன்னது ஒரு உதாரணம். இப்படிச் சின்னச் சின்னதா என் விளக்கத்தைப் புரிஞ்சுக்காமலேயே பல தடவை கோபப்பட்டு அடிச்சி பிரச்சினைகளாக்கிடறார்."

"நிதானத்திலே இருக்கிறப்பவும் அப்படித்தானா?" என்றார் அப்பா.

"அப்போ கையால அடிக்கிறதில்லை. பதிலுக்கு சுருக், சுருக்குன்னு வார்த்தைகள் வந்து விழும். என்னைப் பார்த்தாலே பிடிக்கலைம்மா அவருக்கு. 'ஏண்டி மூதேவி'ன்னுதான் கூப்பிடறார். தனிக் குடித்தனமா வந்துட்டதாலே கண்டிக்கிறதுக்கும் யாரும் இல்லாம இருக்காங்க."

"ஏன் கல்யாணி, நீ உங்க மாமனாரைப் பார்த்துப் பேசினியா?"

"அவர் ஆபீசுக்குப் போன பிறகு ஒரு நாள் போய்ப் பார்த்து நடந்தது எல்லாம் எடுத்துச் சொல்லி அழுதேன். 'அப்படியா நடந்துக்கறான், நான் கூப்பிட்டுக் கண்டிக்கிறேன்ம்மா, அவனுக்குக் கிரக நிலை சரியில்லை. நீ கொஞ்சம் பொறுமையா நடந்துக்கோ'ன்னுட்டார். என் மாமியார் ஆறுதலா ஒரு வார்த்தைக் கூடச் சொல்லலை. தனிக்குடித்தனம்ங்கற பேர்ல நான்தான் அவங்க பிள்ளையைத் தூண்டிவிட்டுப் பிரிச்சுட்டதா ஊர் பூரா சொல்லிக்கிட்டிருக்கிறாங்க அவங்க. என் கஷ்டத்துக்காக நிச்சயமா உள்ளுக்குள்ள சந்தோஷம்தான் அவங்களுக்கு."

"சீச்சி. அப்படி எல்லாம் சொல்லாதே" என்றாள் அம்மா.

"உனக்குத் தெரியாதும்மா அவங்களைப் பத்தி, சொல்லாலேயே சுட்டுப் பொசுக்கிறவெங்க அவங்க."

"அதை விடு கல்யாணி. உன் மாமனார் கூப்பிட்டுக் கண்டிச்சாரா இல்லையா?"

"அதனால வந்த வினைதான் இப்போ நான் இங்கே வந்து நிக்கிறேன். 'என் அப்பாகிட்டே போய் வத்தி வைக்கிறியாடி'ன்னு நேத்து ஒரே ரகளை, நியாயம் கேக்கப் போனியா வீட்டைப் பூட்டிக்கிட்டு எனக்குத் தெரியாம? இதே மாதிரி எத்தனை தடவை எனக்குத் தெரியாம வெளியே போயிருக்கேன்னு வாயிலே இந்த வார்த்தைதான் வர்றதுங்கற விவஸ்தையே இல்லாம, கேக்கக் கூடாததை எல்லாம் கேக்க ஆரம்பிச்சுட்டாரு" என்ற கல்யாணி முழங்கால்களுக்கு நடுவில் தலையைப் புதைத்துக் கொண்டு விம்ம ஆரம்பித்தாள்.

"அழாதே கல்யாணி. பிரச்சினைன்னு வந்துட்டா சந்திச்சுதானே ஆகணும், சொல்லு. ஊருக்குப் போகச் சொல்லி அவர்தான் சொன்னாரா?"

"ஏன் இப்படி என்னைச் சித்ரவதை செய்றிங்க? நான் என்ன தப்பு செஞ்சேன்? எதுக்காக இப்படி என்னை வெறுத்துக் கொடுமைப்படுத்தறிங்க"ன்னு ராத்திரி பூரா அழுதேன். காதிலேயே வாங்கிக்கலை. 'இதான் என் குணம். இஷ்டம்னா இரு. இல்லைன்னா உங்கம்மா வீட்டுக்குப் போ'ன்னார். விஷம் குடிச்சுடுவேன்னேன். 'அதையும் உங்கம்மா, வீட்ல போய்க் குடி'ன்னாரு. எந்த வார்த்தைக்கும் அவர்கிட்டே இப்போ மதிப்பு இல்லை. இரக்கமோ, அன்போ சுத்தமா இல்லை. ஆபிஸ்விட்டு நேரத்துக்கு வர்றதே இல்லை. பத்து மணி, பதினொரு மணின்னு வரவேண்டியது. அதுவும் நிதானமில்லாம, கேட்டா அடி, உதை, தெளிவா இருக்கிறப்போ கேட்டா, ஃப்ரெண்ட்ஸோட சீட்டு விளையாண்டேன்'ங்கறார். என்னால முடிஞ்ச வரைக்கும் எல்லா வகையிலேயும் முயற்சி பண்ணி அவரை மாத்த

முடியாம தோத்துப் போய்ட்டேன். இதமா சொல்லிட்டேன், கத்திப் பார்த்துட்டேன். அப்பாகிட்டே சொல்லிப் பார்த்தேன். அழுது பார்த்தேன். செத்துடுவேன்னும் சொல்லிப் பார்த்தாச்சு, ம்கூம். எதுவும் எடுபடலை. கடைசியாதான் மனசு தாங்காம உங்களுக்கு எழுதினேன். இன்னிக்குக் காலைல எல்லாம் எடுத்து வச்சிக்கிட்டு ஊருக்குப் போறேன்னு சொன்னேன். சந்தோஷம்னு சொல்லிட்டுப் போய்ட்டார். புறப்பட்டு வந்துட்டேன். எனக்கு என்ன பண்றதுன்னே தெரியலை."

கல்யாணி மீண்டும் அழுதாள்.

எல்லோரும் அமைதியாய் இருக்க,

வாசலிலிருந்து பொம்மைத் துப்பாக்கியோடு, "டுமீல் டுமீல்," என்று ஒவ்வொருவரையும் குறி பார்த்து சுட்டுக் கொண்டே ஓடி வந்த மதன் கல்யாணியையப் பார்த்துவிட்டுத் தயக்கமாய்த் தன் அம்மாவிடம் வந்து அவள் காதுக்குள், "அத்தை ஏன்ம்மா அழுவுறாங்க?" என்றான்.

"ஹ. சத்தம் போடாம ரூமுக்குப் போய்ப் படி."

"ஏன் அழுவுறாங்கன்னு சொல்லு."

"மாமா அடிச்சிட்டாராம்."

மதன் நேராய் கல்யாணியிடம் வந்து அவள் முகத்தை நிமிர்த்தி, "அத்தை, அழுவாதீங்க, மாமாவை நான் டுமீல்ன்னு ஷூட் பண்ணிடறேன்" என்றான்.

கன்னங்களைத் துடைத்துக் கொண்டு அவனை அணைத்துக் கொண்டாள்.

"உள்ளே போடா நீ" என்று சேதுராமன் அதட்ட ஏன் அதட்டுகிறார் அப்பா என்று புரியாமல் தயங்கித் தங்கள் அறைக்குப் போனான் அவன்.

✳✳✳

9
அத்தியாயம்

"நாம பேசிக்கிட்டபடி ஞாயித்துக்கிழமை நான் காரைக்குடி போறேன்ப்பா. போய் வெங்கட்ராமனைப் பார்த்துப் பேசறேன்" என்றான் சேதுராமன்.

"என்னப்பா இது, ஜாதகம் பார்த்து, நாலு பேரைக் கேட்டுத்தான் முடிவு செஞ்சோம். இப்படி மாறிப் போவாருன்னு நினைக்கலையே, கல்யாணி சொல்றதை வச்சுப் பார்த்தா யார் பேச்சையும் கேக்க மாட்டார் போலிருக்கேப்பா" என்றார் கவலையாய் ராமநாதன்.

"பார்க்கலாம். முதல்ல என்னதான் சொல்றார்ன்னு தெரிஞ்சுக்கலாமே. அவர் கோபம் என்னன்னே புரியலையே நமக்கு, என்ன சீர் கொறைச்சு செஞ்சிட்டோம். அவங்க கேட்டதிலே ஒரு திருகாணிகூடக் குறைக்காம நிறைவாத்தானே செஞ்சோம்? அதுக்கப்புறமும் இங்கே வந்தப்போ, போனப்போ அவமரியாதையா ஏதாவது நடந்துகிட்டோமா? நம்ம சைடிலே தப்பு என்ன இருக்கு? பேசினாதான் தெரியும். தண்ணிப் பழக்கம் ஒண்ணாலேயே ஒரு மனுஷன் இத்தனை தூரம் பொண்டாட்டிக்கிட்டே நடந்துக்குவான்னு நான் நினைக்கலை. வேற ஏதோ ஒரு பெரிய காரணம் இருக்கணும்."

"வேற எதுவும் இல்லைன்னா."

"உனக்குத் தெரியாம இருக்கலாம் கல்யாணி."

"சேது, என்னப்பா சொல்றே நீ?"

"எனக்கும் புரியலை. ஆனா ஏதோ ஒரு பின்னணி இதிலே இருக்குன்னு என்னால நிச்சயமா சொல்ல முடியுது. பேசிடுவோமே. நேர்ல போய்ட்டு வந்தாதான் சரியா வரும். உள்ளுக்குள்ளே எனக்கு வெட்டிப் போட்டுடலாமான்னு ஆத்திரம் வருது. என்ன பண்றது? பொண்ணைக் கொடுத்தவங்களாச்சே! வாழ்க்கையாச்சே! நிதானமாத்தான் சிக்கலைத் தீர்த்தாகணும். கல்யாணி, நீ எதையும் எங்கிட்டே மறைக்கலையே?"

"என்னண்ணா இப்படிக் கேக்கறே? நம்ம வீட்ல நான் எதை மறைக்கணும்? நடந்ததைத்தான் நான் சொல்றேன்."

"சரி. எல்லாரும் படுத்துக்கப் போங்க, இதையே நினைச்சு கலங்கிட்டிருக்க வேணாம். எல்லாம் சரியாப் போய்டும். கல்யாணி, முதல்ல நீதான் தைரியமா இருக்கணும். எவ்வளவோ பிரச்சினைகள் இருக்கு. தீர்த்துடலாம். படுத்துக்கப் போ" என்று எழுந்தான் சேதுராமன்.

✳ ✳ ✳

கட்டிலில் விட்டத்தைப் பார்த்துக் கொண்டு விழித்திருந்தான்.

"தூங்கலையா?" என்றாள் மாலதி புஜத்தைத் தொட்டு.

"எப்படி வரும் மாலதி? சங்கடமா இருக்கு. இப்படி ராட்சசத்தனமாவா ஒருத்தன் நடந்துக்குவான்? ச்சே! அது என்ன மனசு?"

"நான் ஏதாச்சும் சொன்னா, நீங்க கோபப்படுவிங்க, வேணாம்."

"என்ன, சொல்லு."

"உங்க தங்கச்சி இவ்வளவு தூரம் சொன்னாளே. இவ பக்கம் எதுவுமே தப்பில்லாத மாதிரி சொன்னா. ஒரு ஆம்பளைக்கு

இவ்வளவு கோபம் இருந்தாப்பல இருந்து வருதுன்னா காரணம் இருக்காதா? ஒரு விஷயமும் இல்லாம போட்டு அடிக்கிறத்துக்கு அவரென்ன பைத்தியமா?"

"என்ன சொல்றே நீ?"

"பார்த்திங்களா, கத்தறிங்க. என் மனசிலேபட்டதைச் சொல்றேன். உங்க தங்கச்சி எதையோ நம்மகிட்டே மறைக்கிறா."

"சேச்சே" என்றான்.

"நீங்க போய்க் கேக்கத்தானே போறீங்க? உங்க மச்சான் சொல்வார். அப்போ என்னை நினைச்சுக்குங்க, நான் எது சொன்னாலும் உங்களுக்குக் குத்தலாதான் படும். என்னமோ நடந்திருக்கு."

என்ற மாலதியை, யோசனையாகப் பார்த்தான் சேதுராமன்.

அலாரம் டைம்பீசின் வேலையைக் காக்கைகள் செய்து கொண்டிருந்தன. செடிகள் புதிதாகப் பூத்திருந்தன. பூமியில் உறுத்தாத உஷ்ணம் பரவிக் கொண்டிருந்தது.

தன் போர்ஷனை ஒட்டி இருந்த மொட்டை மாடியில் பெட்ஷீட்டை இரண்டாக மடித்துப் போட்டு அமர்ந்து கைலாசம் புல்லாங்குழல் வாசித்துக் கொண்டிருந்தார்.

ராதிகா தோளில் சார்த்தி எடுத்து வந்த ஈரத் துணிகளை மொட்டை மாடியில் குறுக்கில் கட்டியிருந்த கயிற்றில் ஒவ்வொன்றாய்ப் போட்டு க்ளிப் பொருத்திக் கொண்டே, "என்னப்பா, இன்னிக்கு ரொம்ப சீக்கிரமே எழுந்திட்டிங்க போலிருக்கே. தோளொல்லாம் வேர்த்துப் போச்சு. வெயில் ஏறிக்கிட்டிருக்கு போதுமேப்பா. உள்ளே போய் துடைச்சுக்கங்க" என்றாள்.

"நாளைக்குச் சாயங்காலம் ஒரு கல்யாண ரிசப்ஷன்ம்மா, சினிமா பாட்டும் வாசிக்கச் சொல்வாங்க, கர்நாடக சங்கீதத்தைத் தவிர வேற எந்த சாக்கடைப் பாட்டையும் என் புல்லாங்குழல்

வாசிக்காதுன்னு உறுதியா நிக்க முடியலையேம்மா. என்ன பண்றது."

"இங்கே யார் கிட்டேயோ சொல்லியிருக்கேன்னு சொன்னிங்களே. என்னாச்சுப்பா அந்த வேலை?"

"அது... சரியா வராதும்மா."

"ஏன்ப்பா?"

"வந்து... கம்பெனியோட வரவேற்பாளர் வேலையாம் அது."

"அதனாலென்னப்பா?"

கைலாசம் வேறு பக்கம் பார்த்துக் கொண்டு, "உன்னைப் பத்திச் சொன்னதும், 'சரியா வராது சார். ஒரு வரவேற்பாளர் மங்களகரமா இருக்கணும் சார் எங்களுக்கு'ன்னு சொல்லிட்டார். இதை உன்கிட்டே சொல்றதுக்குத் தயங்கிட்டுத்தான் நான் சொல்லலை. என்னை விடாப்பிடியா சொல்ல வச்சிட்..." என்று திரும்பியவர் அங்கே அவள் இல்லாததை உணர்ந்து நிறுத்தினார்.

ராதிகா நேராய் உள்ளறைக்கு வந்து கட்டிலில் சாய்ந்துக் கொண்டு, கண்ணீர் திமிறும் விழிகளுடன் எதிரே சுவரில் பிளாஸ்டிக் மாலையணிந்திருந்த ராகவனின் புகைப்படுத்தைப் பார்த்தாள்.

"ஏங்க, உங்களைத்தான்."

"எங்களைத்தான். என்ன?"

"சொல்வேன். கோவிச்சுக்கக் கூடாது."

"கோவிச்சுக்காத மாதிரி சொல்லேன்."

"இப்படிப் பேசினா நான் சொல்ல மாட்டேன்"

"சரி, சொல்லு, கோவிச்சுக்கலை."

"நாம ரெண்டு பேரு, உங்கப்பா, அம்மா, ரொம்பச் சின்னக் குடும்பம் நம்மோடது. காலையிலே பத்து மணிக்குள்ளே எல்லா வேலையும் முடிஞ்சு போய்டுது."

"புரியுது, குடும்பம் பெரிசாகணும்னு சொல்றே."

"ஐயோ, ஐயோ, முழுசாக் கேளுங்களேன். வீட்ல ரொம்ப போரடிக்குது. சாயங்காலம் நீங்க வர்ற வரைக்கும் உருப்படியா எதுவும் செய்றதில்லை. படிக்கிறேன். தூங்கறேன்."

"நேரா வா ராதிகா"

"போடி போடி பைத்தியம். பொழுதைப் போக்கறத்துக்காக வேலைக்குப் போறது மகா தப்பு. நியாயமில்லாதது."

"வருமானமும் வருதே"

"அசடு மாதிரி பேசாதே. எங்கள்ல பொண்டாட்டியை வேலைக்கு அனுப்பறதைக் கேவலமா நினைப்போம். ரெண்டாவது, நம்ம குடும்பத்தோட தேவைகளுக்கு என் சம்பாத்யம் போதும். நான் ஒருத்தன் உழைக்கிறது போதும்!"

"யோசனை பண்ணிச் சொல்லுங்க."

"யோசனையே இல்லை இதிலே. என் உடம்பிலே உயிர் இருக்கிற வரைக்கும் உன்னைச் சம்பாதிக்கிறத்துக்காக வேலைக்கு அனுப்ப சம்மதிக்க மாட்டேன். அதுக்கு அவசியமும் வராது."

உடம்பில் உயிர் இருக்கிற வரைக்கும்!

வாஸ்தவம். அதற்கு அவசியமே வரவில்லைதான்.

ஆனால்... இப்போது?

காற்றில் பிளாஸ்டிக் மாலை அசைந்தது.

'என்னை மன்னிச்சுடு ராதிகா!'

காதுக்குள் வார்த்தைகள் ஒலித்துக் கொண்டிருக்க, புறங்கையால் விழிகளைத் துடைத்துக் கொண்டு எழுந்த ராதிகா புடவை மாற்றிக் கொண்டாள்.

கைலாசம் தனது அங்கவஸ்திரத்தை மேஜை மேல் வைத்து அயர்ன் செய்து கொண்டிருந்தார்.

"நான் செஞ்சு வைக்க மாட்டேனாப்பா? நீங்க ஏன் சிரமப்படறீங்க?"

"பரவால்லைம்மா, ரெண்டு பேர்தான்னாலும் வேலைக்கென்ன குறைச்சல் நம்ம வீட்டிலே? பாட்டு கிளாஸ் புறப்பட்டுட்டியா?"

"ஆமாம்ப்பா" என்று அலமாரியிலிருந்து பாட்டு நோட்டு எடுத்துக் கொண்டு, வேஸ்ட் துணிப் பீஸில் முடிச்சிட்ட ஒரு புது ஜாக்கெட்டை எடுத்து வந்து அவருக்கருகில் வைத்து, "ஜெயந்தின்னு ஒரு பொண்ணு வரும். இந்த ஜாக்கெட்டைக் கொடுத்துடுங்க. அவளா பணம் தந்தா வாங்கிக்கங்க. நீங்களா கேக்க வேணாம்" என்று குடை எடுத்துக் கொண்டு செருப்பணிந்துக் கொண்டாள்.

மரப்படிகளில் இரண்டு படிகள் இறங்கி, திரும்பி, "அப்பா மணி ஏழு கூட இன்னும் ஆகலை. எட்டரைக்கெல்லாம் வந்துடறேன். அதுக்குள்ளே பசிச்சா, தோசைதான் இன்னிக்கு, ஊத்திச் சாப்பிடுங்க, வர்றேன்."

கீழே இறங்கி வந்தபோது கல்யாணியையப் பார்த்தாள்.

"அட எப்ப வந்திங்க நீங்க?"

"நேத்துக் காலையிலே வந்தேன்" என்றாள் தலை பின்னிக் கொண்டிருந்த கல்யாணி,

"செளக்கியமா இருக்கிங்களா?"

"அவர் வந்திருக்காரா?"

"இல்லை. நான் மட்டும்தான் வந்தேன்."

"எதுவும் விசேஷம் உண்டா?"

"அதான் குறைச்சல். என் கதை அப்புறம் சொல்றேன். நீங்க எப்படி இருக்கிங்க ராதிகா? பாட்டு கிளாஸ் – தையல்ன்னு பொழுது ஓடிடுதா?"

"ஓடிட்டா பரவால்லையே... ஒரு நிரந்தர வருமானத்துக்கு ஒரு வழி இன்னும் அமையலை. வரட்டுமா? அப்புறம் பேசுவோம். கிளாஸ் எடுத்துட்டு வந்துடறேன்."

ராதிகா வீட்டு வாசலில் இறங்கினாள். நடமாடும் காய்கறி வண்டி நின்றிருக்க, தலையில் ஈரம் இழுக்கத் துண்டு

கட்டியிருந்த மாலதி பிளாஸ்டிக் கூடையை வைத்துக் கொண்டு வண்டிக்காரனுடன் சரிக்குச் சரி பேரம் பேசிக் கொண்டிருந்தாள்.

"வாங்கிட்டிங்களா?" என்றாள் ராதிகா.

"வாங்கிட்டேன் அநியாயமா சொல்றான்."

"ஒரு உதவி செய்ங்களேன் எனக்கு. திரும்ப மாடிக்குப் போகணும். எனக்காகக் கால் கிலோ தக்காளி மட்டும் வாங்கி தனியா வைங்க. கிளாஸ் போய்ட்டு வந்து காசு எடுத்துத் தர்றேன்."

வேண்டா வெறுப்பாக, "சரி" என்றாள் மாலதி.

ராதிகா அந்தச் சின்ன சந்தில் நடந்து முக்கிய சாலைக்கு வந்து குடை விரித்துக் கொண்டு, பக்கச் சுவர்களில் புதிதாக ஒட்டப்பட்டிருக்கும் சினிமா போஸ்டர்களைப் பார்த்துக்கொண்டே நடந்தாள். ஒரு மார்னிங் ஷோ மலையாளப் படத்தின் போஸ்டரைப் பார்த்து சட்டென்று முகத்தைத் திருப்பிக் கொண்டு வேகமாய் நடக்க... நெஞ்சம் சற்று வேகமாய் இயங்கியது.

முதுகில் அந்த ஸ்கூட்டர் சப்தத்தை உணர்ந்தாள்.

அவன்தான். இடியய், ஒரு நாள் விடாமல் இதேப் போலப் பின்னால் வருகிறான். ஸ்கூட்டரில் இத்தனை மெதுவாக யாருமே ஓட்ட மாட்டார்கள். இவன் ஓட்டுவான். பஸ் ஸ்டாப்பில் காத்திருக்கும்போது உடனே எதிர் சைட் பெட்டிக் கடையில் வண்டியை நிறுத்தி சிகரெட் பற்ற வைத்துக் கொண்டு அங்கிருந்து பார்வையில் சுடுகிறான்.

பஸ்ஸில் ஏறின பிறகும் விடுவதில்லை. பஸ்சின் பின்னேயே ஸ்கூட்டர் வரும். ஜன்னலோர சீட்டில் ராதிகா அமர்ந்திருந்தால்... அப்போது ஸ்கூட்டர் பஸ்சிற்கு இணையாக - அவளது ஜன்னலுக்கு நேர் கீழே தொடரும். அவ்வப்போது புருவம் உயர்த்தி ஒரு பார்வை. தேவையில்லாமல் ஹார்ன்.

இறங்கி உஷாவின் வீட்டிற்கு நடக்கும் போதும் மெதுவான வேகத்தில் ஸ்கூட்டர். கிளாஸ் எடுத்து முடித்துத் திரும்பும் போது... மறுபடி தொடரல், தாடியும், மீசையும் கசாமுசாவென்று ஒரு டி ஷர்ட்டும், முரட்டுத் துணியில் பாண்டுமாய் அவன்.

ராதிகாவுக்கு அவனை என்ன செய்வதென்றே தெரியவில்லை. ஒரு முறை து என்று துப்பியாயிற்று. "மிஸ்டர், ஏன் என் பின்னாலே வர்றே" என்று காரமாய்க் கேட்டு "நோ மேடம் - நான் உங்க பின்னால வரலை. நீங்கதான் என் முன்னால போறீங்க" என்று இடக்குப் பதில் பெற்றாயிற்று, ஒரு தனிமையான வளைவில் செருப்பையும் கழற்றிக் காட்டியாயிற்று. "என்ன ஒரு வார் அறுந்திருக்கு? வேற புதுசா வாங்கித் தரட்டுமா?" என்றவனுக்கு, "பாஸ்டர்ட்" என்று சொல்லத் தகாததையும் சொல்லியாயிற்று.

ம்கூம். அவன் தொடரலை நிறுத்தவேயில்லை.

ராதிகாவுக்கு அந்த ஸ்கூட்டர் சப்தம் கேட்கும் போதெல்லாம் பக் என்றிருக்கும். காரணமில்லாமல் தன் கணவன் மேல் கோபம் வரும். நீங்கள் இருந்திருந்தால் எனக்கு இப்படி தினம் வெளியே வர வேண்டிய அவசியமும் இல்லை. இந்த மாதிரி அவமானங்களும் இல்லை. ஏன் என்னைவிட்டுப் போனீர்கள்? எல்லா அசிங்கங்களையும் சந்தித்துக்கொள் என்று என்னை நிராதரவாய் ஏன் தவிக்க விட்டீர்கள்? இதை... இந்தப் பிரச்சினையை நான் அப்பாவிடம் எப்படிச் சொல்வேன்? ஆத்திரப்படுவார். 'இனிமேல் நீ வெளியே போக வேண்டாம்' என்பார். சரி என்று நானும் சம்மதித்தால் சமையல்கட்டின் டப்பாக்கள் எல்லாம் காற்று மட்டும்தான் வைத்திருக்கும். முரளி பக்குவப்படாத பையன், புரிய வைத்துப் பேசி அவனைச் சமாளிக்க முடிந்தது. இவன் - முரடன் என்று முகத்தில் முத்திரை குத்திக் கொண்டிருக்கிறவன். இவனை எப்படித்தான் சமாளிக்கப் போகிறேன்? 'ச்சே, ராகவன், உங்களோடு நானும் செத்திருக்கலாம்' என்று உள்ளுக்குள் குமுறுவாள்.

ராதிகா டவுன் பஸ் ஸ்டாப்பில் காத்திருக்க... எதிர்ப்புறம் அவனும் எஞ்சின் ஓடிக் கொண்டிருக்கும் ஸ்கூட்டரில் அமர்ந்து, சிகரெட் புகை விடுவித்துக் கொண்டு இவளையே குறுகுறுவென்று பார்த்துக் கொண்டிருக்க ராதிகா முந்தானையைத் தோள் வழியாகப் போர்த்திக் கொண்டு பற்களை அழுத்தமாகக்

கடித்துக் கொண்டு, 'வந்து தொலையேன்' என்று பஸ் வரும் திசையைப் பார்த்தாள்.

சற்று நேரத்தில் பஸ் வர ஏறிக் கொண்டாள். அமர்ந்தாள். இங்... கீங்... என்று ஹாரன் அடித்துக் கொண்டு அந்த ஸ்கூட்டர் பஸ் பின்னாலேயே வந்துக் கொண்டிருந்தது.

இந்தப் பிரச்சினைக்கு ஒரு முடிவு எடுத்தாக வேண்டும். போலீஸ் ஸ்டேஷன் போகலாமா என்று யோசித்தாள். அப்புறம் கோர்ட்டுக்கெல்லாம் போக வேண்டும். அவனுக்கு ஏதாவது தண்டனை கிடைத்து, அதனால் மேலும் ஆத்திரமடைந்து ரொம்ப மூர்க்கமாக அவன் ஏதாவது செய்துவிட்டால்...

தனது ஸ்டாப்பில் இறங்கிக் கொண்டு அந்தச் சாலையிலிருந்து பிரிந்து ஒரு குடியிருப்புப் பகுதியை நோக்கிச் சென்ற கிளைப் பாதையில் நடக்க ஆரம்பித்தாள். இடைவெளிவிட்டு அந்த ஸ்கூட்டரும் தொடர்ந்தது.

அந்தச் சாலை – அந்தக் காலையில் அமைதியாய் இவர்களைத் தவிர வேறு யாருமே இல்லாமல் தனிமையாய் இருக்க விரைவாய் நடந்த ராதிகாவை வேகமாக நெருங்கி அவளுக்கு அருகே ஸ்கூட்டரை நிறுத்தி, "ராதிகா" என்றான்.

நின்று அக்னியாய் முறைத்தாள்.

"முறைக்காதே, இங்க பாரு. உன்மேல எவ்வளவு இஷ்டம் இருந்தா தினம் உன்னைப் பார்க்கிறதுக்காகவே ரெண்டு லிட்டர் பெட்ரோல் செலவு செய்வேன். உன்னைப்பத்தி, உன் குடும்பத்தைப்பத்தி எல்லாம் தெரியும். எவ்வளவு கஷ்டப்படறீங்கன்னும் தெரியும். 'ம்'னு சொல்லு. உன்னை மகாராணி மாதிரி வச்சிக்கிறேன்."

"வெக்கமா இல்ல உனக்கு? தனியாப் போற ஒரு பொண்ணுகிட்டே இப்படி ரௌடித்தனம் பண்றியே... ச்சீ. உனக்கு அக்கா யாரும் இல்லை?"

"இல்லையே... இப்ப நான் என்ன ரௌடித்தனம் பண்ணிட்டேன்? உன் கையைப் பிடிச்சு இழுத்தேனா?"

"ப்ளீஸ் போய்டு. என் வாழ்க்கையிலே குறுக்கிடாதே. யாராச்சும் பார்த்தா என்னை எவ்வளவு தப்பா நினைப்பாங்க? ப்ளீஸ்..." என்றபோதே குரல் கம்மியது.

விருட் என்று நடக்க ஆரம்பித்தாள் ராதிகா.

"அப்படியா? அவ்வளவு பெரிய பத்தினியா நீ? சரி. உன்னை எப்படி டீல் பண்றதுன்னு நான் பார்த்துக்கறேன்" என்றுவிட்டு ஸ்கூட்டரைத் திருப்பிக் கொண்டு சென்று மறைந்தான் அவன்.

உதடுகளைக் கடித்துக் கொண்டு விம்மலைத் தடுக்க முயன்றாள் ராதிகா, எதிரே ஒரு கார் வேகமாக வர, அழுகையை விழுங்கிச் சுதாரித்துக் கொண்டு நடந்தாள். குறிப்பிட்ட அந்த வீட்டை அடைந்து காலிங்பெல்லை அழுத்த, உஷா என்றாள்.

"இதோ வந்துட்டேன் டீச்சர்" என்று பாவாடை, சட்டையில் வந்த உஷா கதவைத் திறந்தாள். ஹாலில் பாய் விரித்து ஹார்மோனியப் பெட்டி தயாராக இருந்தது.

கிளாஸ் முடிவதற்கு முன் நாலு தடவையாவது உஷா கேட்டு விட்டாள், "ஏன் ஒரு மாதிரியா இருக்கிங்க டீச்சர்?" என்று.

புறப்படும் முன், "ஏன் உஷா, உன்கிட்டே சைக்கிள் இருக்குதில்லே?"

"ஆமாம்."

"காலையிலே நீ எங்க வீட்டுக்கு வந்துடறியா பாட்டுக்கு? நான் பஸ் பிடிச்சு வந்து போறது கொஞ்சம் கஷ்டமா இருக்கும்மா."

"எங்கம்மாகிட்டே கேக்கறேன் டீச்சர். ஆனா அவங்க சம்மதிக்க மாட்டாங்க. ஸ்கூலுக்குத் தனியா போய்ட்டு வர்றதுக்கே அவங்க பயந்துகிட்டு அனுப்பறாங்க... காலிப் பசங்க பெருகிட்டாங்கன்னு அம்மா சொல்வாங்க. கேக்கறேன்."

✳ ✳ ✳

10

அத்தியாயம்

ராதிகா புறப்பட்டு செருப்பணிந்துக் கொண்டு உஷாவின் வீட்டைவிட்டு வெளியேறும் போது... அந்த வீட்டுக்கு எதிர் வீட்டின் வாசலில் குந்தி அமர்ந்து பைக்கைத் துடைத்துக் கொண்டிருந்தவனைக் கண்டாள்.

துடைத்துவிட்டு நிமிர்ந்த பனியன் அணிந்த எல்.ஜி.சி டெவலப்மெண்ட் ஆபீஸர் சரவணகுமார் ராதிகாவைப் பார்த்து உடனே நினைவுபடுத்திக் கொண்டு, "ஹலோ... மேடம்... நீங்க எங்கே இப்படி?" என்றான்.

"இந்த வீட்ல இருக்கிற பொண்ணுக்குப் பாட்டுச் சொல்லித் தர்றேன் நான். அதுக்காக வந்தேன். இதான் உங்க வீடா?"

"ஆமாம். மூணு நாள்தான் ஆச்சு இங்கே குடி வந்து, உள்ளே வாங்களேன். ஒரு காபி சாப்பிட்டுட்டுப் போகலாம்" என்றான் சரவணகுமார் புன்னகையுடன்.

வீட்டிற்குள் அழைத்த சரவணகுமாரைப் பார்த்தாள் ராதிகா.

"இல்லை. பரவால்லை. நான் வர்றேன்."

"ஒரு நிமிஷம், காப்பி சாப்பிட மட்டும் அழைக்கலை, இன்னொரு விஷயமும் பேசணும். ஜஸ்ட் பைவ் மினிட்ஸ், வாங்க, உள்ளே என் தங்கை இருக்கா, மீனா..." என்றான் உள்பக்கம் திரும்பி.

வீட்டின் உள்ளே இருந்து கைகளில் ஸ்கிப்பிங் கயிறுடன் வந்த தாவணி அணிந்த, கழுத்தெல்லாம் வியர்த்த மீனா வந்து, "என்னண்ணா?" என்று ராதிகாவைப் பார்த்து, "ஹலோ நீங்க, எதிர்த்த வீட்டுக்கு வர்ற பாட்டு டீச்சர் இல்லே?" என்றாள் உற்சாகமாய்.

"ஆமாம்" என்றாள்.

"மீனா, அவங்களை உள்ளே அழைச்சுட்டுப் போ."

"வாங்க மேடம்" என்று வந்து இயல்பாய்க் கையைப் பிடித்தாள் மீனா. அவளோடு நடந்து, செருப்புகளை விலக்கி வெல்கம் சொன்ன பாசி மணிகளைத் தலையில் உரசிக் கொண்டு உள்ளே வந்து தயக்கமாய் நின்றாள் ராதிகா.

சரவணகுமார் உள்ளே வந்து சோபாவில் இருந்த சகல பொருட்களையும் அள்ளி ஒரு நாற்காலியில் போட்டுவிட்டு, மேல் துண்டால் சோபாவைத் துடைத்துவிட்டு, "உக்காருங்க, ஒரு நிமிஷம்" என்று அருகில் இருந்த அறைக்குள் சென்றான்.

துருதுருவென்று இவளையே பார்த்த மீனாவை, "என்ன படிக்கிறே?" என்றாள் ராதிகா.

"படிக்கலை. ப்ளஸ் டூவோட நிறுத்திட்டேன்."

"ஏம்மா, மேலே படிக்கலை?"

"இல்லை. எதைப் படிச்சாலும் பத்து நிமிஷத்துக்கு மேலே படிக்க முடியாது என்னால. ஒரு தலைவலி வந்துடும். சுத்தியால் பொட்ல தட்ற மாதிரி இருக்கும். எத்தனையோ டாக்டரைப் பார்த்தாச்சு, சரியா வரலை. படிப்பை விட்டுட்டேன்" என்பதைச் சிரித்துக் கொண்டே சொன்ன மீனாவை 'அடடா' என்று பார்த்தாள் ராதிகா.

சுவரில் பிரேம் போட்டு இருந்த ஓவியத்தைப் பார்த்தாள்.

"அது நான் வரைஞ்சது" என்றாள் மீனா.

"பரவால்லையே... நல்லா இருக்கே..."

"தலைவலிக்கு முன்னால மூணு வருஷம் முந்தி வரைஞ்சது."

அறையைத் திறந்துக் கொண்டு, அணிந்த சட்டையின் முழுக்கைகளின் முனைகளைப் புரட்டி மடக்கிக் கொண்டே வெளிப்பட்ட சரவணகுமார், "மீனா, அவங்களுக்கு எதுவும் கொடுக்கலையா?" என்றான்.

"இதோ, என்ன சாப்பிடறீங்க? காபி, பால், பூஸ்ட்"

"எதுவும் வேணாம்."

"ம்கூம். ஏதாவது சாப்பிடணும், நீங்க செலக்ட் பண்றீங்களா? நானே செலக்ட் பண்ணிக் கொண்டாரவா?"

"ஓகே, காஃபி."

மீனா உள்ளேப் போனதும் சரவணகுமார் அவளுக்கு எதிரில் சுவரில் ஒற்றைக் காலை மடக்கி உதைத்துக் கொண்டு நின்று, "மேடம், இங்கே நாங்க குடி வந்ததுமே கேள்விப்பட்டோம். எதிர் வீட்டுக்குப் பாட்டுச் சொல்லித் தர ஒரு டீச்சர் வர்றாங்கன்னு. அது நீங்கன்னு எனக்குத் தெரியாது. மீனாவுக்கு பாட்டிலே இன்ட்ரஸ்ட் உண்டு. சந்தர்ப்பம் அமையாததாவே கத்துக்க ஏற்பாடு பண்ண முடியலை. மீனாவுக்கும் நீங்க க்ளாஸ் எடுக்கலாமா?"

"அது... வந்து... என் வீட்லேர்ந்து பஸ் ஏறி இவ்வளவு தூரம் வந்துட்டுப் போறது எனக்கு சிரமமா இருக்கு. அந்தப் பொண்ணு உஷாவைக் கூட என் வீட்டுக்கு வர முடியுமா பாருன்னு கேட்டுருக்கேன் நான்."

"ஐசீ... உண்மைதான், தூரம்தான். பஸ் ஸ்டாப்பிலேர்ந்து இங்கே கொஞ்சம் உள்ளே நடந்து வேற வரணும். அந்தப் பொண்ணு என்ன சொல்லிச்சு?"

"அம்மாவைக் கேக்கறேன்னு சொல்லிருக்கு. அந்தப் பொண்ணால அங்கே வர முடியலைன்னா இந்த டியூஷனையே நிறுத்திக்கலாம்னு இருக்கேன் சார்."

"ரைட் அப்போ இப்படிச் செய்யலாம். உங்க வீடு இருக்கிற தெருவுக்கு மூணாவது தெருவிலே முதல் கட்டிடத்திலே எனக்குன்னு ஒரு சின்ன போர்ஷனை வாடகைக்கு எடுத்திருக்கேன். ஆபீஸா உபயோகிக்கிறேன். பத்து மணிக்கு மேல்தான் அங்கே எனக்கு வேலை. அது வரைக்கும் சும்மாதான் இருக்கும் அது. காலையிலே எத்தனை மணிக்கு உங்களுக்கு வசதிப்படும்."

"ஆறரையிலேர்ந்து ஏழரை."

"அந்த டயத்துக்கு நான் என் சிஸ்டரை அங்கே அழைச்சுட்டு வந்துடறேன். என்கிட்டே பைக் இருக்கு. காலையிலே சிலரைப் பார்க்க வேண்டியிருக்கும் எனக்கு. என் வேலைகளை முடிச்சுட்டுத் திரும்ப அவளை நான் அழைச்சுட்டுப் போயிடறேன். என்ன சொல்றிங்க"

"யோசிச்சுச் சொல்றேன் சார்."

"தாராளமா."

"என் வீட்டுக்கே கொண்டாந்து விட முடியாதா?"

"ஒண்ணும் ஆட்சேபனை இல்லை. நான் சொல்ற என் ஆபீஸ் இருக்கிற இடம் தனிமையா, அமைதியா இருக்கும். நீங்க அதே நேரத்துக்கு இன்னும் ரெண்டு, மூணு பேரைக் கூட அங்கே வரச் சொல்லலாம். உங்க வீட்லன்னா அது உங்களுக்கும் கொஞ்சம் அசௌகரியம், வீட்டுக்காரங்களுக்கும் அசௌகரியமில்லையா? அதையெல்லாம் நினைச்சுத்தான் சொன்னேன் நான். யோசனை பண்ணிச் சொல்லுங்க, ஒண்ணும் அவசரமில்லை."

மீனா ஒரு தட்டில் காபி டம்ளரோடு வந்து நீட்டினாள். டம்ளரை எடுத்துக் கொண்டே, "ம்யூசிக்ல இன்ட்ரெஸ்ட் உண்டா?" என்றாள் ராதிகா.

"ஆமாம் மேடம்"

"டீச்சர்ன்னு சொல்லு மீனா. இவங்கதான் உனக்கும் சொல்லித் தரப் போறாங்க."

"அப்படியா, எப்பலேர்ந்து வர்றிங்க டீச்சர்?"

"இல்லை மீனா. வேற அரேஞ்ஜ்மென்ட். அவங்க வர்றதிலே அசௌகரியம் இருக்கு. வேற சஜஸ்ட் பண்ணிருக்கேன். யோசிச்சுச் சொல்வாங்க."

ராதிகா காஃபி பருகிக் கொண்டே, "எங்கே உன் குரலைப் பார்ப்போம். ஏதாச்சும் பாடு பார்க்கலாம்."

"வேணாம் டீச்சர்."

"ஏன்ம்மா?"

"சினிமா பாட்டுதான் தெரியும் எனக்கு"

"தெரிஞ்சதைப் பாடு. குரலைக் கேக்கத்தானே பாடச் சொல்றேன்."

"கண்ணைத் தொறக்கணும் சாமி" என்று ரெண்டு வரி வசனம் போலப் பாடிவிட்டு, "அவ்வளவுதான் தெரியும்" என்று முகத்தைப் பொத்திக் கொண்டாள்.

"ஏன், நல்லாதான் பாடறே, குரல்ல பாவம் இருக்கு, பாட்டு நல்லா வரும்மா உனக்கு. சின்சியரா கத்துக்கிற ஆர்வம் இருக்கா? இல்லை பொண்ணு பார்க்க வர்றப்போ பாடிக் காட்றதுக்காகக் கத்துக்க நினைக்கிறியா?" என்று நிமிர்ந்த ராதிகா மீனாவின் கண்களில் நீர்ப் படலத்தைப் பார்த்துத் திடுக்கிட்டாள்.

"என்னம்மா இது? ஏன் கலங்கறே? நான் கேட்டதுக்காகவா?"

மீனா பதில் சொல்லாமல் உதட்டைக் கடித்து விம்மலைத் தடுத்துக் கொண்டு சட்டென்று உள்ளே சென்றுவிட, புரியாமல் சரவணகுமாரைப் பார்த்தாள்.

"உங்க சிஸ்டர் ரொம்ப செ
ன்சிடிவ் டைப்ன்னு நினைக்கிறேன். நான் அவளைப் புண்படுத்தற மாதிரி..."

"நோ. அதெல்லாம் ஒண்ணுமில்லைங்க."

"பின்னே ஏன் இப்படி?"

"கல்யாணம்னு பேச்சை எடுத்திங்க இல்லையா?"

"அதனாலென்ன?"

சரவணகுமார் வேறு திசையில் பார்த்துக் கொண்டு, "மீனாவுக்கு பத்தொன்பது வயசாகுது... ஆனா... இன்னும் அவ ஃபிசிகலி மெச்சூர் ஆகலை. அதனாலே."

"ஓ! ஐயாம் ஸாரி" என்றாள் அவசரமாக.

அமைதி.

உள்ளே போன மீனாவைக் தேடிப் போய்ப் பார்ப்பதா? அனேகமாய் அழுது கொண்டிருப்பாள். என்னவென்று ஆறுதல் சொல்வது? ராதிகா தர்ம சங்கடமாய் உணர்ந்தாள். எழுந்து கொண்டாள்.

"நான் வர்றேங்க. உங்க தங்கைகிட்டே சொல்லிடுங்க" என்றுவிட்டு வேகமாக வெளியேறி சாலையில் பஸ் ஸ்டாப் நோக்கி நடந்தாள்.

மனது கனமாக இருந்தது. ச்சை! என்ன பெண் ஜென்மம் இது! பருவம் அடைந்தவளுக்கு சமுதாயத்தில் ஆயிரமாயிரம் பிரச்சினைகள் காத்திருக்கின்றன. ஆனாலும் அந்த இயற்கையான நிகழ்ச்சி நிகழாமல் போனாலும் பெரிய பிரச்சினை அது! எத்தனை துறுதுறுப்பான, ஆர்வமான பெண்!

மீனாவின் நினைவில் ஸ்கூட்டர்காரன் நினைவிலிருந்து மறந்து போனான். அவனின் தொந்தரவும் இல்லை. பஸ் ஏறி வீட்டிற்கு வந்த பின்... அடுப்பில் தோசை ஊற்றிய போது. தோசைக்குள் மீனாதான் தெரிந்தாள். 'புவர் கர்ள்!'

✻✻✻

11

அத்தியாயம்

சேதுராமன் காரைக்குடியில் இறங்கி ரிக்ஷா பிடித்துக் கொண்டு வெங்கட்ராமனின் வீட்டுக்குச் செல்லும் வழியில் ஆப்பிள்கள் வாங்கிப் பையில் வைத்துக் கொண்டான்.

என்ன பேசுவது, பிரச்சினையை எப்படி ஆரம்பிப்பது என்று மனதில் ஒத்திகை பார்த்துக் கொண்டான், வலிக்காத வார்த்தைகளாக உபயோகிக்க வேண்டும். தவறியும் முள் வார்த்தைகள் வந்துவிடக்கூடாது. என்ன செய்வது? இது வாழ்க்கைப் பிரச்சினை. பெண்ணின் வாழ்க்கை, முள்ளில் சிக்கின சேலைப் பிரச்சினை. கோபம் கூடாது. ஆத்திரம் ஒத்துவராது. சேலை வேண்டுமே முழுதாக. நடிகைகளின் இல்லறமல்ல இது – உடனே வக்கீலைப் பார்த்து சூட் போட, சட்டம் கூட திருமணத்திற்கு எளிதான முறைகளும் – விவாகரத்திற்குக் கடுமையான முறைகளும்தானே வைத்திருக்கின்றன?

சேதுராமன் தன் தூது முயற்சிக்கு மனசுக்குள் நியாயம் கற்பித்துக் கொண்டே வந்தான். வெங்கட் ராமனின் வீடு வர... கிரீச் என்று நின்றது ரிக்ஷா. இறங்கிப் பணம் கொடுத்துவிட்டு பையை எடுத்துக் கொண்டு திரும்பிய போதுதான் கதவில் பூட்டைக் கவனித்தான்.

ஞாயிற்றுக் கிழமைதானே இன்று! ஆபீசும் இல்லை, எங்கே போனார்? சற்றுத் தடுமாறினான்.

பக்கத்து வீட்டில் சாவி கொடுத்துவிட்டுச் சென்றிருந்தால் பெற்று உள்ளே காத்திருக்கலாம் என்று தீர்மானித்து... பக்கத்து வீட்டின் மூடியிருந்த கம்பிக் கதவுக்குப் பின் அழைப்பு மணியைத் தேட... அதற்குள் அந்தக் கிழவர் வந்தார் உள்ளிருந்து.

"சார் நான் தஞ்சாவூர்லேர்ந்து வர்றேன். பக்கத்து வீட்டு வெங்கட்ராமனோட மச்சினன் நான். அவர் வீட்டுச் சாவி எதுவும் கொடுத்துட்டுப் போயிருக்காரா?"

"இல்லையே... அப்படி வழக்கமில்லை."

"இப்போ எங்கே போயிருப்பார்ன்னு தெரியுமா சார்?"

"தெரியலைங்க, கொஞ்சம் மொரட்டுத்தனமான ஆளுங்க உங்க மச்சான், நாங்க பக்கத்து வீட்டு ஜனங்கள் எதுவும் பேச்சு வச்சிக்கிறதில்லை. பட்டுன்னு எடுத்தெறிஞ்சுப் பேசிடுவார். அதிகமா பழகறதில்லை."

"இந்தப் பை உங்க வீட்ல இருக்கட்டும். நான் அப்புறம் எடுத்துக்கறேன்" என்று சொல்லி வைத்துவிட்டு வெளியே வந்தான்.

என்ன செய்வதென்று புரியவில்லை. ஆபீசுக்குப் போய் விசாரிக்கலாம் என்றால்... இன்றைக்கு ஞாயிற்றுக் கிழமை. பூட்டியிருக்கும். ஒருவேளை... அதிகமான வேலைகள் இருந்து ஆபிசுக்கே போயிருக்கலாம்.

ஆபீசுக்கே போய்ப் பார்க்கத் தீர்மானித்தான். ஆபீஸ் மிக தூரம். சைக்கிளில்தான் போக வேண்டும். சேதுராமன் சுற்றும் முற்றும் பார்த்தான்...

எதிர் வரிசையில் சற்றுத் தள்ளி ஒரு சைக்கிள் கம்பெனி இருந்தது. சேதுராமன் அங்கே நடந்து வந்து சைக்கிள் கேட்க...

பஞ்சர் ஒட்டிக் கொண்டிருந்தவன் சந்தேகமாய்ப் பார்த்து, "உங்களைத் தெரியாதே சார் எனக்கு" என்றான்.

"எதிர் சைட்ல வெங்கட்ராமன்னு இருக்காரில்லையா, அவர் மச்சினன் நான். தஞ்சாவூர்லேர்ந்து வந்திருக்கேன். அவர் வீட்ல இல்லை. வீடு பூட்டியிருக்கு. ஆபீஸ்ல போய்ப் பார்க்கணும், அதான்" என்று தயங்கினான். சேதுராமனுக்கு தான் நேர்மையானவன் என்பதை எப்படி நிரூபிப்பது என்பது புரியவில்லை.

"ஒ, அவரா? அவரு மச்சானா நீங்க சமாதானத்துக்கு வந்திருக்கிங்களா?"

"என்ன?" என்று ஆச்சரியப்பட்டான் சேதுராமன்.

"அவரு வீட்ல நடக்கிற ரகளை தெரு பூராத் தெரியும் சார். வைஃபை சண்டை போட்டு ஊருக்கு அனுப்பிச்சார். இப்போ நீங்க வந்திருக்கிங்க சமாதானத்துக்குத்தானே பின்னே?"

தன் தங்கையின் இல்லறப் பிரச்சினை தெருவில் சைக்கிள் கம்பெனி வரைப் பரவி இருப்பதில் குறுகுறு என்று அவமான உணர்ச்சி நெளிந்தது சேதுராமனுக்கு.

"வெங்கட் சாரைப் பார்க்கிறதுக்கு ஆபீஸ் போறிங்களா? அங்கே ஏன் போறார் அவரு? கஸ்தூரி வீட்டுக்குப் போங்க சார். இருப்பாரு. என்ன சார் பார்க்கிறிங்க? தெரியாது? உங்களுக்கு விவகாரமே தெரியாதா?" என்றான் அவன்.

***

12

அத்தியாயம்

சைக்கிள் கடைக்காரன் சொன்ன குத்தலான செய்தி சட்டென்று தாக்கியது. எதுவோ உடனே உறைத்தது. ஆனாலும் ஆச்சரியம் வார்த்தைகளில் வெளியேறியது.

"என்ன சொல்றிங்க, புரியலையே..."

"நமக்கேன் சார் ஊர் வம்பு. அதிலேயும் உங்களுக்கு விபரமே தெரியாதுன்னு தெரியுது. நீங்களா தெரிஞ்சுக்கங்க. நான் சொல்லி... அப்புறம் எனக்குத்தான் பிரச்சினை. அந்தாள் சரியான முரடன், தண்ணியப் போட்டுட்டு வந்து தகராறு பண்ணுவான். விடுங்க. உங்களுக்கு சைக்கிள்தானே வேணும்? எடுத்துக்கங்க..."

இதுதான் மனிதனைச் சூடேற்றுவது என்பது. இவனை யார் விபரம் கேட்டார்கள்? இவனாக ஏன் ஆரம்பித்தான்? ஒழுங்காகச் சொல்லித் தொலைக்க வேண்டியதுதானே? அப்புறம் என்ன பஸ்டி?

சேதுராமன் சற்று எரிச்சலுற்று, "இங்கே பாருங்க... நான் வந்திருக்கிறதே என் தங்கையோட வாழ்க்கைப் பிரச்சினைக்காகத்தான், உங்களுக்குத் தெரிஞ்சதை தயவுசெஞ்சு சொல்லுங்க, நீங்க சொன்னதா நான் சொல்ல மாட்டேன்" என்றான்.

அவன் காதில் வாங்காதவனாக பஞ்சர் ஒட்டின டியூபைத் தண்ணீருக்குள் பிடித்து சோதித்துக் கொண்டிருக்க, அருகே காலியாய் இருந்த துவாரங்கள் இட்ட மர ஸ்டூலில் இயல்பாகச் சென்று அமர்ந்துக் கொண்டான் சேதுராமன்,

அவன் திரும்பிப் பார்த்து, "என்ன சார் சைக்கிள் வேணாமா?"

"வேணாம்."

"ஏதோ வாய் தவறி உளறிட்டேன்."

"பரவால்லை. இன்னும் கொஞ்சம் சொல்லுங்க."

"நான் சொன்னதா உங்க மச்சான்கிட்டே சொல்ல மாட்டிங்களே?"

"சொல்லலை."

"சரி. பொம்பளை விவகாரங்க, அதான் உங்க தங்கச்சி வீட்ல பிரச்சினை. உங்க மச்சான் போக்கு சரியில்லை. உங்க தங்கச்சி பாவம் சாதுங்க. காய்கறி வாங்க வாசலுக்கு வர்றதோட சரி, அக்கம் பக்கத்திலே அரட்டைகூடக் கிடையாது, ரோடுல நடந்தா பார்வை நேரா இருக்கும். ஒரு பேச்சு யாரும் தப்பா சொல்ல முடியாது. அவங்களுக்குப் போய் இந்தாள் துரோகம் பண்றார் சார். நல்லா கேளுங்க நாலு வார்த்தை செவுல்ல அறையற மாதிரி"

சேதுராமனின் மனசின் உள்ளே கலவரமாக இருந்தது. குடிக்கிறார். அடிக்கிறார் என்றுதான் கல்யாணி சொன்னாள். இங்கே வந்து பார்த்தால் பின்னணியில் ஒரு பூகம்பமே இருக்கிறதே, ச்சே. இவ்வளவு மோசமானவனா இவன்?

எவ்வளவு பொருத்தம் பார்த்து, எத்தனை பேரை விசாரித்து, எவ்வளவு தூரம் யோசித்து இந்த வரனை முடிவு செய்தோம். அப்பாவுக்குக் கூடக் கடைசி வரை ஒரு சின்ன, காரணமில்லாத தயக்கம் இருந்தது.

"ஆளைப் பார்த்தா ஸாஃப்டா தெரியலையே சேது. இனிப்பாதான் பேசறான் பையன். எனக்கென்னவோ

மனசுக்குள்ளே விஷமத்தனம் இருக்கும்னு படுது" என்று முதலில் அப்பாவும் சேதுவுமாய் வந்து வெங்கட்ராமனைப் பார்த்துவிட்டுத் திரும்பும்போது பஸ்ஸில் சொன்ன வார்த்தைகள் இப்போது நினைவில் மிதந்தன.

அவரை கன்வின்ஸ் செய்து, அப்புறம் இதே இடம் அமைந்து போய் கல்யாணப் பிரச்சினை முடிந்தது. அப்பாடா என்று பெருமூச்சுவிட்டு மகள் மூலமாகப் பேரனையோ, பேத்தியையோ எதிர்பார்த்துக் கொண்டிருக்கும் இந்த நேரத்தில்...

சேதுராமனின் விழிகளில் கொப்பளித்த உணர்வுகளின் வெளிப்பாட்டை ரொம்ப சிரமப்பட்டுத் தூரத்து மரத்தைப் பார்த்து முறைத்தான்.

"ஏங்க, என் மச்சானை உங்களுக்கு நல்லாத் தெரியுமில்லையா?"

"வெங்கட்ராமன்தானே சார் பேரு?"

"ஆமாம்."

"பின்னே தெரியாமயா சொல்றேன்."

"இல்லை, நீங்க பொய் சொல்றீங்கன்னு சொல்லலை, உங்களுக்கென்ன அவசியம்? ஆள் மாத்திச் சொல்றிங்களோன்னு ஒரு சந்தேகம். அதான் கேட்டேன். இவர் இப்பல்லாம் குடிக்கிறார்ன்னு என் தங்கை சொன்னா, ஆனா நீங்க சொன்ன மாதிரி எதுவும் அவ சொல்லலை. அதான்."

"என்னங்க இது புரியாம பேசறிங்களே! இந்த மாதிரி காரியத்தை பொண்டாட்டிக்கிட்டே சொல்லிட்டா செய்வாங்க? 'அடியே, ஒரு சின்ன வீடு செட்டப் பண்ணிக்கிறேன்'னு பர்மிஷன் வாங்குவாங்களா?"

"ஓ! நீங்க அந்த மாதிரி சொல்றிங்களா?"

"எந்த மாதிரி?"

"இல்லைங்க. பொம்பளை விஷயம்னா... ரெண்டு இடத்துக்கு அப்படி இப்படி போறாராக்கும்னு நான் புரிஞ்சுக்கிட்டேன். தனியா... நீங்க சொல்ற மாதிரியா?"

சேதுராமனுக்கு அறிமுகமில்லாத ஒரு அந்நியனிடம் தன் தங்கையின் குடும்பத்துப் பிரச்சினை பற்றிப் பேசுவதே சங்கடமாக இருந்தது. அதிலும் இந்த விவகாரம் பற்றி அவனைப் போலவே சடாரென்று வார்த்தைகளை உபயோகிக்கவே கூசினான். ஆனாலும் விபரங்கள் தெரிந்துகொள்ள வேண்டுமே என்று அழுத்தமாக அமர்ந்தான்.

"தப்பு செய்றவரு உங்க மச்சான். நீங்க ஏன் பேசவே கூசறிங்க? ஓப்பனா சொல்லிடட்டுமா? கஸ்தூரின்னு ஒருத்தி, அவ ஒரு மாதிரியான ரூட்டுதான். ரெண்டு மூனு கை மாறின சரக்கு. எப்படியோ இவரைப் பிடிச்சிருக்கா இப்போ. அவ பிடிச்சாளோ, இல்லை இவர் பிடிச்சாரோ... இப்போ இன்னொரு குடும்பம் நடந்துக்கிட்டிருக்கு, உங்க தங்கைக்குத் தெரியாமலேயே."

"என் தங்கைக்கு இதெல்லாம் தெரியாதுங்கறிங்களா?"

"பக்கத்து வீட்டு மாமிகிட்டே ஒரு தடவை அழுதாங்களாம், குடிச்சுட்டு வந்து அடிக்கிறாருன்னு. அவங்க, புருஷன் நடவடிக்கையை விசாரிச்சுப் பாருன்னு குட்டா சொல்லி வச்சாங்களாம். அந்த மாமியோட பையன் சொன்னான். இப்போ நீங்க விபரம் தெரியாதுன்னு சொல்றதாலே, அவங்களுக்கும் தெரியாதுன்னு நானே நெனைச்சுக்கிட்டேன்."

கையில் இருந்த பையின் கைப்பிடிகளை முறுக்கி முறுக்கித் தன் விரலை நடுவில் வைத்து அதில் ரத்தம் தெறிக்கும் வரை சுற்றிவிட்டு, பின் பிரித்துக்கொண்டு இருந்தான் சேதுராமன். தலையைக் குனிந்து மண்ணில் பளபளக்கும் உடைந்த பளிங்கியைப் பார்த்துக் கொண்டிருந்தான்.

"என்னங்க அப்படியே உடைஞ்சுப் போய் உக்காந்துட்டிங்க? கொஞ்ச நேரத்திலே மைனர் வருவாரு. போய்ச் சட்டையைப் பிடிச்சு என் தங்கச்சிக்குப் பதிலைச் சொல்லான்னு கேளுங்க..."

உண்மை. அந்த அளவுக்கு ஆத்திரம் உள்ளே அனல் பரப்பிக் கொண்டுதானிருந்தது. ஆனால் அப்படி எல்லாம் செய்யப் போவதில்லை. என்னால் முடியாது. நான் அந்த

ரகமில்லை. என்னால் நாயைப் பார்த்தால் பய்யமாக ஓரமாக ஒதுங்கித்தான் நடக்கத் தெரியும். சுள்ளென்று அதன் வயிற்றில் காலால் உதைத்து விரட்டிவிட்டு நடப்பவனில்லை.

என்ன செய்யப் போகிறேன் இந்தப் பிரச்சினையில்? எப்படிப் பேசப் போகிறேன்? எப்படித் தீர்க்கப் போகிறேன்? மின் கம்பத்தில் மாட்டின பட்டத்தைக் கிழிக்காமல், நூல் அறுகாமல், சேதமில்லாமல் சாமர்த்தியமாக மீட்கிற வேலை இது.

கோபம் இதில் புண்ணியப்படாது. மேலும் நெருப்பை வளர்க்கத்தான் உதவும் அது. விவகாரம் விரிவாகும்.

வரட்டும் பேசலாம். என்னதான் சொல்கிறான் என்று தெரிந்து கொள்ளலாம். அவனுடைய எண்ணம் முக்கியம். அவன் பக்கத்தில் ஏதாவது நியாயம் இருக்கலாம். நியாயம்? இதிலா? மனைவிக்குத் துரோகம் செய்வதில் நியாயம் வேறு இருக்க முடியுமா? ராஸ்கல்! எத்தனை அப்பாவி அவள். வரட்டும். பேசினால் தெரியும். காரணம் ஏதாவது இருக்கலாம். உன் தங்கை மட்டும் என்ன ஒழுங்கு என்கிற ரீதியில் நியாயம் கற்பிப்பானா? சே! என்ன பிசாசு மனசு இது! எதையெல்லாம், எப்படியெல்லாம் நினைக்கிறது! கல்யாணியாவது தப்பாகவாவது ச்சீ... நினைக்காதே.

சேதுராமன் மனசில் சிந்தனை, விவேகம், கோபம் தன்மானம் எல்லா உணர்ச்சிகளும் மாறி மாறி அலையடித்துக் கொண்டிருந்தன.

சேதுராமன் பையை எடுத்துக் கொண்டு மௌனமாக எழுந்தான்.

"சின்ன வீட்டு விலாசம் சொல்லட்டுமா?"

"வேணாம்" என்றான் அவசரமாக.

"வேணாமா? போய் நாலு கேள்வி கேளுங்களேன். தலையாட்னிங்க? அட! நான் என்ன சொல்றது, இந்த நியாயத்தைக் கேக்கறதில்லையா?"

"கேக்கணும். வரட்டும். கேட்டுட்டா சரியாகப் போச்சாங்க?"

"சரியாப் போச்சாவா? நானா இருந்தா நடுத்தெருவில நிக்க வச்சு கேள்விக் கேப்பேன். நாக்கைப் புடுங்கிக்கிற மாதிரி கேப்பேன். என் தங்கச்சி தாலியறுத்தாலும் சரின்னு அருவாளை எடுப்பேன். நீங்க பாண்ட் மாட்டினவங்க. நிதானம், தர்மம்ன்னு பேசி விஷயத்தை விட்டுடுவிங்க. நாங்க வேறு டைப்புங்க. அறுத்து கட்ற ஜாதி. சரிதான் வாடி கண்ணு, இவன் வேணாம்ன்னு கூட்டிட்டு வந்து தாலி அறுத்து வேறு மாப்பிள்ளைக்குக் கட்டி வச்சிடுவோம். படிச்சவங்க நீங்க, உங்க நியாயம் தனி. உங்க நியாயப்படி செய்ங்க."

சேதுராமன் பையுடன் சாலையில் நடந்தான். எங்கெங்கோ சுற்றினான். தென்பட்ட ஒரு குளத்தில் ஓரக் கட்டைச் சுவரில் அமர்ந்து பாசி பிடித்தப் பச்சை நிறத் தண்ணீரில் அலைகளைப் பார்த்தான். சுவரின் போஸ்டர்களை நிதானமாகப் படித்துக் கொண்டு நடந்தான். குரங்கு வித்தையைப் பாதையோரம் நின்று முடியும் வரை கவனித்தான்.

ரெண்டு மணி நேரம் சென்று வெங்கட்ராமனின் வீட்டிற்கு மறுபடி நடந்தான். தூரத்தில் இருந்து பார்க்கும் போதே வீடு திறந்திருப்பது தெரிந்தது.

என்ன பேசுவது, எப்படி ஆரம்பிப்பது என்பதில் மனசில் இன்னும் தீர்மான வாக்கியங்கள் வந்தபாடில்லை.

வீட்டை அடைந்து வாசல் கதவில் கை வைக்க... அது சாத்தப் படாததால் உள்ளே திறந்துக் கொண்டது. முன் ஹாலில் மேலும், கீழும் கட்டைகள் செருகி முரட்டுக்கோடு துணியால் அமைக்கப்பட்ட ஈஸிசேரில் வெற்று மார்புடன், கையில் சிகரெட்டுடன் அமர்ந்திருந்த வெங்கட்ராமன் திரும்பிப் பார்த்து, "அடடே வாங்க... வாங்க" என்றான்.

சேதுராமன் உள்ளே வந்தான். ஓரமாய் செருப்புகளை விலக்கிவிட்டு அவனின் எதிரே வந்து அமர்ந்தான். நிமிர்ந்தான். ஆழமாய்ப் பார்த்தான் உதடுகள் துடிக்க.

✱✱✱

13

அத்தியாயம்

"**எ**ப்ப வந்தீங்க?" என்றான் வெங்கட்ராமன், சிகரெட் கொளுத்துவதில் மும்முரம் காட்டி.

"ரெண்டு மணி நேரமாச்சு" என்றான் சேதுராமன்.

"அடடே... நீங்க வரப் போறதா ஒரு கார்டு போட்டிருந்தா வீட்லயே இருந்திருப்பேனே. இவ்வளவு நேரம் ஒரு ஃப்ரண்ட் வீட்ல பொழுதுபோகாம வெட்டியா கேரம் போர்டு விளையாடிட்டு இப்பத்தான் வந்தேன். என்ன செஞ்சிங்க ரெண்டு மணி நேரம்?"

"சும்மா ஊரைச் சுத்திட்டு வந்தேன்."

"பக்கத்து வீடுகளிலே சாவி கொடுத்துட்டுப் போற பழக்கம் என்கிட்டே இல்லை, ஏன்னா இந்தக் காலத்திலே யாரையும் நம்பறதுக்கில்லை."

"வாஸ்தவம், யாரையும் நம்பறதுக்கில்லை. பூ அழகாத்தான் தெரியுது. கையிலே எடுக்கிறப்போதான் உள்ளே பூநாகம் தெரியுது."

"சரி. என்ன சாப்பிடறீங்க? தக்காளி நிறைய இருக்கு, ஜூஸ் போட்டுத் தரட்டுமா?"

"வேணாம்."

சேதுராமனுக்கு இந்தப் பாவ்லா உரையாடல் கசந்து போனது. நேராய் எப்படி ஆரம்பிப்பது என்பது இன்னமும் புரியவில்லை. எவ்வளவு எளிதாக இவனால் பதட்டமில்லாமல் பொய் சொல்ல முடிகிறது! கேரம் விளையாடினானாம்.

"வெயில்ல அலைஞ்சிருக்கிங்க, இருங்க" என்று இவன் தடுத்தும் கேட்காமல் வெங்கட் எழுந்து சமையலறைச் சென்றான். கிர்ர் என்று மிக்ஸி சுழலும் ஓசைக் கேட்டது.

சேதுராமன் சுவரில் ஃப்ரேம் போட்டு மாட்டியிருந்த கல்யாணி – வெங்கட்ராமனின் பெரிதபடுத்தப்பட்ட சைடு போஸ் போட்டோவைப் பார்த்தான். வெங்கட்ராமன் அதில் பிரத்யேகமாகச் சிரித்திருந்தான். கள்ளம்! பாக்கெட்டில் பேனா மூடி கொஞ்சம் போட்டோவுக்குள் வந்திருந்தது. கல்யாணி விசேஷமாகக் கண்ணுக்கு மை அப்பி, மல்லிகைச் சரத்தை முன் தோளில் சரியவிட்டு செயற்கையாகச் சிரித்திருந்தாள். மடப் பெண்ணே, இவ்வளவு ஏமாளியாகவா இருப்பாய்?

டம்ளரில் தக்காளி ஜூஸுடன் வந்த வெங்கட்ராமன் இவன் கையில் அதை வற்புறுத்தித் திணித்தபோது... கிளாஸைத் தூக்கி எறிந்துவிட்டு, 'கள்ளப் பயலே, எனக்கு ஜூஸ் வேண்டாம். என் தங்கைக்கு சொல்லடா' என்று கேட்பதற்கான என் ஆத்திரத்தை மூடியிருப்பது என்ன? என் விவேகமா? இல்லை கோழைத்தனமா?

சேதுராமன் டம்ளரைக் கையில் வைத்துக்கொண்டு, வெங்கட்ராமனின் முகத்தைப் பார்க்காமல், "அப்படி உக்காருங்க மச்சான்" என்றான்.

"இருக்கட்டும். முதல்ல குடிங்க."

"பரவால்லை. அப்புறம் குடிக்கிறேன். கல்யாணி பத்திரமா வந்து சேர்ந்தா"

"சரி. போனவுடனே ஒரு லெட்டர் போடுன்னு சொல்லியனுப்பினேன். இன்னும் எழுதறா போலிருக்கு."

பாவி! எவ்வளவு பெரிய துரோகத்தை நீ அவளுக்குச் செய்துக் கொண்டு இருக்கிறாய்! இதில் தபால் போடவில்லை என்று மகா சில்லறையாக ஒரு புகாரைச் சுமத்த உனக்கு எப்படித்தான் மனசு வருகிறதோ?

"தபால் எழுதற மூட்ல இல்லை அவ. வந்ததிலேர்ந்து ஒரே அழுகைதான்."

"அழுகையா? ஏன்? என்னாச்சு?"

"வெங்கட்ராமன், நீங்க அனாவசியமா நடிக்கிறிங்க என் தங்கை எதுக்காக எங்க வீட்டுக்கு வந்தா, எதுக்காக அழுதா, இப்போ நான் எதுக்கா வந்திருக்கேன் - இது எதுவுமே தெரியாத மாதிரிப் பேசாதிங்க தயவு செஞ்சு."

"என்னங்க இது வம்பு? எனக்கெப்படித் தெரியும்? உங்க மனசிலே என்ன இருக்குன்னு எனக்குத் தெரியுமா?"

"சரி. நான் வந்திருக்கிறது எதுக்காகன்னு உங்களுக்குத் தெரியாது. என் மனசிலே இருக்கிறது உங்களுக்குத் தெரியாது. ஆனா என்ன பிரச்சினையாலே கல்யாணியை அங்கே அனுப்பி வச்சிங்கன்னாவது ஞாபகம் இருக்கா? இல்லை அதுவும் தெரியாதா?"

"வேடிக்கையா இருக்கு நீங்க பேசறது. கல்யாணியை நானா ஊருக்குப் போன்னு அனுப்பி வைச்சேன்? அப்படிச் சொன்னாளா அவ? அம்மா வீட்டுக்குப் போறேன்னா, அதுவும் பர்மிஷனா கேக்கலை. பொட்டி எல்லாம் கட்டி முடிச்சு ஒரு செய்தியாத்தான் சொன்னா. சரி, போய்ட்டு வான்னேன். இப்போ என் மேல பழி போடறாளா?" என்ற வெங்கட்ராமனின் வார்த்தைகளில் இப்போது அனல் இருந்தது.

"இங்கே பாருங்க மச்சான், உங்களோட சரிக்குச் சரியாப் பேசி வாதம் பண்றதுக்காக நான் வரலை. சுமுகமாப் பேசிட்டுப் போகத்தான் வந்தேன். என்னை உங்க மச்சானா நினைக்க வேணாம். ஒரு ஃப்ரண்டா நினைச்சுப் பேசுங்க. நான் கல்யாணி செய்யறதெல்லாம் நியாயம்னு பேச வரலை. உண்மை நடப்பு

என்ன, பிரச்சினை என்னன்னு தெரிஞ்சுகிட்டு, அதை சுமுகமா தீர்க்கணுங்கறது தான் என்நோக்கம். இப்படி உக்காருங்க முதல்ல. என் முகத்தைப் பார்த்துப் பேசுங்க. உங்க ரெண்டு பேருக்குள்ளே என்ன பிரச்சினை?"

வெங்கட்ராமன் நாற்காலியில் அமர்ந்துக் கொண்டு, "அடிப்பாவி! அவ என்னதான் சொன்னா உங்ககிட்டே ஒண்ணுமில்லாததை ஊதி ஊதிப் பெரிய நெருப்பாய் பண்ணிப் பார்க்கப் பிரியப்படறாளா? பிரச்சினை பிரச்சினைன்னு பேசறிங்களே எனக்குப் புரியலை அதென்னப் பிரச்சினை? என்ன சொன்னா அவ?"

எத்தன்! சரியான பிடிவாத ஆசாமி! எல்லாம் தெரிந்தும் எதுவுமே நடக்காத மாதிரி எல்லாமே என் வாயிலிருந்து வரவழைத்து வார்த்தைக்கு வார்த்தை விதண்டாவாதமாக மறுத்துப் பேசி இதைத்தான் செய்யப் போகிறான் இவன். இதமான இதயத்தோடு என் பேச்சுக்கு இவன் காதுகளைத் தரப்போவதில்லை என்பது சர்வ நிச்சயம்.

சேதுராமன் அமைதியாக இருந்தான்.

"சொல்லுங்க. என்னவோ ஆரம்பிச்சுட்டுப் பேசாம இருந்தா என்ன அர்த்தம்!" என்றான் வெங்கட்ராமன்.

"உங்களுக்கும் – கல்யாணிக்கும் நடுவிலே எந்தப் பிரச்சினையுமே இல்லை அப்படித்தானே?"

"என்ன பேசறிங்க நீங்க புருஷன் – பொண்டாட்டின்னா ஆயிரம் பிரச்சினை இருக்கும். இப்போ குழந்தை வேணாம்னு நான் சொல்றேன். முதல் குழந்தை சீக்கிரத்திலே வேணும்னு அவ சொல்றா. இது கூட ஒரு பிரச்சினைதான். இது மாதிரி எத்தனையோ இருக்கும். உங்களுக்கும், உங்க வைஃபுக்கும் நடுவிலே பிரச்சினைகளே இல்லையா என்ன? நீங்க எதைச் சொல்றிங்கன்னு நேரா வந்தாத் தேவலை."

"சரி. நேராவே வர்றேன். கல்யாணியை நீங்க அனுப்பி வச்சிங்களோ, இல்லை வெறுப்பாகி, பிரச்சினையை எப்படிச் சமாளிக்கிறதுன்னு புரியாம அவளா புறப்பட்டு வந்தாளோ, இப்போ அவ இருக்கிறது எங்களோட"

"நான் அனுப்பி வைக்கலை. போறேன்னா, போன்னேன்."

"சரி. அவதான் வந்தா. ஏன் வந்தா?"

"என்னைக் கேட்டா? அவளைக் கேளுங்க."

"கேட்டேன். சொன்னா. நம்பவே முடியலை. அதிர்ச்சியா இருந்தது. நேர்ல பேசிக் காரணத்தைத் தெரிஞ்சுக்க இங்கே வந்தா அதிர்ச்சிக்கு மேல அதிர்ச்சி, என்ன ஆச்சு உங்களுக்கு? ஏன் இப்படி எல்லாம் நடந்துக்கறீங்க? கல்யாணியோட அப்பாவித்தனத்தை இப்படிப் பயன்படுத்திக்கிட்டிங்களே? சொல்லுங்க வெங்கட்ராமன் இதெல்லாம் நியாயம்தானா?"

"ஸ்டுப்பிட் மாதிரி பேசாதிங்க. புதிர் மாதிரி பேசறதே எனக்குப் பிடிக்காது. என்ன செஞ்சுட்டேன் நான்? பட்டு பட்டுன்னு பேசணும். என்ன பத்த வச்சா அவ உங்க வீட்ல? ம்?"

"என்னையே சொல்லவைக்க விரும்பறிங்க. சரி, சொல்றேன், கொஞ்ச நாளா குடிப்பழக்கம் ஆரம்பிச்சிருக்கிங்க, அதோட விளைவா மூர்க்கத்தனம் வந்திருக்கு. அற்பமான காரணங்களுக்காக கல்யாணியைக் கண்டபடி பேசியிருக்கிங்க அடிச்சிருக்கிங்க. அப்புறம்... முதல்ல இதுக்குப் பதில் சொல்லுங்க. இதெல்லாம் நான் செய்யவே இல்லைன்னு சொல்லப் போறிங்களா?"

"நோ. உண்மையை மறைக்கிற பழக்கம் என்கிட்டே இல்லை, வாஸ்தவம். சில சமயங்கள் நான் குடிக்கிறேன். அது என் பர்சனல் விஷயம் குடிக்காதேன்னு நீதி போதனை யாரும் செய்ய வேண்டியதில்லை. குடியோட விளைவுகள்னு பட்டியல் போட்டுக் காண்பிக்க வேண்டியதில்லை. எனக்கு விபரங்கள் தெரியும். எனக்குள்ளே ஏற்படற டென்ஷனுக்குப் போதையிலே வடிகால் தேடறேன். தினம் இல்ல. எனக்கு மைண்ட்ல வொரி

ஏற்படறப்போ மட்டும். யெஸ். என் மனைவியைச் சில சமயம் அடிச்சிருக்கேன். அதுக்கு எனக்கு உரிமை இருக்கு சோறு போடறேன். துணி வாங்கித் தர்றேன். இதுக்கெல்லாம் இருக்கிற உரிமை அடிக்கவும் இருக்கு. காரணமில்லாம நான் அடிச்சதில்லை. என் வார்த்தையை அவ மீறினப்போதான் என் கை பேசினது. குடும்பம்னா எல்லாம்தான் இருக்கும். இதை ஊர் பூரா டமாரம் அடிக்கிறது கேவலமான விஷயம். பக்கத்து வீட்ல போய் புலம்பியிருக்கா. கண்டிச்சேன். எங்கப்பாகிட்டே போய் ரிப்போர்ட் பண்ணியிருக்கா. என் புருஷன் குடிக்கிறான். அடிக்கிறான்னு பிட் நோட்டீஸ் அடிச்சு விடாததுதான் பாக்கி. இதோ நீதி விசாரணைக்கு வந்து உக்காரந்துக் கேள்விக் கேக்கறிங்க. எவ்வளவு நேரமாகும் எனக்கு அவளைப் பத்தி வாய்க்கு வந்தபடி பேச, என் ஆஃபீஸ் கொலீக்கோட சேர்ந்து கூத்தடிச்சா, அதனாலதான் உதைச்சேன்னு சொன்னா வாயை மூடிக்கிட்டு நீங்க எழுந்து போய்டுவிங்க. அப்படி எல்லாம் அபாண்டமா சொல்ல மாட்டேன்தான். ஏன்னா. நான் ஒரு ஜென்டில்மென்."

யார்? இவனா? சேதுராமனுக்குப் பொங்கின ஆக்ரோஷத்திற்கு நடுவிலும் சிரிப்பு மூட்டியது. சாதுரியமாகப் பேசத் தெரிந்த ஒரு அயோக்யன் ஜென்டில்மேனா?

"ரைட். இப்போ என்ன?" என்றான் வெங்கட்ராமன்.

பேசாமல் இருந்தான் சேதுராமன்.

"சொல்லுங்க, நான் என்ன செய்யணும்? இனிமே அடிக்க மாட்டேன்; வாடிம்மா கண்ணுன்னு அவ கால்ல விழுந்து நமஸ்காரம் பண்ணி இங்க அழைச்சுட்டு வரணுமா?"

சேதுராமன் அமைதியாய்ப் பார்த்தான்.

"இல்லை, குடும்பம்னா அப்படித்தான் இருக்கும்னு உறைக்கிற மாதிரி புத்தி சொல்லி நீங்களே கொண்டாந்து விடறிங்களா? இப்பகூடப் பாருங்க. என்னைப் புரிஞ்சுக்கலை அவ, எனக்கு

அவளைப் பிடிக்கலை. இங்கே அவ வர வேண்டாம்னு நான் சொல்லலை. ஏன்னா மறுபடி சொல்றேன். நான் ஒரு ஜென்டில்மேன்."

புடலங்காய்! கோபத்தில் புறப்பட்ட கல்யாணி எல்லா நகைகளையும் எடுத்துக் கொண்டு அங்கே வந்திருக்கிறாள். பற்றாததற்கு பாங்கில் நாற்பதாயிரம் ரூபாய்க்கு அவள் பெயரில் ஃபிக்ஸட் டெபாசிட்டில் போட்டிருக்கிறாய் நீ ஆரம்ப மோகத்தில், அதெப்படி, அவ்வளவு சுலபமாக விலக்குவாய் அவளை?

"மச்சான், நீங்க பேச வேண்டியதை எல்லாம் பேசி முடிச்சுட்டிங்க, உங்க அளவுக்குத் திறமையா என்னால பேச முடியாது. ஏதோ எனக்குத் தெரிஞ்ச மாதிரி ஒண்ணு கேக்கறேன். குடிக்கிறதைப் பத்தி ஒரு நியாய விளக்கம். அடிக்கறதைப் பத்தி ஒரு உரிமை விளக்கம் சொல்லிட்டிங்க. பொண்டாட்டிக்குத் துரோகம் செய்றதுக்குக் கூட ஏதாச்சும் நியாயமான காரணம் வச்சிருப்பிங்க, சொல்லுங்க. அதையும் தெரிஞ்சுக்கறேன்."

"துரோகமா?"

"கட்டின பொண்டாட்டிக்குத் தெரியாம ஒரு சின்ன வீடு அமர்த்திக் கொட்டம் அடிக்கிறதுக்குத் துரோகம்னு சொல்றதில்லையா?"

"வாட் நான்சென்ஸ்?"

"கத்தாதிங்க மச்சான். உங்க கஸ்தூரி சௌக்கியமா?" என்றான் சேதுராமன்.

14

அத்தியாயம்

கஸ்தூரி என்ற பெயரை சேதுராமன் உச்சரித்தவுடனேயே வெங்கட் அடிபட்ட பாம்பாய் விருட் என்று சீற்றமாய் தலையை நிமிர்த்தினான். உடனே பார்வையைத் திருப்பிக் கொண்டு பதட்டத்தை மறைக்க முயன்று. "என்ன சொல்றீங்க சேது, கஸ்தூரியா? யார் அது" என்றான்.

பதில் சொல்லாமல் நேராய்ப் பார்த்தான் சேதுராமன்,

"தெரியாது!"

"தெரியாது?"

"தெரியும். எனக்கு எல்லாம் தெரியும். இன்னும் நாடகமாட வேணாம் மச்சான் சொல்லுங்க என்னை நேராப் பாத்துச் சொல்லுங்க. கல்யாணி என்ன குத்தம் செஞ்சா? எதுக்காக இந்தத் தண்டனை? எதுக்காக இந்தத் துரோகம்?"

வெங்கட் சங்கடமாய் நெளிந்தான். தரையைப் பார்த்துக் கொண்டுப் பேசினான். "சேது, நீங்க தப்பா ஏதோ கேள்விப்பட்டு என்னைக் கேக்கறீங்க. அப்படி எல்லாம் எதுவும் இல்லை, யாரோ..."

"இன்னமும் நீங்க உண்மையை ஒத்துக்க மாட்டீங்க அப்படித்தானே?"

"எது உண்மை?"

"கஸ்தூரின்னு ஒருத்தியோட நீங்க இன்னொரு வாழ்க்கை வாழ்ந்துகிட்டிருக்கிறது உண்மையா, இல்லையா?"

"யார் சொன்னது உங்களுக்கு?"

"ஆக... விஷயம் உண்மைதான். உங்களுக்கு யார் சொன்னதுன்னுதான் இப்போ தெரியணும், இல்லையா?"

"நான்செ ன்ஸ்! கஸ்தூரியுமில்லை, கத்தரிக்காயுமில்லை. அநாவசியமா நீங்க பேசாதீங்க. அப்புறம் நான் ஸ்லிப்பாயிடுவேன்."

"மச்சான், பொறுமைக்கு ஒரு எல்லை இருக்கு. நானும் எவ்வளவோ பொறுமையா, பதமா, எல்லாக் குமுறலையும் அடக்கிக்கிட்டுப் பேசிக்கிட்டிருக்கேன். நீங்க என்னடான்னா எல்லாத்துக்கும் விதண்டாவாதம் பண்றீங்க. அப்பட்டமா மறுக்கறீங்க, தங்கச்சி வாழ்க்கையிலே புயல் அடிக்குதேன்னு கலங்கிப் போய் வந்த எனக்கு... கப்பல் கவுந்துக்கிட்டிருக்குங்கற செய்தி கிடைச்சு இன்னும் துடிச்சுப்போய் நிக்கிறேன். நீங்க ஸ்லிப்பாயிடுவிங்களா? நான் சொல்ல வேண்டிய வார்த்தைங்க அது. இப்ப என்ன? உங்க லீலைகளை எல்லாம் என்னை நிரூபிக்கச் சொல்றீங்களா? கண்ட தேவடியா வீட்டுக்கு என்னை விபரம் கேட்டு அலையைச் சொல்றீங்களா?"

"சேது!" என்று கத்தினான் வெங்கட் அமர்ந்திருந்த ஈசி சேரிலிருந்து விருட்டென்று எழுந்து சேதுவின் எதிரில் வந்து நின்று இரண்டு கைகளையும் இடுப்பில் ஊன்றிக் கொண்டு, மார்பு ஏறி இறங்க உக்ரமாய்ப் பார்த்தான்.

"என்ன சொன்னே? கஸ்தூரியைப்பத்தி என்ன சொன்னே? மச்சானாச்சேன்னு மதிச்சு இவ்வளவு நேரம் பேசினா என்னவோ ரொம்பதான் தாவறியா? என்னப்பா இப்போ? கஸ்தூரியை நான் சின்ன வீடா வச்சிருக்கேன். வாஸ்தவம், இப்ப என்ன பண்ணனுங்கறே?"

வாயடைத்துப் போய் அமர்ந்திருந்தான் சேதுராமன் புரிந்துக்கொள்கிற மனதிற்குப் புத்திமதிகள் சொல்லலாம். ஈரமுள்ள நெஞ்சத்திடம் இரக்கம் தேடிக் கெஞ்சலாம். முரட்டுத்தனம்

மட்டுமே உள்ள இவனிடம் எந்த வழியில், எந்த வகையில் பேசுவது?

"நீங்க செய்றது நியாயமாப்படுதா?" என்றான் மெதுவாக.

"பொது நியாயம் பத்தி எனக்குக் கவலையில்லை. நியாயம் எல்லாம் அவனவன் மனசைப் பொறுத்தது. எனக்கு நியாயமாப்படறதை நான் செய்றேன்."

"கல்யாணிக்குச் செய்ற துரோகமில்லையா இது?"

"அவளுக்கு என்ன செய்யலை நான்? சாப்பாடு போடலையா? துணி வாங்கித் தரலையா? சினிமா அழைச்சுட்டுப் போகலையா? ம்!"

"அவ்வளவுதான் வாழ்க்கையா?"

"பொம்மனாட்டிகளுக்கு இதுவே எதேஷ்டம், நான் என்ன நடுத்தெருவிலயா விட்டுட்டேன்? இல்லை. விலைபேசி வித்தேனா? கோபமா ஊருக்குப் போறேன்னா. போடின்னேன். திரும்ப வர வேணாம்னு அப்பவும் சொல்லலை, இப்பவும் சொல்லலை. தாராளமா வரட்டும்.

என் கூட வாழட்டும். ஆனா என் சொந்த விஷயங்களை நான்தான் தீர்மானிப்பேன். நல்லது, கெட்டது எனக்குத் தெரியும். நான் செய்றது ஒண்ணும் கொலைக் குத்தம் இல்லை. யாருமே செய்யாததும் இல்லை. உடம்புல தெம்பும் சம்பாரிக்கிற திறமையும் இருந்தா இன்னும் ரெண்டு வீடு கூட வச்சிப்பேன். என் இஷ்டம். சேது, உங்ககூட சும்மா தொணதொணன்னு பேசிட்டிருக்க விருப்பமில்லை. நீங்க ஊருக்குப் போங்க. கல்யாணியைக் கொண்டாந்து விடுங்க. வர மாட்டேன்னு சொன்னா... விவாகரத்துக்கு பேப்பர்ஸ் அனுப்பறேன். கையெழுத்து வாங்கி அனுப்பி வைங்க"

வெங்கட் விருட்டென்று ஹாலுக்கு அருகில் இருந்த பெட் ரூமுக்குள் நுழைந்து படிரென்று கதவைச் சாத்திக்கொள்ள... மெல்ல எழுந்தான் சேதுராமன். கழுத்தருகே ஒரு நரம்பு தனியாகத் துடித்துக் கொண்டிருந்தது.

என்ன மனிதன் இவன்? என்ன செய்யலாம் இவனை?

கதவைத் தட்டி, காலரைப் பிடித்து, கை ஓயும் வரை அறைந்துவிட்டு, தூவென்று துப்பிவிட்டு, 'போடா பொறுக்கி, உன் சேற்றில் நீயே உழன்றுக்கொள். என் தங்கையை உன்னிடம் அனுப்ப மாட்டேன்' என்று சொல்லிவிட்டுப் போய் விடலாமா?

சேதுராமன் நின்றுக் கொண்டே இருந்தான்.

ச்சை! சனியன். இந்த எண்ணம் மட்டும் விதவிதமாக மனதில் வந்து விடுகிறது. அதைச் செயல்படுத்த இயலாமல் எது என்னைத் தடுக்கிறது? கௌரவமா? பண்பாடா? நோ? இதெல்லாம் இல்லை. கோழைத்தனம்! ரத்தத்திலேயே ஊறிப்போன கோழைத்தனம்! சின்ன வயதிலிருந்து வளர்க்கப்பட்ட விதம். அடாவடித்தனத்தைக் கண்டு ஒதுங்கி, ஒதுங்கியே வளர்த்துக் கொண்ட மனப்பாங்கு.

இப்போது என்ன?

கதவைத் தட்டி ஏதாவது சொல்லிவிட்டுப் புறப்படுவதா? இல்லை ... என்ன செய்வது? நான் இந்தப் பயணம் வந்ததில் என்ன சாதித்து விட்டேன்? இவன் சொன்னதற்கெல்லாம் கிளைக் கேள்விகள் கேட்டுக் கொண்டு, பலகினமாக முறையிட்டு, மூர்க்கமான பதிலைக் பெற்றுக் கொண்டு திரும்புகிறேன். வந்ததற்கு, பிரச்சினையின் அடிப்படை அசிங்கக் காரணத்தை விலாவரியாகத் தெரிந்துக் கொண்டு சோகச் சுமையை அதிகரித்துக் கொண்டதுதான் மிச்சம்.

ஊருக்குப் போய் அப்பாவிடம் என்ன சொல்வது? கல்யாணியிடம் என்ன சொல்வது? ச்சை! இந்த மாதிரி பெரிய பிரச்சினைகள் எல்லாம் தீர்க்க நான் லாயக்கில்லாதவனா?

சேதுராமன் செருப்பணிந்துக் கொண்டு அமைதியாக வெளியேறினான், வெங்கட்ராமனின் வீட்டைவிட்டு.

சாலையில் ஓரமாக, மண் பார்த்து, மெதுவாக, சிந்தனையாக நடந்தான்.

"சார்" என்று யாரோ அழைக்கவே நின்று திரும்பிப் பார்த்தான்.

ஒரு பொடிப் பையன் நின்றுக் கொண்டிருந்தான்.

"என்னப்பா?"

"எங்க முதலாளி உங்களைக் கூப்பிட்டார்."

"முதலாளியா? யாரு?"

"அதோ" என்று சற்றுத் தள்ளி எதிர் திசையில் இருந்த வாடகை சைக்கிள் கம்பெனியைக் காட்டினான் பையன்.

சேதுராமனுக்கு மறுபடி அந்தக் கடைக்குப்போக இஷ்டமில்லை. என்ன நடந்தது என்ன சொன்னார் அவர் என்று ஆர்வமாகக் கேட்பான். எதைச் சொல்வது? ஆனாலும் கூப்பிட்டதற்குத் தட்ட முடியாமல் பையனோடு நடந்தான்.

"உக்காருங்க சார்" என்றான் சைக்கிள் கடைக்காரன்.

அமைதியாக அமர்ந்தான் சேதுராமன்.

"ஊருக்குப் புறப்பட்டாச்சா?"

"ஆமாம்."

"என்னாச்சு? ஒத்துக்கிட்டிருக்க மாட்டாரே, கல்லுளி மங்கனாச்சே..."

"அதெல்லாம் இல்லை."

"என்ன சொல்றார்."

"தஞ்சாவூர் வர்றேன்னார். பெரியவங்க உக்காந்து பேச வேண்டிய விஷயம்ங்க இது. தனியாப் பேசினா சரியா வராது."

"நல்லாப் பேசுவீங்க சார் உக்காந்து. நேரா அந்தத் தட்டுவாணி முண்டை வீட்டுக்குப் போயி, 'ஏண்டி ஒரு நல்ல குடும்பத்தைப் பாழடிக்கிறியே'ன்னு சத்தம் போட்டு அவளை இந்த ஊரைவிட்டே விரட்டப் பார்ப்பிங்களா, அதை விட்டுட்டு... நான் சொல்றது உங்க நியாயம். என் நியாயத்திலே பேச்சுக்கே இடமில்லை, இந்நேரம் ரெண்டு கொலை விழுந்திருக்கும். அவனும் காலி. அவளும் காலி. மோர் சாப்பிடறிங்களா?"

"வேணாம். நான் வர்றேன். ஏங்க, அந்த கஸ்தூரி வீடு எங்கேருக்கு"

"பையனைவிட்டுக் காட்டச் சொல்லட்டுமா?"

"வேணாம், வேணாம். விலாசம் மட்டும் சொல்லுங்க போதும், ஒரு தோதுக்காகக் கேக்கறேன் நான்."

"விலாசம் என்னங்க, விலாசம்? மேலத் தெருல கஸ்தூரின்னா இவ ஒருத்திதான். முனிசிபாலிட்டி பைப்புக்குப் பக்கத்திலே பச்சை பெயிண்ட் அடிச்ச வீடு."

"நான் வர்றேங்க" என்று நடந்தான் சேதுராமன்.

வெங்கட்ராமனின் அப்பாவையும் அம்மாவையும் சந்தித்துப்பேசலாம் என்று தோன்றியது. நடையில் வேகம் கூட்டினான்.

சேதுராமன் போனபோது, வாசல் கதவு திறந்தே இருக்க... உள் நடையில் பெஞ்சில் அமர்ந்து வெற்றிலைப் போட்டுக் கொண்டிருந்தார் வெங்கட்ராமனின் அப்பா.

"அடடே... வாங்க, வாங்க... எப்போ வந்திங்க?" வந்து அவர் காட்டிய ஸ்டூலில் அமர்ந்தான்.

"காலையிலே வந்தேன், செளக்கியமா?"

"செளக்கியம். ஊருல எல்லாரும் நல்லா இருக்காங்களா?"

"நல்லா இருக்காங்க."

"ராஜம்... ராஜம் தஞ்சாவூர்லேர்ந்து மாப்பிள்ளை வந்திருக்காரு. இலையைப் போடு. வாங்க. கை, கால் கழுவிக்கிறிங்களா? சாப்பிட்டுவிட்டுப் பேசலாம்."

அப்போதுதான் இன்னும் சாப்பிடவில்லை என்பதே நினைவுக்கு வந்தது சேதுராமனுக்கு. ஆனாலும் இவர்கள் வீட்டில் சாப்பிட இஷ்டமில்லை. நேராய் ஏதோ சாப்பிடுவதற்காகவே வந்தவன் போல்.

"இல்லை மாமா. நானும், உங்க பையனும் இப்பத்தான் ஹோட்டல்ல சாப்பிட்டுட்டு வந்தோம். நீங்க சாப்பிட்டுட்டு வாங்க."

"ஆச்சு. இதோ வெத்தலை போட்டுட்டிருக்கேனே. மருமகப் பொண்ணு அங்கே வந்திருக்காளாமே. வெங்கட் சொன்னான். என்னமோ சின்னச் சின்னச் பிரச்சினை, கோபம்னான். நான் ரொம்பக் கண்டிச்சேன். புத்திமதி எடுத்துச் சொன்னேன். போய் மொதல்ல கூட்டிட்டு வாடான்னேன். சரி, சரின்னு தலையாட்டிட்டுப் போனான். அழைச்சுக்கிட்டா வந்திங்க நீங்க?"

"இல்லை. அவ சம்மந்தமா மாப்பிள்ளைக்கிட்டே பேசத்தான் வந்தேன்."

"இதெல்லாம் குடும்பத்திலே உள்ளதுதான். பெரிசுபடுத்தக் கூடாது. சமாதானப்படுத்திக் கொண்டாந்து விட்டுடுங்கோ. நானும் மறுபடி சொல்றேன் வெங்கட்கிட்டே. எங்கே எங்க பேச்சைக் கேக்கறான்? தோளுக்கு மேலே வளர்ந்துட்டா வார்த்தை எல்லாம் யோசிச்சுத்தான் பேச வேண்டியிருக்கு பையனா இருந்தாலுமே. அதிலே இவனோ சின்ன வயசிலேர்ந்தே முரட்டுச் சுபாவம். என்ன செய்றது."

என்ன இவர், உண்மையான பிரச்சினைப் பற்றித் தெரியாமல் ரொம்ப சாதாரணமாகப் பேசுகிறாரே என்று சேதுவுக்கு எரிச்சலாய் வந்தது. உங்கப் பையனின் யோக்யதையைத் தெரிந்துக் கொள்ளுங்கள் என்று மடமடவென்று கொட்டி விடலாமா என்று யோசித்தான்.

"அதில்லைங்க வந்து..." என்று ஆரம்பித்த போது...

வீட்டின் வாசலில் நிழலாடியது.

திரும்பினார்கள்.

வெங்கட்ராமன் நின்றுக் கொண்டிருந்தான்.

"நீங்க இங்கதான் வருவீங்கன்னு தெரியும் எனக்கு" என்றான்.

✳ ✳ ✳

15

அத்தியாயம்

சேதுராமனுக்குச் சங்கடமாயிருந்தது.

வெங்கட்ராமன் இயல்பாக உள்ளே வந்து தன் அப்பாவுக்கு எதிரில் காலியாய் இருந்த மற்றொரு நாற்காலியில் அமர்ந்துக் கொண்டான்.

"ஏன்பா, போன தடவைப் பார்த்ததுக்கு மச்சான் கொஞ்சம் இளைச்சாப்ல தெரியலை?" என்றான்.

"ஆமாம். கொஞ்சம் இளைப்புதான்" என்றார் அவனப்பா, வெற்றிலையை மடியில் தேய்த்துத் துடைத்துக் கொண்டு.

பிரச்சினையைப் பதமாக எடுத்து அவரிடம் சொல்லி இதற்கு சுமுகமாக ஒரு வழியை அவரையே சொல்லச் சொல்லலாம் என்று நினைத்தால்... நந்தி மாதிரி வந்து உட்கார்ந்துக் கொண்டு விட்டானே இவன், இவனை வைத்துக் கொண்டே இவனைப் பற்றி எப்படிப்பேசுவது. பேசினால் எடுபடுமா? முதலில் இவனப்பா நம்புவாரா? சேச்சே, என் பிள்ளை அப்படியெல்லாம் போகமாட்டான் என்று பரிந்துப் பேசுவார்.

அதற்காக எதையுமே சொல்லாமல் புறப்படுவதா?

"என்ன மாப்ளை யோசனை? சாப்பாடுதான் ஹோட்டல்ல முடிச்சிட்டோம்னு சொன்னீங்க.

வெத்தலையாவது போடறிங்களா?" என்று வெத்தலையை நீட்டினார்.

"வேணாங்க, பழக்கமில்லை" என்று வெங்கட்ராமனைப் பார்த்தான். அவன் குனிந்துக் கொண்டுசுவாரசியமாக வெற்றிலை எடுத்துச் சுண்ணாம்புத் தடவ ஆரம்பித்தான்.

எப்படியும் சொல்லி விடுவது என்று தீர்மானித்தான். எதுவானாலும் சரி, என்னதான் சொல்கிறார்கள் என்று தெரிந்து கொள்ளலாமே... இந்த மாதிரி உங்க பையன் வேறு ஒரு பெண்ணோடு ரகசிய வாழ்க்கை நடத்துகிறான். என் தங்கைக்கு என்ன வழி சொல்கிறீர்கள்? ஒரே வரியில் கேட்டுவிட்டுப் புறப்பட்டு விடலாம்.

சேதுராமன் கனைத்துக் கொண்டு தொண்டையைச் சரி செய்து கொண்டு, "மச்சான், உங்களைப் பத்திதான் விபரமா உங்கப்பாக்கிட்டே பேச வந்தேன். நீங்களும் வந்துட்டிங்க. ரொம்ப செளகரியமாப் போச்சு" என்றான்.

வெங்கட்ராமன் எழுந்துக் கொண்டு, "ஒரு நிமிஷம் அப்படி வர்றிங்களா?" என்று வாசலுக்கு நடந்தான். கொஞ்சம் தயங்கி, பின் எழுந்து அவனைத் தொடர்ந்துச் சென்று வீட்டுக்கு வெளியில் நின்ற மரத்தினடியில் அவனை நெருங்கி, "என்ன?" என்றான் சேதுராமன்,

"நீங்க எதை அவர்கிட்ட சொல்லப் போறீங்கன்னு எனக்குத் தெரியும். கஸ்தூரி விஷயத்தைத்தானே பேசப் போறிங்க?"

"ஆமாம்" என்றான் அழுத்தமாய்.

"நம்ப மாட்டாரு."

"என்னால நிரூபிக்க முடியும்."

"தலையிட மாட்டாரு."

"எனக்குப் பதில் வேணும்."

"அவர் என்ன பதில் சொல்வார்ன்னு நான் சொல்லட்டுமா? தம்பி, தோளுக்கு மேலே வளர்ந்துட்டான். தனியா சம்பாதிக்கிறான். தனிக் குடும்பமாய்ட்டான். என் சொல் எடுபடாது. தானா

பட்டாதான் உணர்வான். இதான் அவர் பதில், போதுமா? இல்லை, இதை அவரே சொல்லியாகணுமா?"

"இப்படித் தப்பிக்கிற மாதிரி பேசிட்டா சரியாப் போச்சா? அவர் தலையிட்டே ஆகணும். ஒரு முடிவான பதிலைச் சொல்லியே ஆகணும்."

"முடிவான பதில் இந்த விஷயத்திலே நான்தான் சொல்லணும், நான்தான் முதல்லயே சொல்லிட்டேன். என் செயலுக்கு என்கிட்டே நியாயம் இருக்கு அந்த நியாயத்தை நீங்க அநியாயம்னு சொன்னா எனக்குக் கவலையில்லை. என் இஷ்டப்படித்தான் நடப்பேன். ஒண்ணு கல்யாணியை அனுப்புங்க. இல்லைன்னா விவாகரத்து பேப்பர்களை அனுப்புறேன். முடிவெடுக்க வேண்டியது நீங்கதான். அநாவசியமா வயசானவங்க மனசில கஷ்டத்தை ஏன் ஏற்படுத்தறிங்க? என் விஷயம் எங்கப்பா, அம்மாவுக்குத் தெரியாது. தெரிஞ்சாலும் அவங்களுக்கு நான் கட்டுப்பட போறதில்லை. எதுக்காகப் பின்னே தெரிவிக்கணும்? சொல்றதானாலும் தாராளமா சொல்லிக்கங்க. நான் வர்றேன்" என்று விசுக் என்று சாலையில் வேகமாக நடந்து போனான் வெங்கட்ராமன்,

சேதுராமன் சற்று நேரம் நின்றுக் கொண்டிருந்துவிட்டு, பின்னர் வீட்டுக்குள் நுழைந்தான்.

"அவன் எங்கே?" என்றார்.

"போய்ட்டாரு."

"உக்காருங்க. அப்புறம்? என்னமோ சொல்லணும்னிங்களே."

அமைதியாய் இருந்தான்.

"உங்க தங்கை பிரச்சினைதானேங்க? ஏதோ சின்ன வயசுப் பிள்ளைங்க ரெண்டு பேரும். இள ரத்தம். சின்ன விஷயங்களுக்குச் சூடாய்டறாங்க. ஒரு வாரம் போனா எல்லாம் சரியாப் போய்டும். நான் சொல்றேன் அவன்கிட்டே கொஞ்சம் ரோஷக்காரன். அவன் வந்து கூட்டிட்டு வர மாட்டான். அதனால நீங்க உங்க தங்கையைக் கொண்டாந்து விட்டுட்டுப் போங்க.

எல்லாம் சரியா வந்துடும். கவலைப்படாதீங்க, கொஞ்சம் படுத்து இளைப்பாற்றிங்களா?"

"இல்லைங்க நான் புறப்படறேன்."

"என்ன அதுக்குள்ளே? வீட்டுக்கு வந்து கையை நனைக்காமல் போறேன்கறீங்களே? தங்கிட்டு ராத்திரி சாப்பிட்டுட்டுக் காலைல போலாம்."

"இல்லைங்க நான் போகணும்."

"அப்ப சரி, ராஜம் மாப்பிள்ளை புறப்படறாராம்."

வெங்கட்ராமனின் அம்மா சமையலறையிலிருந்து வந்து, "சரிங்க எல்லாரையும் விசாரிச்சதா சொல்லுங்க" என்றாள்.

சேதுராமன் புறப்பட்டான்.

பஸ்ஸில் பயணத்தின் போது ஆழமாக யோசித்தான்.

சமாதானம் சரிப்பட்டு வராது, சரியான முரடன், ஒவ்வொரு தடவையும் குனிந்து குனிந்து போவதற்கு என் தங்கை அடிமையல்ல.

டைவர்ஸ்!

அதுதான் வழி!

ஊரில், நாட்டில் நடக்காத விஷயமா என்ன? ஆனால் நம் குடும்பங்களில் இந்த வார்த்தையே ஒரு தீண்டாத, கெட்ட வார்த்தையாக நினைக்கப்படுகையில்... எப்படிச் சாத்தியம்?

எல்லோரையும் சமாதானப்படுத்தி தங்கையை இந்த சுறாக்களிடமிருந்து விடுவித்தாக வேண்டும் என்கிற வேகம் மனம் முழுக்கத் தளும்பிக் கொண்டிருந்தது.

✹ ✹ ✹

கண்ணாடி முன் நின்றுக் கொண்டு நெற்றியின் நடுவில் சின்ன வட்டமாய் சாந்துப் பொட்டு, வைத்துக் கொண்டு, குப்பியிலிருந்து விபூதி எடுத்து அதனடியில் தீற்றிக் கொண்டாள் ராதிகா.

நாற்காலியில் அமர்ந்து ஒரு அழைப்பிதழைப் பார்த்துக் கொண்டிருந்தார் கைலாசம். நடுவில் ஒரு தரம் மகளைப் பார்த்துக் கொண்டார்.

ராதிகா தன் அடர்த்தியான கூந்தலைக் கொண்டையிட்டு, பின் செருகிக்கொண்டு பாட்டு நோட்டை எடுத்துக் கொண்டாள்.

"புறப்பட்டியாம்மா"

"ஆமாம்ப்பா."

"ஏம்மா, அந்த ஒரு பொண்ணுக்காக அந்த டெவலப் மெண்ட் ஆபீஸ்ரோட ஆஃபீஸ் ரூமுக்குப் போய்ட்டு வர்றியே... அவனை இங்கேயே வரச் சொல்லக் கூடாதா?"

"இல்லைப்பா. இப்போ இன்னும் ரெண்டு பேர் சேர்ந்திருக்காங்க. நேத்திலேர்ந்து மூணு பேர். மூணு பேருக்கும் அங்கேயே சொல்லித் தர்றேன். இங்க வரச் சொல்லலாம். போன வருஷம் ஒரு தடவை ஒரு பொண்ணுக்கு இங்கே சொல்லித் தந்தப்போ அந்த மாலதி சத்தம் போட்டது இன்னும் மறக்கலை. ரெண்டாவது, இதச் சாக்காவச்சி, வருமானம்தான் வருதே, சேர்த்துக் கொடுக்கலாமேன்னு வாடகையை ஏத்திடுவாங்க அவங்க. அவங்க வீட்லயே மாலதி தனி டைப். தெரியாதா உங்களுக்கு? வரட்டுமா?"

"இரும்மா, வந்து, இதோ பார்த்தியா இன்னிக்கு எம். எஸ். சுப்புலட்சுமி புரோக்ராம். என்ன குரல்! என்ன குரல்!"

"எங்கேப்பா?"

"திருவையாற்றிலேதான். நாலுநாளா ஆரம்பிச்சு நடந்துக்கிட்டிருக்கே தியாகராஜர் உற்சவம். நீ இன்விடேஷன் பார்க்கலை?"

ராதிகா உதட்டுக்குள் சிரித்துக் கொண்டாள்.

✳ ✳ ✳

16

அத்தியாயம்

உதட்டுக்குள் சிரித்துக் கொண்ட ராதிகா சொன்னாள்.

"நீங்க வேணும்னா, போய்ட்டு வாங்களேன்ப்பா."

"வேணாம்மா. எதுக்கு அனாவசியச் செலவு? அப்புறம் ரேடியோல கேட்டுட்டாப் போவுது."

"பரவால்லைப்பா. நேர்ல கேட்ட மாதிரி ஆகுமா? போய்ட்டு வாங்க" என்று அலமாரி திறந்து கைப்பையை எடுத்து இருபது ரூபாய்க் கொண்டு வந்து தந்தாள்.

"இந்தாங்க"

கண்களில் லேசாய் நீர்ப்படலம் தோன்ற, "ராதிகா உனக்கு நான் பாரமாய்ட்டேன்ம்மா. நல்லா தெரியுது."

"சீச்சீ, என்னப்பா இது பேச்சி? யாருக்கு யார் பாரம்? இதையே நானும் திருப்பிச் சொல்ல முடியாதா? கல்யாணம் பண்ணி வைக்கிறதோட உங்க கடமை முடிஞ்சிப் போச்சுப்பா. என் விதி சரியில்லை. நான் இப்படி ஆய்ட்டேன். எனக்கு அடைக்கலம் கொடுத்து, ஆதரவா இருக்கிற உங்களுக்கு நான் எவ்வளவோ கடமைப்பட்டிருக்கேன்ப்பா."

"என்னம்மா அடைக்கலம், கத்தரிக்கா, மனசுக்குள்ளே நிமிஷா நிமிஷம் அழுதுக்கிட்டிருக்கேன்ம்மா, நான் சம்பாரிச்சி காப்பாத்த வேண்டியிருக்க... எழவு! எனக்கு இந்தப் புல்லாங்குழலை விட்டா எதுவுமே தெரியாது. உன்னை வெளியிலே அனுப்பறதே எத்தனை நோகடிக்குது தெரியுமா?"

"இதெல்லாம் எதுக்குப்பா இப்போ? பொம்பளைங்க வேலைக்குப் போறது என்ன புதுசா? பிடிங்க. நீங்க திருவையாறு போய்ட்டு வாங்க, சாவியைக் கீழே கொடுத்துட்டுப் போங்க. நான் வர்றேன்."

ராதிகா கீழே இறங்கி வந்தாள்.

கீழே கல்யாணி, அரிசி புடைத்துக் கொண்டிருக்க...

"என்ன கல்யாணி, என்னமோ தனியாய்ப் பேசணும், வர்றேன்னு சொல்லிட்டு வரவே இல்லை?" என்றாள் ராதிகா.

பக்கத்தில் சேதுராமனின் அறைக்கதவு திறக்கப்பட்டு, சேலை மாற்றிக் கொண்ட மாலதி வெளியே வர...

"அப்புறம் வர்றேன்க்கா" என்றாள் கல்யாணி சன்னமாய்.

"சரி காரைக்குடிக்குப் போன உங்கண்ணன் வந்துட்டாரா?"

"நேத்து சாயங்காலம் வந்து இறங்கினதுமே கிளினிக்குக்குப் போனாராம். அங்கே ஏதோ அவசர வேலையா திருச்சி போகச் சொல்லிருக்காங்க, புறப்பட்டுப் போய்ட்டார். இன்னைக்குத்தான் வருவார். கிளினிக்கிலேர்ந்து பையன் வந்து சொன்னான்."

"சரி வரட்டுமா?"

ராதிகா வெளியேறினதும் மாலதி கல்யாணியிடம் வந்தாள்.

"ஏம்மா, உங்கண்ணன் காரைக்குடிக்குப் போனது அவளுக்கெப்படித் தெரியும்?"

"நேத்து ஏதோ பேச்சு வந்திச்சி. நான்தான் சொன்னேன்."

"இதையெல்லாம் ஏன் அவக்கிட்ட சொல்றே?"

"விஷயம் ஒண்ணும் சொல்லலை. காரைக்குடி போயிருக்கார்ன்னேன். அவ்வளவுதான்."

"அதைத்தான். ஏன் சொல்லணும் கல்யாணி"

"எங்கே அண்ணனைக் காணோம்ன்னாங்க. சொன்னேன்."

"இவளுக்கென்ன ரொம்ப அக்கறை! ஆம்பிளெங்க ஆயிரம் இடத்துக்குப் போவாங்க. வருவாங்க. இவளுக்கு அவசியம் தெரிஞ்சாகணுமா?"

"இல்லை அண்ணி. அவங்க எதார்த்தமாதான் என்கிட்டே எதாச்சும் பேசணும்னு கேட்டாங்க"

"என்னம்மா யதார்த்தம் இதிலே? பேசறதுக்கு பொம்பளைங்களுக்குள்ளே விஷயமா இல்லை? சரி, நேத்து எங்கேன்னு கேட்டா. யதார்த்தங்கறே. இப்போ வந்துட்டாரான்னு கேக்கறாளே. இதுவும் யதார்த்தமா?"

"ஏன் அண்ணி இப்படியெல்லாம் பேசறிங்க? அவங்க என்ன தப்பாக் கேட்டுட்டாங்க இப்போ?"

உனக்கு வயசும் பத்தாது, விபரமும் புரியாது. சின்ன வயசா இருக்கா. சிவப்புத் தோலா இருக்கா. ரெண்டாவது. அறுத்தவ, இவளை இங்கே குடிவைக்க வேணாம்னு நூறுதடவை சொன்னேன், "நல்ல மனுஷங்களாத் தெரியுதுன்னு உங்கண்ணன் ஒரே பிடிவாதமா இருந்துட்டார். அவளும், அவப் பேச்சும், பார்வையும்... எனக்குச் சுத்தமா பிடிக்கிறதில்லை" என்ற மாலதி சுற்றிலும் பார்த்துத் தன் மாமனார் இல்லை அங்கே என்பதை உறுதிப்படுத்திக் கொண்டு குரலைத் தாழ்த்தி "கல்யாணி, நாம பொம்பளைங்க, பேசிக்குவோம். தாலிதான் அறுத்தாச்சே, அப்புறம் என்னத்துக்கும்மா கலர் கலரா பிரா போடறா!" என்ற தன் அண்ணியை ஆச்சரியமாய்ப் பார்த்தாள் கல்யாணி.

"அண்ணி, எந்தக் காலத்திலே இருக்கீங்க நீங்க? அது ஒரு தப்பா?"

"இதோ பாரும்மா. உனக்கெல்லாம் பேசி விளங்க வைக்க முடியாது. அவகிட்டே நீ கரெக்டா நடந்துக்கோ, அதிகமா பேச்சு வச்சிக்க வேணாம். நீ இங்கே வந்திருக்கே. உங்கண்ணன் காரைக்குடி போயிருக்கார். இதை வச்சி அவ எல்லாத்தையும் ஊூகிச்சிருப்பா, நம்ம வீட்டு விஷயம் நம்மோட இருக்கிறதுதான் நல்லது. சொல்லிட்டேன் உன் இஷ்டம்" என்று உள்ளே போனாள் மாலதி.

✳ ✳ ✳

சரவணகுமாரின் ஆபீஸ் வாசலில் பாட்டுச் சொல்லிக்கொள்ள வந்த இரண்டு பெண்களும் ராதிகாவும் காத்திருந்தார்கள்.

வழக்கமாக அவள் வரும் முன்னர் சரவணகுமார் பைக்கில் தன் தங்கையை அழைத்து வந்து, ஆபீஸைத் திறந்து தனது பத்தி கொளுத்தி வைத்துவிட்டுப் புறப்பட்டுப் போயிருப்பான். இன்று வழக்கத்திற்கு மாறாக தாமதம்.

புரியாமல் காத்திருந்தபோது...

பைக்கில் வந்தான் சரவணகுமார். பின் இருக்கையில் மீனா இல்லை.

வந்து வண்டியை நிறுத்தி ராதிகாவிடம் நடந்து வந்த சரவணகுமாரின் கண்கள் சிவந்து, கலங்கியிருக்க...

"என்ன சார், மீனா எங்கே?" என்றாள்.

"கொஞ்சம் உள்ளே வாங்க, சொல்றேன்."

✳ ✳ ✳

17

அத்தியாயம்

தனது ஆஃபிஸ் அறைக்குள்ளே வந்த சரவணகுமார் நாற்காலியின் முதுகில் கைகளை ஊன்றிக் கொண்டு, மேஜையைப் பார்த்துக் கொண்டுச் சொன்னான்.

"மேடம், மீனா மடத்தனமா ஒரு காரியம் செஞ்சுட்டா நேத்து."

"என்ன செஞ்சா" என்றாள் ராதிகா கலவரத்துடன்.

டியூஷனுக்காக வந்த அந்த மற்ற இரண்டு மாணவிகளும் ஆர்வமாய் கவனிப்பதைக் கண்ட சரவணகுமார் தயக்கத்துடன், "ரெண்டு நிமிஷம் வெளில இருங்க நீங்க" என்றான் அவர்களைப் பார்த்து.

அவர்கள் போனதும்...

"மீனா நேத்து ராத்திரி விஷத்தைக் குடிச்சுட்டா."

"அய்யோ! என்ன இது? என்னாச்சுங்க?"

"காப்பாத்திட்டேன். இப்ப ஒண்ணுமில்லை. ஆபத்தான கட்டத்தைத் தாண்டிட்டா."

"என்னாச்சு அவளுக்கு? ஏன் இப்படி அவசரப்பட்டா?"

"நேத்து ஸ்கூல்லேர்ந்து வர்றப்போ இவளோட ஃப்ரெண்ட்ஸ் எல்லாம் இருக்கிறப்போ ஃபாலோ பண்ணின ரெண்டு தடிப் பசங்க இவளைப் பத்தித் தெரிஞ்சிகிட்டு, 'தென்னங்கீற்று'ன்னு கேலிப் பண்ணிருக்காங்க, எல்லாரும் சிரிச்சிருக்காங்க. இவ தாங்க முடியாம வீட்டுக்கு வந்ததுமே மூட்டைப் பூச்சி மருந்தைக் குடிச்சுட்டா. நான் ஆஃபீஸ் போய்ட்டு ஆறரை மணிக்கு வந்துப் பார்த்தா வீடு தெறந்து இருக்கு. உள்ளே கட்டில்ல கண்ணெல்லாம் செருகிப் போயி மயக்கமாக் கிடந்தா, வாயோரமா நுரை. தண்ணி தெளிச்சு, துடிச்சுப்போயி, டாக்ஸி பிடிச்சேன். கவர்மெண்ட் ஆஸ்பத்திரின்னா போலீஸ் கேஸ், அது, இதுன்னு டிலே பண்ணுவாங்கன்னு உங்க வீட்டு ஓனர் பையன் சேது இல்லை, அவர் வேலை பார்க்கிற நாராயணா கிளினிக்குக்குப் போனேன். அவர் இல்ல. வசந்தின்னு ஒரு லேடி டாக்டர் இருந்தாங்க. அட்மிட் பண்ணிக்கிட்டு உடனடியா ஸ்டமக் வாஷ் பண்ணி, ஊசிகள் போட்டுப் பிழைக்க வெச்சுட்டாங்க. ராத்திரி பன்னெண்டரைக்கு மேலதான் கண்ணையே திறந்துப் பார்த்தா."

கண்களில் நீர் ததும்பி நிற்க, அமைதியாய் நின்றாள் ராதிகா.

"மேடம், எனக்கு ஒரு உதவி செய்யணும் நீங்க."

"சொல்லுங்க சார்."

"மீனாவுக்கு ஒரு அண்ணன்ங்கிற முறையிலே நான் எவ்வளவோ ஆறுதல் சொல்லிட்டேன். 'பிழைச்சதுக்கப்புறமும் கூட தினம் ஒவ்வொருத்தர் ஒவ்வொரு விதமா கேலி செய்வாங்க. குத்திக் காட்டுவாங்க, கொஞ்சம் கொஞ்சமா சாகறதுக்குப் பதிலா ஒரேயடியா செத்துடலாம்னுதான் இப்படி முடிவெடுத்தேன். என்னை ஏன் காப்பாத்தினிங்க'ன்னு கேக்கறா."

"நான் அவளைப் பார்க்கிறேன் சார். பேசறேன். எடுத்துச் சொல்றேன். ரெண்டுங்கெட்டான் வயசு, ஒரு ஆத்திரத்திலே செயல்பட்டுட்டா."

"அந்த வயசுதாங்க எனக்குக் கவலையா இருக்கு. மறுபடி ஒரு சந்தர்ப்பத்திலே மறுபடி இதே மாதிரி ஒரு தப்பான

முடிவுக்கு அவ வந்துடுவாளொன்னு எனக்குப் பயமா இருக்கு. இந்தக் குறை சம்பந்தமா நான் இதுவரைக்கும் இவளுக்காக ஐயாயிரம் ரூபா செலவுபண்ணியிருக்கேன். மெட்ராஸ்ல டாப்மோஸ்ட் டாக்டர்ஸ்கிட்டே காண்பிச்சாச்சு. இயற்கைதான் கண் திறக்கணும்னு சொல்லிட்டாங்க. நான் என்னங்க செய்வேன்" என்ற சரவணகுமார் அணிந்திருந்த குளிர் கண்ணாடியைக் கழற்றிவிட்டு கர்சீப் முனைகளால் ஒற்றிக் கொண்டான்.

"மீனா இப்போ எங்கே இருக்கா?"

"ஆஸ்பத்திரிலதான் இருக்கா. நாலு நாள் கழிச்சு தான் டிஸ்சார்ஜ் செய்வேன்னுட்டாங்க. குளுக்கோஸ், ட்ரிப் மூலமா ஏறிக்கிட்டிருக்கு."

"துணைக்கு யாரு இருக்கா?"

"பக்கத்து வீட்டம்மா ஒருத்தர் இருக்காங்க. சரிங்க. அந்தப் பிள்ளைங்கல்லாம் வெய்ட் பண்றாங்க. நீங்க கிளாஸ் எடுங்க. நான் போறேன்."

"இல்லைங்க. இன்னிக்கு கிளாஸ் எடுக்கலை நான். மனசு சங்கடமா இருக்கு. வெறும் வயத்திலேயும், மனக் கலக்கத்திலேயும் சங்கீதம் சொல்லித் தரவும் கூடாது. கத்துக்கவும் கூடாது. நான் வர்றேன் சார்" என்று வெளியே வந்து அந்த மாணவிகளிடம் நாளை வரச் சொல்லி அனுப்பிவிட்டுத் தன் வீட்டிற்கு நடந்தாள் ராதிகா.

வீட்டிற்கு வந்து மாடிப் போர்ஷனுக்கு ஏறுகையில், "அக்கா" என்றழைத்தாள் கல்யாணி. "வீடு பூட்டிருக்கு இந்தாங்க சாவி. உங்கப்பா திருவையாறு போறதாச் சொல்லிட்டு உங்ககிட்டே சாவி கொடுக்கச் சொல்லிட்டுப் போனார்."

தன் அப்பா உபயோகிக்கும் சின்ன ட்ரேயில் உட்கார்ந்து கடிதம் எதுவோ எழுதிக் கொண்டிருந்த கல்யாணியை அணுகி சாவியை வாங்கிக் கொண்டாள் ராதிகா.

"லெட்டர் யாருக்கு. அவருக்கா?"

"ஆமாக்கா. டிஃபன் ஆச்சா?"

"இனிமேதான்."

"என்ன இன்னிக்கு சீக்கிரம் வந்துட்டிங்க. ட்யூஷனுக்குப் பிள்ளைங்க யாரும் வரலையா?"

"வந்தாங்க. எனக்கு மனசு சரியில்லை. நாளைக்கு வரச் சொல்லிட்டு வந்துட்டேன்."

"மனசு சரியில்லையா? ஏன்? அட நான் என்ன வாத்தியாரா? நின்னுகிட்டே பேசறிங்களே? உக்காந்து சொல்லுங்க. அட, உக்காருங்கன்னா..."

"இல்லை, வேணாம்மா. என் கூட நீ பேசறதே உங்கண்ணிக்குப் பிடிக்காது. இதிலே உக்காந்து வேற பேசிட்டா இன்னும் நல்லா இருக்கும். என்ன கேட்டே? மனசா? அது என்னைக்கு நல்லா இருந்திச்சு? ஒவ்வொரு நாளும் அதோட விசனத்துக்கு ஒவ்வொரு காரணம். சொந்த வாழ்க்கைதான் சோதனைன்னா நம்மைச் சுத்தி இருக்கிறவ வாழ்க்கையாவது சுகமா இருக்கா? ஹரம். பாரும்மா, என் ஸ்டூடண்ட் மீனான்னு ஒருத்தி. பிரில்லியண்ட் பொண்ணு. பத்தொம்பொது வயசு ஆச்சு. இன்னும் மெச்சூர் ஆகலை. அதுக்கு வைத்தியம் பண்ணிக்கிட்டிருக்கா. எவனோ காலிப் பய இவளைப் பார்த்துத் தென்னங்கீற்றுன்னு கேலி பண்ணிருக்கான்."

"தென்னங்கீற்றுன்னா?"

"அப்படின்னு ஒரு படம். அதிலே ஹீரோயினுக்கு இதே பிராப்ளம். அவன் கேலி செஞ்சதும் அவமானமாப் போய் வீட்டுக்கு வந்ததும் விஷம் குடிச்சுட்டா. அப்புறம் காப்பாத்தி இப்போ உங்கண்ணன் வேலை பார்க்கிற கிளினிக்லதான் இருக்கா. இதைக் கேட்டதும் மனசு எப்படி நல்லா இருக்கும் சொல்லு."

"ச்சே! பாவம்."

"நிச்சயமா. பின்னே இல்லையா? நம்ம வாழ்க்கை முறைப்படி ஒரு பொண்ணு பருவமாகி, கல்யாணம் செஞ்சு, குழந்தை பெத்து, அதை வளர்க்கிறதிலேயே நாட்களை

ஒட்றதுதானே நடந்துகிட்டு வருது. இவ கேசில இது எப்படி நடக்கும்? குறையை அலட்சியப்படுத்தி தனியா வாழலாம்ங்கிற தன்னம்பிக்கைக்கொண்ட வித்தியாசமான பொண்ணும் இல்லை அவ. நினைச்சா ரொம்பக் கஷ்டமா இருக்கு."

கல்யாணி பேனாவை மூடி கடிதத்தின் மேல் வைத்துவிட்டு, "ஆமாம்க்கா என்னமோ சொல்றிங்களே, கல்யாணம்ங்கிறது எல்லாருக்கும் வாழ்க்கையைத் தந்துடுதா? சிறப்பா அமைஞ்சுடுதா? உங்க விஷயத்தை எடுத்துக்கங்களேன், என்ன ஆச்சு? விதிம்பீங்க, விடுங்க. நான்தான் கல்யாணத்திலே சுசுப்படறேனா?"

திடுக்கிட்டு கல்யாணியை நெருங்கினாள் ராதிகா. அவள் கையைப் பிடித்துக் கொண்டு, "ஏய்... என்னம்மா சொல்றே நீ? உனக்கு என்ன குறை? என்ன பிரச்சினை?" என்று கல்யாணியின் முகத்தை நிமிர்த்தினவள் அவள் கண்களில் ததும்பும் கண்ணீரைப் பார்த்து, "என்ன கல்யாணி? எதுவும் தகராறா?"

"கல்யாணி, இங்கே வா" என்று சமையலறையிலிருந்து மாலதியின் குரல் கேட்டது.

கல்யாணி சட்டென்று ராதிகாவின் கைகளிலிருந்து தன்னை விடுவித்துக் கொண்டு, "விபரமா அப்புறம் சொல்றேன்க்கா" என்று புடவை முனையால் கண்களை அவசரமாகத் துடைத்துக் கொண்டு உள்ளே சென்றாள்.

ராதிகா தன் போர்ஷனுக்கு வந்து, காலை செய்து வைத்த டிஃபனைச் சாப்பிட்டுவிட்டு, உடை மாற்றிக் கொண்டு, ஒரு வயர் கூடையும் பர்சும் எடுத்துக் கொண்டு புறப்பட்டாள்.

சமையலறையில் அப்பளம் பொரித்துக் கொண்டிருந்த மாலதி உள்ளே வந்த கல்யாணியை, "யார்கிட்டே பேசிக்கிட்டிருக்கே?" என்றாள்.

"ராதிகாக்கா வந்தாங்க."

"அக்கா! கூடப் பொறந்தவளையே பேர் சொல்லிக் கூப்புடறாங்க. ராதிகா அக்காவா? இப்பதானே சொன்னேன்,

அவகிட்டே அதிகமா வச்சிக்காதேன்னு, ஆமாம், தேதி என்ன இன்னிக்கு?"

"ரெண்டு. ஏன் அண்ணி?"

"நிக்கிறாளா அவ? வாடகை தரல்லையே இன்னும்" என்று பழைய துணியில் கையைத் துடைத்துக் கொண்டு வெளியே முன் கூடத்திற்கு வந்தாள் மாலதி, கல்யாணி தொடர்ந்தாள்.

மாடியிலிருந்து இறங்கின ராதிகா வாசல் கதவை நோக்கிப் போக...

"ராதிகா, வாடகை தரலையே இன்னும்" என்றாள்.

"நாளைக்குத் தர்றேங்க" என்றாள் திரும்பிப் பார்த்து.

"போன மாசமே பத்து தேதி தாண்டித்தான் கொடுத்தே. அதான் கேட்டேன். இப்பவே கேக்க ஆரம்பிச்சாதானே அந்த பத்து தேதியிலேயாவது வாங்கலாம். அதுக்காகக் கேட்டேன்."

"இல்லைங்க. நாளைக்குக் கண்டிப்பா தந்துடறேன்" என்றாள் சங்கடமாய், விருட் என்று வாசலில் இறங்கி நடந்தாள். அவள் போனதும் மாலதி கல்யாணி பக்கம் திரும்பினாள். புருவத்தை உயர்த்தித் தோள்களை உலுக்கிக் கொண்டாள்.

"பார்த்தியில்லே..." என்றாள்.

"அதான் நாளைக்குத் தர்றேன்னு சொல்றாங்களே!"

"அதைச் சொல்லலை நான். வாடகைக்கும் மளிகைக் கடைக்கும் சிரமப்படறப்போ அப்பாவைக் காசு கொடுத்து சங்கீதம் கேக்க அந்தப் பக்கம் அனுப்பிச்சுட்டு, இவ இந்தப் பக்கம் பளிச்சுன்னு சேலையைக் கட்டிக்கிட்டுக் கிளம்பிட்டா. எங்கே போறாளோ, என்ன எழவோ?"

"என்ன அண்ணி நீங்க இப்படியெல்லாம் பேசறிங்க? அவங்ககிட்டே பாட்டு கத்துக்கிற ஒரு பொண்ணு கிளினிக்ல அட்மிட்டாகியிருக்கா. அவளைப் பார்க்கத்தான் போறாங்க"

"அப்படின்னு உன்கிட்டே சொன்னாளா? நீயும் அதை நம்புறியா? கல்யாணம் எல்லாம் ஆயிடுச்சே ஒழிய உனக்கு

விவரமே பத்தாதும்மா. எல்லாத்தையும் நம்பிடறே. உனக்குள்ளே வச்சிக்கோ, மொதல்ல ஒரு ஸ்கூட்டர்காரன் இவளைச் சுத்திக்கிட்டிருந்தான். இப்போ புதுசா மோட்டார் பைக்கைப் பிடிச்சிருக்கா. உங்கப்பாவைப் பார்க்க வருவாரே சரவணகுமார்ன்னு செவப்பா, அவரோட ஆபீஸ் ரூம்லதான் பாட்டு ட்யூஷன் நடக்குது. வீடு வீடாப்போய் சொல்லிக் கொடுத்துக்கிட்டிருந்தா. இப்போ இவனோட ஆஃபீஸ் ரூம்ல காலைல சொல்லித் தர்றா. நான் கேக்கறேன், என்னம்மா அக்கறை அவனுக்கு இவ மேல? ம்? என் காதுக்கு வராமயா இருக்கு? எல்லா விவரமும் தெரியும் எனக்கு"

"அண்ணி, நீங்கதான் எதையுமே சந்தேகக் கண்ணோட பாக்கறீங்கன்னு நினைக்கிறேன். ராதிகா ரொம்ப நல்லவங்க, நான் பழகின வரைக்கும். ஒண்ணும் வேணாம். தெருமுக்கு கூடத் தாண்டியிருக்க மாட்டாங்க. வேணும்னா பின்னாடியே போய்ப் பாருங்க. நேரா கிளினிக்குக்குதான் போறாங்க."

"ஆமாம்மா... எனக்கு இதுதான் வேலை பாரு. அவபின்னாடி சுத்தறதுக்குத்தான் எத்தனையோ பேரு இருக்காங்களே."

"சரி வேணாம் விடுங்க. அண்ணன் ஊர்லேர்ந்து வந்ததும் உண்மையைத் தெரிஞ்சிக்கலாம்."

"என்ன உளர்றே?"

"அவங்க சொன்ன மீனாங்கிற பொண்ணை நம்ம அண்ணன் வேலை பார்க்கிற கிளினிக்கிலதான் அட்மிட் பண்ணியிருக்காங்களாம். அது உண்மையான்னு தெரிஞ்சுகிட்டா போதுமே."

"அடிப்பாவி! ஆட்டைக் கடிச்சு, மாட்டைக் கடிச்சு என்கிட்டேயே வந்துட்டா அவ. மீனாவைப் பார்க்கவும் போகலை. சோனாவைப் பார்க்கவும் போகலை அவ, உங்க அண்ணனைப் பாக்கதான் போறா, சண்டாளி! இப்ப நான் என்ன செய்வேன்?"

"என்ன அண்ணி உளர்றிங்க? அண்ணன்தான் திருச்சி போயிருக்கே."

"சில சமயம், ஊர்லேர்ந்து திரும்பி வீட்டுக்கு வராம நேரா கிளினிக்குக்குப் போய்ட்டு மத்தியானம் சாப்பாட்டு டயத்துக்குத்தான் வீட்டுக்கு வருவாரு. இப்போ நான் போன் செஞ்சுப் பார்க்கறேன்... வா கல்யாணி. பக்கத்து வீட்ல போய் போன் செஞ்சுட்டு வருவோம்."

கல்யாணிக்குத் தன் அண்ணியைப் பார்க்கையில் எரிச்சலும், சிரிப்பும்தான் ஏற்பட்டது. இத்தனை சந்தேகமா உடம்பு முழுக்க அவள் சந்தேகம் பொய்யானது என்பதை உணர வைக்க வேண்டும் என்று நினைத்தாள்.

"சரி, வாங்க போகலாம்" என்றாள்.

✶ ✶ ✶

வயர் கூடையில் சாத்துக்குடிப் பழங்களுடன் கிளினிக்குக்குள் படிகளில் ஏறி வரவேற்புப் பகுதியை அடைந்த ராதிகா ஆச்சரியப்பட்டாள். சேதுராமனைப் பார்த்து, அவனும் இவள் வருகையைப் பார்த்துத் திகைத்தான்.

"அட வாங்க, வாங்க" என்றான்.

"நீங்க திருச்சி போயிருக்கிறதா..."

"போய்ட்டு காலைலதான் வந்தேன். நேரா கிளினிக் வந்துட்டேன். நான் வந்துட்டது வீட்டுக்கே தெரியாது. மத்தியானம் லன்ச்சுக்குத்தான் போகணும். நீங்க..."

"இங்கே மீனான்னு ஒரு பேஷண்டைப் பார்க்கணும் நான்" என்றாள்.

டெலிபோன் ஒலிக்க. சேதுராமன் எடுத்து, "ஹலோ, நாராயணா கிளினிக், ஆமாம். நான் சேதுராமன்தான் பேசறேன். என்ன மாலதி திடீர்ன்னு போன் பண்றே? நான் ஊர்லேர்ந்து வந்து அரைமணி நேரமாச்சு. ஹலோ... ஹலோ" என்று ரிசீவரை வைத்துவிட்டு, "மாலதிதான் பேசினா. பேசிக்கிட்டிருக்கிறப்பவே

வச்சுட்டா! போனை வைக்கட்டுமான்னு கேக்கறதில்லை?" என்று ராதிகாவை பார்த்து எரிச்சலாய் சொல்லிவிட்டு, "ஸாரி... நீங்க பார்க்க வந்த பேஷண்ட் மாடியிலே பதினேழாம் நம்பர் வார்டிலே இருக்காங்க, வாங்க அழைச்சுட்டுப் போறேன்" என்று எழுந்தான் சேதுராமன்.

18

அத்தியாயம்

17-ஆம் நம்பர் வார்டுக்கு சேதுராமன் முன்னால் நடக்க... பழக் கூடையுடன் பின்னால் தொடர்ந்தாள் ராதிகா.

"பாவம். ரொம்ப சின்ன வயசுங்க, ஏன் விஷத்தைக் குடிச்சான்னு தெரியலை. கூட இருக்கிற அம்மாகிட்டே கேட்டேன். மழுப்பலாப் பேசினாங்க. என்ன காரணம் இருக்கப் போவுது இந்த வயசிலே? எவனையாவது நம்பி ஏமாந்திருப்பா" என்றான் சேதுராமன் படிகள் ஏறிக் கொண்டே.

"இல்லைங்க. மீனா அப்படிப்பட்ட பொண்ணு இல்லை. வேற காரணம்" என்றாள் ராதிகா.

"வேற என்ன? பேரண்ட்ஸ் திட்டியிருப்பாங்க."

"இல்லை, வேற..."

"உங்களுக்குத் தெரியுமா?" என்றான் திரும்பி.

"தெரியும். அப்புறம் சொல்றேன்" என்றாள்.

இதைப் போய் எப்படிச் சொல்வது என்று சங்கடமாய் இருந்தது.

மாடிக்கு வந்து வராந்தாவில் நடந்து பதினேழாம் நம்பர் அறைக்குள் இருவரும் வந்தார்கள்.

படுக்கையில் மீனா கண் மூடியிருந்தாள். மார்பு வரை போர்த்தப்பட்டு இருந்தாள். ஒரு கையில் ஊசி குத்தி, பிளாஸ்திரி ஒட்டி சொட்டுச் சொட்டாய் தலைகீழான பாட்டிலிலிருந்து குளுக்கோஸ் ஏறிக் கொண்டிருக்க...

அருகே ஸ்டூலில் அமர்ந்து குறுக்கே வெட்டப்பட்ட சாத்துக்குடியைப் பிழிந்து கொண்டிருந்த அம்மாள் இவர்களைப் பார்த்ததும் எழுந்தாள்.

"இருக்கட்டும் உக்காருங்க. காலையிலே இன்ஜெக்ஷன் போட்டாங்களா?" என்றான் சேதுராமன்.

"ஆமாங்க. மீனா இந்த பாரு மீனா" என்று அவளின் கன்னத்தைத் தட்டினாள். மீனா இமைகளைத் திறக்கவில்லை.

"ம்கூம். எழுப்பாதிங்க. தூங்கட்டும்" என்றாள் ராதிகா.

"நீங்க யாரும்மா?" என்றாள் அந்தம்மாள்.

"மீனாவுக்குப் பாட்டு சொல்லிக் கொடுக்கிற டீச்சர், காலையிலேதான் அவங்க அண்ணன் சொன்னாரு. நீங்க, பக்கத்து வீட்ல இருக்கிங்களா?"

"ஆமாம். சரவணன் தம்பி சீக்கிரம் வந்துடறேன்னு சொல்லிச்சு. இன்னும் காணோம்."

"ஏன் நீங்க எங்கேயாவது போகணுமா?"

"இனிமே வீட்டுக்குப் போய் சமைச்சு பையனுக்குச் சாப்பாடு அனுப்பணும்."

"நீங்க போங்கம்மா. மீனாவை நான் பார்த்துக்கறேன்."

"சரவணன் தம்பி வர்றேன்னுச்சு."

"அவர் வர்றப்போ வரட்டும். நீங்க போங்க, எனக்கு வீட்ல ஒரு வேலையும் இல்லை. நான் இங்கேயே இருக்கேன்."

"சரிம்மா. அப்போ நான் போய்ட்டு என் வேலையெல்லாம் முடிச்சுட்டு சீக்கிரம் வந்துடறேன்ம்மா, இந்த சாத்துக்குடியைப் பிழிஞ்சு வச்சிட்டுப் போறேன்."

"நான் பிழிஞ்சுக்கறேன் போங்க."

"கண்ணு முழிச்சதும் கொடுங்க."

"சரி"

அந்த அம்மாள் அறையோடு ஒட்டியிருந்த பாத்ரூமிற்குச் சென்று கை கழுவிவிட்டு வந்து, ஓரமாய்ப் போட்டிருந்த ஸ்லிப்பர்களை அணிந்துக்கொண்டு புறப்பட்டுச் சென்றதும்.

சேதுராமன் ஆணியில் மாட்டியிருந்த சார்ட்டை எடுத்து டெம்ப்ரேச்சரைப் பார்த்துவிட்டுத் திரும்ப மாட்டினான், "ஜூரம் இல்லை" என்றான்.

ராதிகா சாத்துக்குடியைப் பிழிந்து கொண்டே, "எத்தனை நாள் பெட்ல இந்தப் பொண்ணு இருக்க வேண்டியிருக்கும்?"

"ஸ்டமக் வாஷ் பண்ணியிருக்காங்க. ரொம்ப சோர்வா இருக்கும் உடம்பு. இன்னும் ரெண்டு நாள் வச்சிருந்துதான் டிஸ்சார்ஜ் பண்ணுவாங்க. பார்த்திங்களா, நீங்க வந்ததுதான் சாக்குன்னு அந்தம்மா ஓடிட்டாங்க. நீங்க மாட்டிக்கிட்டிங்க."

"இல்லைங்க. நிஜமாகவே வீட்ல ஒண்ணும் வேலை இல்லை. அப்பாவும் திருவையாறு போய்ட்டார். அங்கே போய் சும்மாதான் இருப்பேன்."

"இங்கே நீங்க இருக்கணும்னு அவசியம் கூட இல்லை. நர்ஸஸ் பார்த்துப்பாங்க."

"பரவால்லை. இருக்கேன்."

"உங்களுக்கு போரடிக்குமே. படிக்கிறதுக்கு புக்ஸ் கொடுத்தனுப்பறேன். நான் போகட்டுமா என் மேஜைக்கு?"

"போங்க. அநாவசியமா உங்களைத் தொந்தரவு பண்ணிட்டேன்."

"அதெல்லாம் இல்லை" என்று சென்றான் சேதுராமன்.

ராதிகா சாத்துக்குடிச் சாற்றை வடிகட்டி ஒரு கிளாஸில் நிரப்பி மூடி வைத்துவிட்டு, மீனாவுக்கு அருகில் ஸ்டுலை நகர்த்திப் போட்டு அவள் முகத்தையே பார்த்துக் கொண்டிருந்தாள்.

அவளையும் அறியாமல் கண்களில் நீர் துளிர்த்தது.

ஒரு சின்னப் பையன் கொண்டு வந்து கொடுத்த புத்தகங்களைக் கொஞ்ச நேரம் புரட்டினாள். பாட்டிலில் குளுக்கோஸ் தீர்ந்து போனதை நர்சிடம் தெரிவித்து வேறு பாட்டிலை மாட்டச் செய்தாள்.

ஒரு மணி நேரம் கழித்து மீனா கண்களைத் திறந்தாள். "மேடம்" என்றாள் குரல் தழுதழுக்க...

"எந்திரிச்சிட்டியா மீனா? எப்படிம்மா இருக்கே இப்போ?"

அமைதியாகத் தலையசைத்தாள்.

"இந்தா, இந்த ஜூஸ் குடி. கையை அசைக்காம மெதுவா கொஞ்சம் நிமிர்ந்துக்கோ. நான் வாயிலே ஊத்தறேன். முழுங்கு."

"வேணாம்."

"வேணாம்னா தெம்பு எப்படி வரும்?"

"எதுக்கு வரணும்?"

"அசடு மாதிரி பேசக் கூடாது. குடி"

மெதுவாகக் குடித்து முடித்ததும் மறுபடி முந்தானை முனையால் அவள் வாயைத் துடைத்து விட்டாள்.

"எல்லாரும் சேர்ந்து என்னைக் காப்பாத்திட்டாங்க" என்று அழ ஆரம்பித்தாள் மீனா.

"அழக் கூடாது. சாகற அளவுக்கு என்ன ஆய்டுச்சு இப்போ? என்ன வயசு உனக்கு. மன தைரியம் பத்தாது. அவசரப்பட்டுட்டே என்ன பெரிய பிரச்சினை? எல்லாம் சரியாப் போய்டும்."

"தினம் தினம் கேலியை என்னால தாங்க முடியலை டீச்சர். இப்பவும் கூட ஏன் என்னைக் காப்பாத்தினாங்கன்னுதான் இருக்கு"

"இப்பதானே சொன்னேன். உளறாதேன்னு."

"நீங்க ஆறுதலா ஆயிரம் சொல்லுங்க நிமிஷத்துக்கு நிமிஷம் அவமானத்திலே துடிச்சுப் போறது நான்தானே டீச்சர்?"

"அப்படியெல்லாம் சொல்லாதே. மெட்ராஸ்ல ஒரு புது டாக்டர் வந்திருக்காங்க."

"எல்லா டாக்டரையும் பார்த்தாச்சு டீச்சர். நீங்களே சொல்லுங்க. 'நீ ஏன் விஷம் குடிச்சே'ன்னு என்னைக் கேட்டா... உண்மையான காரணத்தை வெளில சொல்ல முடியுமா? எவ்வளவு அவமானமான பிரச்சினை பாருங்க."

"இதெல்லாம் நீயா மனசில வளர்த்துக்கிறதுதான் மீனா. நாட்டிலே எவ்வளவோ பேர் எவ்வளவோ குறைகளோட தன்னம்பிக்கையோட வாழலையா, மீனா?"

"அந்தக் குறைகளிலே அவமானம் எதுவும் இல்லை டீச்சர். காது கேக்காது. கண் தெரியாது. வாய் பேசாது. இப்படி எது சொன்னாலும் அந்த நபர் மேல அனுதாபம் ஏற்படும். ஆனா என் குறைய வெளில சொல்லவும் முடியாது. சொன்னாலும் ஒரு கிண்டல் செய்த உணர்ச்சிதான் எல்லோருக்கும் ஏற்படுது."

"எல்லாருக்குமா ஏற்படுது? ஏன் மீனா? நான் ஒரு தடவையாவது உன்னைக் கேலி செய்ற மாதிரி பேசியிருக்கேனா?"

"நீங்க பேசலை. ஆனா..."

"எவனோ ஒரு தெருப் பொறுக்கி கிண்டல் பேசினதுக்காக நீ விபரீதமான முடிவெடுத்தா அது அவனுக்கு மரியாதை இல்லையா மீனா? சமூகத்திலே எல்லாரும் ஒரேமாதிரி இருப்பாங்களா? சொல்றவங்க எதை வேணும்னாலும் சொல்லட்டும். அதுக்காக நாம் மனசு ஒடிஞ்சிடறதா?"

"இல்லை மேடம். ஆறுதல் சொல்றது சுலபம். அந்த அவமான உணர்ச்சியை அவங்கவங்க அனுபவிச்சாதான் தெரியும்."

ராதிகா அமைதியாய் அவளைப் பார்த்தாள்.

அவள் கையை எடுத்துத் தன் மடி மேல வைத்துக் கொண்டாள்.

"மீனா, நானும் அனுபவிச்சிருக்கேம்மா, ஒவ்வொரு நாளும் அனுபவிச்சிக்கிட்டும் வர்றேன், பெண்ணுக்கு கழுத்திலே தாலியும், நெத்தியிலே பொட்டும் போய்ட்டாலே அவ பாதி செத்துடறா. அதிலேயும் அவ கொஞ்ச வயசுக்காரியா, என் மாதிரி வெளில போய் சம்பாதிக்க வேண்டிய நிர்பந்தத்திலே இருந்திட்டா அவ தினம் தினம் மத்தவங்க வார்த்தைகளாலேயே செத்து செத்துப் பிழைக்கணும் மீனா, நான் குடியிருக்கேனே, அந்த வீட்டுக்காரரோட மருமகள் மாலதின்னு பேரு. என்னைப் பத்தி எல்லார்கிட்டேயும் எத்தனை விதமா பேசறாங்க தெரியுமா? பச்சை பச்சையா அபாண்டமா சொல்றாங்க. எல்லாம் எனக்குத் தெரியும். மௌனமா நகர்ந்துடுவேன். எத்தனை ராத்திரிகளிலே, அல்பாயுசுல செத்துப் போன என் புருஷனை ஆத்திரமா நினைச்சுக்கிட்டு அழுதிருக்கேன் தெரியுமா?" என்ற ராதிகாவின் விழிகளிலிருந்து நீர் புறப்பட்டு மடியில் இருந்த மீனாவின் கைகளில் விழ...

அறைக்கு வெளியே நின்ற சேதுராமனுக்கு திக் என்றது.

காபி எதுவும் வேண்டுமா என்று கேட்பதற்காக வந்த போது... மாலதி என்று காதில் விழவே அப்படியே நின்று கேட்ட சேதுராமனின் கண்கள் சிவந்து போய்... அவனறியாமல் பற்கள் நெரிப்பட்டன.

மௌனமாகத் திரும்பி நடந்தான்.

"அழாதீங்க டீச்சர்" என்றாள் மீனா.

"சொல்லும்மா, இது அவமானமில்லையா? இதுக்காக விஷத்தை நான் குடிச்சிடறதா? அவங்க என்னைத் தவறா நினைக்கட்டுமே. என்னை உண்மையா புரிஞ்சுக்கிட்ட எத்தனையோ பேருக்காக நான் சந்தோஷப்படலாமே."

அமைதியாயிருந்தாள் மீனா.

"எவனோ அட்ரஸ் தெரியாத ஒரு மடையன் உன்னைக் கேலி பண்ணினதுக்காக உன் மேல அன்பைக் கொட்ற உன்

அண்ணனையும், உண்மையான தோழிகளையும், ஏமாத்திட்டு இப்படி முடிவு செஞ்சது தப்புதானே!"

"தப்புதான் டீச்சர். ஆனா நான் கேலி பண்ணினதுக்காக மட்டும் அப்படி முடிவு செய்யலை அந்த நிகழ்ச்சி ஏற்கனவே புகைஞ்ச மனசுக்கு பெட்ரோல் ஊத்திடுச்சி, அவ்வளவுதான்."

"அப்படின்னா வேற என்னம்மா காரணம்?"

"யார் கேலி செஞ்சாலும், செய்யாட்டாலும்... ஒரு பொண்ணுக்கு ஆதாரமா எந்தக் குறை இருக்கக் கூடாதோ, அந்தக் குறை உள்ள எனக்கு எதிர்காலத்திலே என்ன வாழ்க்கை இருக்கு டீச்சர்? ஷோ கேஸ்ல வைக்கிற பொம்மையும் நானும் ஒண்ணு. அது அசையாது. நான் அசைவேன், ரெண்டினாலேயும் எந்த உபயோகமும் இல்லை. மனைவின்னு சும்மா சொல்லிக்கிறதுக்காக மட்டும் எவன் டீச்சர் என்னைக் கட்டிக்குவான்?"

"மீனா, கல்யாணம்தான் வாழ்க்கையா?"

"நான் சராசரிப் பொண்ணு. தனியாகவே வாழ்ந்திடலாம்னு நினைக்கிற புரட்சி எண்ணம் எல்லாம் எனக்கு இல்லை. எல்லார் மாதிரியும் எனக்கும் கல்யாணம், கணவன், அன்பு, இல்லறம்னு கனவுகள் இருக்கு. அது எனக்கு அமைய வாய்ப்பில்லைங்கறப்போ, நான் சாகத்தானே வேணும்?"

"கரெக்ட் இது புரியாம நான் கூட மடத்தனமா இத்தனை நாளும் இருந்துட்டேன் மீனா. நான் கூட சாகணும், போய் விஷம் வாங்கிட்டு வரட்டுமா? ரெண்டு பேரும் சாப்பிடலாம். என்ன?"

"டீச்சர்"

"பின்னே என்னம்மா? நானும்தான் சராசரிப் பொண்ணு. உனக்கு இருக்கிற கனவுகள் எனக்கும் இருந்திச்சு. கல்யாணமாச்சு. உல்லாசத்திலே மிதந்தேன். என் சந்தோஷம் பட்டுன்னு அறுந்து போச்சு. நீ இன்னும் கற்பனைகளிலேதான் இருக்கே. ஆனா நான் இல்லறத்தை, அதோட ஒரு ஒரத்தை

மட்டும் அனுபவிச்சவ. ஒரு குடம் தண்ணி குடிக்கிற தாகத்திலே கல்யாணம் செஞ்சிக்கிட்டு, ஒரே மடக்கு குடிக்கிறத்துக்கு முந்தி குடம் உடைஞ்சு போச்சேம்மா. உன்கிட்டே சொல்லக்கூடாது. அவசியம் வர்றதாலே சொல்றேன். குடம் உடைஞ்சதாலே... தாகம் நின்னுடுமா மீனா? உடம்புதானேம்மா இது? வெறும் உணர்ச்சிக் கலவைதானேம்மா? உனக்குக் குறை இருக்கு. அதனாலே வாழ்க்கை கிடைக்காதேன்னு தவிக்கிறே, எனக்குக் குறை இல்லையேம்மா. ஆனா வாழ்க்கையும் இல்லையேம்மா, நானும் தற்கொலை பண்ணிக்கிறது தானே நியாயம் சொல்லு."

அறையின் வாசலில் வந்து நின்ற சரவணகுமாரின் விழிகள் கலங்கி நின்றன. மார்புக்குக் குறுக்கே கைகளைக் கட்டிக் கொண்டு உள்ளே நுழையாமல் அங்கிருந்தே ராதிகாவைப் பார்த்தான்.

19

அத்தியாயம்

"**எ**க்ஸ்க்யூஸ் மி" என்றுவிட்டு உள்ளே வந்தான் சரவணகுமார்.

ததும்பி நின்ற விழிகளைச் சட்டென்று வேறு பக்கம் திரும்பித் துடைத்துக் கொண்டாள் ராதிகா.

"எப்ப வந்திங்க" என்றான் இயல்பாய்.

"ஒரு மணி நேரமாச்சு."

"இங்கே ஒரு அம்மா இருந்தாங்களே?"

"வீட்டுக்குப் போகணும்ம்னாங்க, நான் பார்த்துக்கறேன். நீங்க போய்ட்டு வாங்க'ன்னு நான்தான் அனுப்பி வைச்சேன்."

"சே! பொறுப்பில்லாத மனுஷங்க. நான் வர்ற வரைக்கும் இருங்கம்மான்னு சொல்லிட்டுதான் போனேன். இப்படி, பாக்க வந்த உங்களை வச்சிட்டுப் போயிருக்காங்க பாருங்க."

"அதனால என்னங்க இப்போ? அவங்களுக்கு சொந்த வேலைகள் இருக்காதா?" என்று ஜூஸ் பிழிந்த சாத்துக்குடித் தோல்களையும், பிளாஸ்டிக் உபகரணத்தையும் எடுத்துக் கொண்டு பாத்ரூம் சென்றாள்.

"நீங்க இருங்க. எல்லாம் நான் கழுவிடறேன்."

"என்ன பெரிய வேலை இது? நான் செஞ்சிடறேன்."

கழுவிக் கொண்டு வந்து கவிழ்த்து வைத்து, ஈரக் கைகளைச் சேலையால் துடைத்துக் கொண்டாள் ராதிகா.

சரவணகுமார் கட்டிலில் மீனா அருகே குனிந்து, "எப்படி இருக்கேம்மா?" என்றான்.

"ம்" என்றாள் மீனா.

"அழுதியா?" என்று அவளின் கண்களிலிருந்து காதோரங்களில் இறங்கிக் காய்ந்திருந்த கண்ணீரைத் தன் கைக்குட்டையால் துடைத்தான்.

"மீனா இனிமே இப்படி அசட்டுத்தனமா யோசிக்கக் கூட மாட்டா. அப்படித்தானே மீனா?" என்றாள் ராதிகா.

"ம்" என்றாள்.

சரவணகுமார் இவள் பக்கம் திரும்பி, "அரைமணி நேரத்துக்கு முன்னாடியே வந்திருப்பேன். வர்ற வழியிலே மோட்டார் சைக்கிள் ரிப்பேராய்டுச்சு. அதான் லேட் ஆயிடுச்சு. இனிமே நான் பார்த்துக்கறேன் மேடம். பாவம். வீட்ல அத்தனை வேலையையும் போட்டுட்டு இங்கே உட்கார வச்சிட்டேன் உங்களை."

"அதெல்லாம் ஒண்ணும் இல்லைங்க. காலையிலேயே டிஃபன், சமையல் எல்லாம் முடிஞ்சுடும். அப்புறம் ராத்திரிதான். ரெண்டு பேர்தானே நாங்க. எனக்கு எந்த வேலையும் இல்லை. ஒண்ணு செய்ங்க நீங்க."

"என்னங்க?"

"அந்த அம்மா, அவங்க வேலையைப் பார்க்கட்டும். மீனா டிஸ்சார்ஜ் ஆகற வரைக்கும் நான் வந்து பக்கத்திலே துணையா இருக்கேன்."

"வேணாம், பரவால்லை."

“மீனாவுக்கு நான் பக்கத்திலே இருந்தா இன்னும் ஆறுதலா இருக்கும். எனக்கு இதிலே சிரமமே இல்லை. நீங்க உங்க ஆபீஸ் வேலைகளைப் பாருங்க, நான் பார்த்துக்கறேன்.”

“வந்து... வந்து. உங்களுக்கு அநாவசியத் தொந்தரவாச்சேன்னுதான்...”

“அப்படி நான் நெனைச்சிருந்தா கேப்பேனா? நீங்க கேக்கலையே என்னை, நானாதானே சொல்றேன்?”

“ரொம்ப ரொம்ப தாங்ஸ்ங்க.”

மீனா கண்களைச் சோர்வாய் மூடிக்கொள்ள.

“தூக்கம் வருதாம்மா?” என்று கேட்டு... போர்வையைச் சரி செய்து, கழுத்தில் தொட்டுப் பார்த்து, “வியர்க்க ஆரம்பிச்சிருக்கு” என்று எழுந்து ஃபானைப் போட்டு... “ட்ரிப் முடியப் போகுதுங்க. அவ்வளவுதானா, இன்னொரு பாட்டில் உண்டான்னு கேளுங்க” என்று சரவணகுமாருக்கு உத்தரவிட்டு, “கையை மட்டும் அசைச்சுடாதே மீனா” என்று அக்கறையாகச் சொன்ன ராதிகாவை...

பிரமிப்புடன் பார்த்துவிட்டு நகர்ந்தான் சரவணகுமார்.

✲ ✲ ✲

சேதுராமன் கைக்கடிகாரத்தைப் பார்த்துவிட்டு, டிராயரைப் பூட்டிவிட்டு ஒலித்த டெலிபோனை எடுத்து, “நாராயணா கிளினிக். சொல்லுங்க, வாசுகியா? ஒரு நிமிஷம்” என்று புஸ்தகம் புரட்டி, “அப்படி யாரும் பேஷண்ட் இங்கே அட்மிட் ஆகலை சார். நோ மென்ஷன்” என்று வைத்துவிட்டு எழுந்தான்.

டாக்டர் கோபால்ராவ் அறைக்குச் சென்று, “லன்ச்சுக்குப் போய்ட்டு வந்துடறேன்” என்றான்.

“டாக்டர் வஸந்தி உங்களை லன்ச்சுக்குப் போறதுக்கு முன்னாடி பார்த்துட்டுப் போகச் சொன்னாங்க சேது.”

"சரி, பார்க்கிறேன் சார்."

வசந்தியின் அறைக் கதவைத் தட்டிவிட்டு உள்ளே நுழைந்தான்.

விளக்கைப் போட்டுக் கொண்டு மடியில் ஒரு தடியான புத்தகத்தை வைத்துக் கொண்டு, எக்ஸ்-ரே ஒன்றை உன்னிப்பாகப் பார்த்துக் கொண்டிருந்த வசந்தி, "ஒன் மினிட் சேதுராமன், உக்காருங்க. இதோ வந்துட்டேன்." என்று கையிலிருந்த பென்சிலின் கூர்முனையை எக்ஸ்ரே மேல் படாமல் எக்ஸ்-ரேயில் தெரிந்த கிட்னியிலிருந்து செல்லும் யூரினல் டிராக்கில் செலுத்திக் கொண்டே வந்து ஒரு இடத்தில் நிறுத்திச் சிறிய வட்டமிட்டுவிட்டு... விளக்கை அணைத்தாள். சுழல் நாற்காலியில் அவன் பக்கம் திரும்பி, "எனக்கொரு சின்ன உதவி செய்யணுமே நீங்க..." என்றாள்.

"சொல்லுங்க டாக்டர்."

"ஸ்கூட்டர் ஓட்டுவீங்கதானே நீங்க?"

"தெரியும்."

"இன்னிக்கு அப்பாவோட ஸ்கூட்டரைத்தான் எடுத்துட்டு வந்திருக்கேன். நீங்க அதை எடுத்துட்டுப் போங்க. உங்க வீட்ல சாப்பிட்டுட்டு வர்றப்போ எங்க வீட்டுக்குப் போய் சாப்பாட்டுக்கு வர மாட்டேன்னு சொல்லிடணும் செய்றிங்களா"

"ஏங்க?"

"இன்னும் அரை மணி நேரத்திலே ஒரு ஆபரேஷன் இருக்கு சீஃப் என்னை இருக்கச் சொல்லி போன் செஞ்சார். நான் வீட்டுக்குப் போன் செஞ்சு பார்த்துட்டேன். கிடைக்கலை. வீட்டுப் போன் அவுட் ஆஃப் ஆர்டர் ஆகியிருக்கும்னு நினைக்கிறேன்."

"அருளானந்த நகர்ல வீடு எங்கே?"

"சொல்றேன்" என்று சொல்லிப் படம் வரைந்து காண்பித்தாள்.

"சரி. சொல்லிடறேன். ஸ்கூட்டர் வேணாம். நான் சைக்கிள்ல போய் சொல்லிடறேன்."

"பரவால்லை, எடுத்துட்டுப் போங்க. தூரம். என் வண்டி ஒண்ணும் தேஞ்சுடாது."

"அதுக்கில்லை. பழக்கமில்லாத வண்டின்னா கொஞ்சம் தடுமாறும், ரெண்டாவது, நான் சமீபத்திலே வண்டி எதுவும் எடுக்கலை. நான் சைக்கிள்ல போயே சொல்லிடறேன். விடுங்க."

"அப்படின்னா நான் வார்டு பாய் யாரையாவது அனுப்பிக்கிறேன்."

"அதெல்லாம் வேணாம். நான் சொல்லிடறேன். வேலையைப் பாருங்க" என்று வெளியே வந்தான் சேதுராமன். தன் சைக்கிளின் பூட்டைத் திறந்து நகர்த்திய போது.... கிளினிக்கின் உள்ளேயிருந்து ராதிகா வெற்றுக் கூடையோடு வெளியே வர, இவனுக்கு அவள் முகத்தைப் பார்ப்பதற்கே சங்கடமாயிருந்தது. எவ்வளவு கல்மிஷம் இல்லாமல், மரியாதையாகப் பழகுகிற பெண் இவள். இவளைப்போய் கண்டபடி பேசுகிறாளா மாலதி? இதென்ன சில்லறைப் புத்தி! இவள் இப்படி அப்படி என்று என்னிடம்தான் சொல்லிக் கொண்டிருந்தாள். இப்போது இவள் காதுக்குச் செய்தி போகிற அளவுக்கு எல்லோரிடமும் சொல்லியிருக்கிறாள். கண்டிக்க வேண்டும்.

"அந்தப் பொண்ணு எப்படி இருக்கு?"

"பரவால்லை. சோர்வுதான் இருக்கு தூங்கறா. அவங்கண்ணன் வந்திருக்கார். அவரைத் துணைக்கு வச்சிட்டு நான் சாப்பிட்டுட்டு வந்துடலாம்னு புறப்பட்டேன்."

"மறுபடி வரப் போறிங்களா?"

"ஆமாங்க. அவங்களுக்கு உறவுக்காரங்க, யாரும் உள்ளூர்ல இல்லை. துணைக்குச் சரியான ஆள் இல்லை. எனக்கும் அதிகம் வேலை இல்லை இப்போ. டிஸ்சார்ஜ் ஆகற வரைக்கும் நான் பக்கத்திலே இருக்கலாம்னு இருக்கேன்."

இவளையா? இவளைப் போயா கண்டபடி பேசுவது?

✳ ✳ ✳

20

அத்தியாயம்

"வீட்டுக்குத்தானே?" என்றாள்.

"ஆமாம்."

"ஏன் தள்ளிக்கிட்டே வர்றிங்க? நீங்க ஏறிப் போங்க. நான் வர்றேன்."

"உங்களுக்கு ரிக்ஷா வேணும்னா கூப்புடவா?"

"வேணாம்... பத்து நிமிஷ நடைதானே? நீங்க போங்க, நான் வர்றேன்."

"அந்தக் கூடையை வேணும்னா சைக்கிள்ல மாட்டுங்களேன், வீட்ல கொண்டாந்து தர்றேன்."

"பரவால்லை. இது ஒரு சுமையா?"

"இல்லையா? நான் கைல தூக்கிட்டுப் போறேன்னா சொல்றேன்? சைக்கிள்தானே சுமக்குது? கொண்டாங்க" என்று வாங்கிப் பின்புறம் கிளிப் வைத்துவிட்டு, "கொடை எடுத்துட்டு வந்திருக்கலாம் நீங்க, வெயில் பாருங்க" என்றுவிட்டு சைக்கிளை மிதித்தான்.

தன் வீட்டுக்குப் போகிற வழியில் மெடிக்கல் ஸ்டோரில் தன் நண்பரிடம் பேசிக் கொண்டிருந்த அப்பாவைப் பார்த்தவுடன் பிரேக் அடித்து இறங்கினான்.

இவளைப் பார்த்துவிட்டு ராமநாதனும் எழுந்து சாலைக்கு வந்தார்.

"திருச்சிலேர்ந்து எப்போ வந்தே சேது?"

"காலைலயே வந்துட்டேன்ப்பா. அப்படியே கிளினிக்குப் போய்ட்டேன்."

சேதுராமன் சைக்கிளைத் தள்ளிக் கொண்டு நடக்க கூட நடந்தார் ராமநாதன்.

"மாப்பிள்ளை என்ன சொன்னார் சேது? ஊர்ல இருந்தாரா!"

"இருந்தார்ப்பா. பேசினேன். நிறையச் சொன்னார். உங்ககிட்டே அமைதியா எல்லாத்தையும் சொல்லணும். வீடு சரிப்பட்டு வராது. நாம் பேசி ஒரு முடிவு செஞ்சதுக்கப்புறம்தான் வீட்ல அம்மாகிட்டே கல்யாணிகிட்டே எப்படிச் சொல்றதுன்னு தீர்மானிக்கணும்"

"என்னப்பா சேது, என்னென்னமோ சொல்றே?"

"என்னென்னமோ நடந்துகிட்டிருக்கேப்பா, விரிவா சொல்றேன். சாயங்காலம் நான் கிளினிக்லேர்ந்து சிவகங்கைப் பூங்காவுக்கு வந்துடறேன். அஞ்சு அஞ்சரைக்கு நீங்க பார்க்குக்கு வந்துடுங்க. நிதானமாப் பேசலாம். வீட்ல என்னை எதுவும் கேக்காதீங்கப்பா. என்ன?" என்றான்.

ராமநாதன் தன் மகனைக் கலவரத்தோடு பார்த்தார்.

இருவரும் தங்கள் வீட்டிற்கு வந்து... ராமநாதன் கதவைத் தட்ட...சேதுராமன் சந்தின் ஓரமாக சைக்கிளை நிறுத்திப் பூட்டிவிட்டு... உள்ளே வந்தான்.

கதவைத் திறந்த கல்யாணி, "எப்படிண்ணா இருக்கார் அவரு" என்றாள்.

"நல்லாருக்கார். உன்னை நிறைய விசாரிச்சார். அதெல்லாம், கோபம்லாம் எதுவும் இல்லை. சிரிச்சுப் பழகினார். ஹோட்டல் போனோம். சினிமா போனோம். விவரமா அப்புறம் சொல்றேன். மொதல்ல சாப்பாடு வைக்கச் சொல்லு. பசிக்குது. எங்கே அண்ணி?"

"ரூம்ல"

"வேட்டி கட்டிட்டு வர்றேன். அப்பாவுக்கும் எனக்கும் பரிமாறு" என்று தன் அறைக்குக் கையில் அந்தக் கூடையோடு நுழைந்தான்.

கட்டிலில் படுத்திருந்த மாலதி எழுந்து உட்கார்ந்து கொண்டு உர்ர் என்று அவனை முறைத்து... பின் அந்தக் கூடையைக் கவனித்து...

"ஏங்க... இது. ராதிகாவோட பிளாஸ்டிக் கூடை இல்லே?"

"ஆமாம். கிளினிக்குக்கு யாரையோ பார்க்க வந்தா திரும்பி வந்துகிட்டிருக்கா. கூடையை வாங்கி சைக்கிள்ல மாட்டிக் கொண்டாந்தேன். வந்ததும் கொடுத்துடு."

"அதென்ன உங்களுக்கு அவ்வளவு அக்கறை? நினைச்சேன். நான் அப்பவே நினைச்சேன், இவதான் எனக்கு சக்களத்தியா வருவான்னு" என்று சொன்ன மாலதியைத் திரும்பிப் பார்த்த சேதுராமன் நெருங்கிப் 'பளார்' என்று அறைந்தான்.

'சுரீர்' என்று வலித்தது மாலதிக்கு கன்னத்தில் அல்ல. இதயத்தில் இத்தனை வருட தாம்பத்தியத்தில் புருஷனிடம் வாங்கிய முதல் அறை, என் கணவர்தானா இது? என்மேல் கை கூட நீட்டுவாரா?

இது என்மேல் வந்த கோபம் இல்லை, உண்மை எனக்குத் தெரிந்து விட்டதும் பீறிட்ட ஆத்திரம், விஷயம் வெளியே வந்துவிட்டதே என்கிற சுய எரிச்சல், அதன் வெளிப்பாடுதான்.

இவ்வளவு கோபம் வர வேண்டுமென்றால், நான் சொன்னதில் கொஞ்சமாவது உண்மை இருக்கிறது என்றுதானே பொருள்.

மாலதி கண்களில் நீர்த்திரையுடன் மௌனமாக, உக்கிரமாகத் தன் கணவனையே உற்றுப் பார்த்தாள்.

சேதுராமன் அவள் முகத்தைப் பார்ப்பதைத் தவிர்த்தான். இன்னும் முறைக்கிறாள். கணவனிடம் என்னதான் பேசுவது என்று வரம்பு இல்லாமல் பேசிவிட்டு, என் ஆத்திரத்தை அதன் உச்சம் வரைக்கும் தூண்டிவிட்டு... இதுவரை நான் செய்யாத

காரியத்தைச் செய்ய வைத்து... அப்படியும், "ஏதோ, தெரியாம அவசரப்பட்டுச் சொல்லிட்டேன், என்னை மன்னிச்சுடுங்க" என்கிற இதமான பதில் இல்லை. இன்னும் முறைப்பு. ரொம்பதான் இடம் கொடுத்து விட்டேனோ?

வாழ்க்கையின் பங்குதாரர் என்கிற வகையிலும், எனக்கே எனக்கானவள் என்கிற உரிமையிலும் இவளின் கருத்துக்களுக்கும், செய்கைகளுக்கும் நான் காட்டிய மௌனம் இவளை நிறையத் துளிர்விடச் செய்து விட்டதோ?

குடும்பம் என்பது ஆணின் கட்டுப்பாட்டிற்குள்ளேயே தான் இருக்க வேண்டும் போலிருக்கிறது. மனைவிக்கு அதிகப்படியான செல்லம் கொடுப்பது இப்படித்தான் தலைக்கு மேல் ஏறச் சொல்லுமோ?

என்ன கேள்வி கேட்கிறாள்!

எத்தனை அசிங்கமாக சந்தேகித்து... கற்பனையாகத் தொடர்புபடுத்தி, ச்சை! எத்தனை வக்ரமான எண்ணங்கள். என்னையே அவளோடு தொடர்புபடுத்தி என்னிடமே பயம் இல்லாமல் சொல்பவள். அவளைப் பற்றி இன்னும் என்னென்ன சொல்லியிருக்க மாட்டாள்!

இடுப்பில் கைகளை வைத்துக் கொண்டு, சேதுராமனையே உஷ்ணமாகப் பார்த்துக் கொண்டிருந்துவிட்டு, அறை வாசலில் கல்யாணி, "அண்ணி, அம்மா உங்களைக் கூப்புடறாங்க" என்றதும் நகர முற்பட....

"நில்டி" என்றான் சேதுராமன்.

நிற்க, நெருங்கி பற்களைக் கடித்துக் கொண்டு கேட்டான். "ஏய், இங்க பார், என்னதான் நினைச்சிட்டிருக்கே உன் மனசிலே?"

மௌனமாகப் பார்த்தாள்.

"கேக்கறேன்ல? என்ன பார்வை இது. எடுத்துப் போட்டு முழுங்கற மாதிரி!"

"திட்டுங்க. இன்னும் புதுசு புதுசா திட்டுங்க. இன்னும் நான் தான் எடுத்துப் போட்டு முழுங்கற மாதிரி பார்க்கிறேன். மத்தவங்க பார்வை எல்லாம் நல்லா இருக்கு, அடிங்க, ஏன் ஒரு அடியோட நிறுத்திட்டிங்க. இதுவும் புதுப் பழக்கம்தான்."

"ஏதாவது பேசினே... பேத்துடுவேன். ஆமாம். நான் கேட்டுக்கிட்டு இருக்கேன். மறுபடி மறுபடி இக்கு வச்சுப் பேசிக்கிட்டிருக்கியே"

"சேது" என்றார் பதட்டமாக வெளியிலிருந்து அப்பா.

"இதோ வர்றேம்ப்பா" என்றுவிட்டு அவள் பக்கம் திரும்பி, "உன்கிட்டே பேச வேண்டியது நிறைய இருக்கு. அப்புறம் பேசிக்கிறேன்" என்று வெளியே வந்தான் சேதுராமன்.

அறைக்கு வெளியே கல்யாணியும், அம்மாவும் கலக்கமாக நிற்க... நாற்காலியில் அமர்ந்திருந்த ராமநாதன், "இங்கே வா, சேது" என்றார்.

"என்னப்பா சேது இதெல்லாம்?" என்றாள் அம்மா.

"நான் கேட்டுக்கறேன், நீ போய்ச் சாப்பாடு பரிமாறு" என்று அவளை அதட்டினார் ராமநாதன்.

தன் அறையிலிருந்து மாலதி விம்மும் ஒலி கேட்டுத் திரும்பிப் பார்த்துவிட்டு அப்பாவிடம் வந்தான். கல்யாணி சேதுவின் அறைக்குள் நுழைந்து, "எந்திரிங்க அண்ணி, முகம் கழுவிட்டுச் சாப்பிட வாங்க. அண்ணனுக்கு ஆஸ்பத்திரியில் ஏதோ மூடு சரியில்லை போலிருக்கு" என்றாள்.

"என்னை யாரும் சமாதானப்படுத்த வேணாம். அவங்கவங்க வேலையைப் பார்த்துட்டுப் போங்க" என்று முகத்தைத் திருப்பிக் கொண்டாள் மாலதி.

மௌனமாக வெளியேறினாள் கல்யாணி. சேதுராமன் அப்பாவிடம் வந்து நிற்க...

"என்ன சேது இதெல்லாம்? எந்தப் பிரச்சினையும் இல்லாம இருந்திச்சு நம்ம வீடு என்ன பிரச்சினைன்னு நான் கேக்கலை. ஆயிரம் இருக்கும். எதுவா இருந்தாலும் தனிமையிலே இதமா எடுத்துச் சொல்லலாமேப்பா. அப்படித்தானே செய்வே நீ?"

"என்ன பண்றது. எல்லா சமயத்திலையும் உணர்ச்சிகளை ஜெயிச்சுட முடியுமா? கோபம் எல்லை மீறிடுச்சு. அடிச்சுட்டேன். விடுங்க, சாப்பாடு பரிமாறியாச்சா?" என்றான் சமையலறைப் பக்கம் திரும்பி.

"வாப்பா" என்றாள் அம்மா. "நீங்களும் வாங்க."

அமைதியாக சாப்பிட்டார்கள்.

தயிரை ஊற்றிக் கொண்டே, "அண்ணா, நானும் அம்மாவும் சொல்லிப் பார்த்துட்டோம். அழுதுட்டே இருக்காங்க அண்ணி, நீங்க போறப்போ சாப்பிடப் போன்னு ஒரு வார்த்தை சொல்லிட்டுப் போங்க. இல்லைன்னா சாப்பிட வர மாட்டாங்க."

முறைத்தான்.

"அவங்கவங்க பசிக்கு சாப்பிட இன்னொருத்தர் சொல்ல வேண்டியதில்லை" என்று எழுந்து பின் பக்கம் வந்து கை கழுவிக் கொண்டு தன் அறைக்கு வந்து கண்ணாடியில் தலை சீவின போது... முதுகு காட்டி இன்னும் விம்முவது தெரிந்தது.

"இப்ப என்ன ஆகி போச்சுன்னு இவ்வளவு அழுகை" என்றான் காற்றிடம்,

அமைதி, அழுகை தொடர...

"எந்திரிச்சு சாப்பிடப் போ."

பதிலில்லை. அசைவில்லை.

"சாப்ட்டா சாப்பிடு, இல்லைன்னா இரு" என்று புறப்படும் முன் உறங்கிக் கொண்டிருந்த சிவகாமியை நெருங்கி அதன் தலையைத் தடவிவிட்டு, "சிவகாமி ஒண்ணுக்குப் போயிருக்கா" என்று சொல்லிவிட்டு அறையைவிட்டு வெளியே வந்தான்.

ஹாலில் பாக்குப் பொட்டலம் பிரித்துக் கொண்டிருந்த அப்பாவிடம், "பார்க்குக்கு வர்றிங்கதானே" என்றான்.

"ம்" என்றார் அவர்.

"ஏண்டா, ஊருக்குப் போனே, வந்தே, மாப்பிள்ளை என்ன சொன்னார், ஏது சொன்னார்னு எதுவுமே சொல்லாமே போறே..." என்றாள் அம்மா.

"சொல்ல மாட்டேனா? அதுக்குள்ளே சொந்த ரகளை நடக்குதே இங்கே. ஆஃபீசுக்குத்தானே போறேன், அமெரிக்காவுக்கா போறேன்? வந்து எல்லாம் சொல்றேன். ஜுரம், ஜலதோஷம் எதுவும் இல்லை. செளக்யமா இருக்கார் உன் அருமை மாப்பிள்ளை" என்றுவிட்டு செருப்பணிந்துக் கொண்டு வெளியேறி சைக்கிளை எடுத்தான் சேதுராமன். வேகமாக மிதித்தான்.

அடித்திருக்கக் கூடாதோ நான்? வெறும் முறைப்போடு நிறுத்திக் கொண்டு அப்புறம் இரவில் அமைதியாக, இப்படி எல்லாம் பேசக் கூடாது மாலதி உன் சந்தேகம் கேவலமானது என்று பதமாக எடுத்துச் சொல்ல வேண்டுமோ?

இல்லை, திட்டமிட்டா அறைந்தேன்? சகிக்க முடியாத அவளின் கேள்வி தந்த கொதிப்பில் அனிச்சையாய் செயல்பட்டேன். தேவைதான். அவளுக்கு இது தேவைதான்.

ராதிகா எத்தனை மென்மையான பெண். மீனாவிடம் எத்தனை துயரமாகத் தன் மன உணர்வுகளைச் சொன்னாள். இத்தனை இளம் வயதில் விதவையாகி

அவள் வாழ்க்கையில் படுகிற சோகம் போதாதா? இவளைப் பற்றித் தப்பாக பேசுவதென்றால் கொழுப்புதானே இது. என்ன துரோகம் செய்தாள் அவள்? இவளாக சந்தேகப் பார்வையிலேயே எல்லாவற்றையும் கற்பனை செய்துகொள்ள வேண்டியது. ஒரு முடிவு வேண்டாம் இதற்கு? அநாவசியமாய் இன்னொருத்தரைப் பற்றி வம்பு பேசுவது எத்தனை மட்டரகமானது. அதையெல்லாம்

எவ்வளவு மௌனமாக ஏற்றுக் கொண்டு ரகசியக் கண்ணீர் சிந்தியிருக்கிறாள் அந்தப் பெண்.

ஆத்திரமான சிந்தனையில் சைக்கிள் தன் கிளினிக்கை நோக்கிப் போவதை உணர்ந்து டாக்டர் வசந்தி வீட்டில் செய்தி சொல்ல வேண்டியது நினைவுக்கு வர, பாதையை மாற்றினான்.

21

அத்தியாயம்

அருளானந்த நகர் வந்து வசந்தியின் வீட்டை எளிதில் கண்டுபிடித்து சைக்கிளை நிறுத்தினான் சேதுராமன். 'எஸ். கௌரிசங்கர், ஆடிட்டர்' என்று அந்தத் தனி வீட்டின் முன் மதில் சுவரில் பித்தளைத் தகடு இருந்தது. பான் விக்கெட் கேட்டைத் திறந்து கொண்டு உள்ளே வந்து காலிங் பெல்லை அழுத்திவிட்டுக் காத்திருக்கையில், மண் தொட்டிகளில் பூத்திருந்த பூக்களை ரசித்தான்.

"யெஸ்" என்றார் மின்னும் தலையுடன் அவர்.

"மிஸ்டர் கௌரிசங்கர்."

"நான்தான்."

"நான் சேதுராமன். நாராயணா பாலி கிளினிக்ல மானேஜர். உங்க டாட்டர் இன்னிக்கு மத்தியானம் சாப்பிட வர முடியாதுன்னு சொல்லச் சொன்னாங்க. ஒரு ஆபரேஷன். சீ.்ப் இருக்கச் சொல்லியிருக்கார்."

"ஐ ஸீ" என்றார்.

"நான் வரட்டுமா சார்?"

"ஒன் மினிட் உள்ளே வாங்க."

சென்றான். சோபாவைக் காட்டிவிட்டு, "இதோ வர்றேன், ராஜம்" என்று உள்ளே சென்றார். திரும்பி

வந்து, உங்களுக்குச் சிரமம் இல்லைன்னா ஒரு பாத்திரம் தர்றேன். வசந்திகிட்டே கொடுத்திடறீங்களா? அவளுக்குப் பிடிச்ச பாயசம் இன்னிக்கு, அதான்."

"ஓ, தாராளமா கொண்டு போறேன்" என்று அந்த சின்ன ஹாலைச் சுற்றிலும் கண்களை ஓட்டினான் சேதுராமன்.

சுவரில் மாட்டியிருந்த ஒரு புகைப்படத்தைப் பார்த்ததும் சன்னமாக அதிர்ச்சி அடைந்தான்.

அந்தப் புகைப்படத்தில் மாலையும் கழுத்துமாக வசந்தியும், அருகில் கோட் அணிந்த இன்னொருவனும்.

"சார், அந்தப் போட்டோ" என்றான்.

"என்னோட பிடிவாதம் நிக்கலை சார். கழட்டித் தூக்கி எறியப் போய்ட்டேன். வசந்திதான் அது என்னைக்கும் இருக்கணும்னு பிடிவாதம்."

சேதுராமனுக்கு எதுவும் புரியவில்லை.

"நீங்க என்ன சொல்றிங்கண்ணே புரியலை சார்."

"இதிலே புரியாமப் போக என்ன இருக்கு"

"மேடத்துக்குக் கல்யாணம் எப்போ அச்சு"

"அஞ்சு வருஷம் ஆச்சு"

"எதுக்காக அதைக் கழட்டணும்னிங்க"

"உங்களுக்கு வசந்தி சொல்லலையா?"

"என்ன?"

அதற்குள் உள்ளேயிருந்து, மூக்கின் இரண்டு புறங்களும் பேசரி போட்ட வசந்தியின் அம்மா, மூடி போட்ட சின்ன தூக்கை, அதன் விளிம்பில் வெளிப்பட்ட பாயசத்தை முந்தானையில் துடைத்துக் கொண்டே எடுத்து வந்து, "இந்தாங்க" என்று தன் கணவனிடம் தந்துவிட்டு உள்ளே செல்ல,

"என் டாட்டர் டைவர்ஸ் செஞ்சு ரெண்டு வருஷமாச்சு சார்" என்றார் கௌரிசங்கர் நிதானமாக.

தன் மகள் வசந்தி டைவர்ஸ் செய்து கொண்டவள் என்று கௌரிசங்கர் சொன்னதும் பிரமிப்பாய் இருந்தது சேதுராமனுக்கு, வசந்தியைத் திருமணக் கோலத்தில் புகைப்படத்தில் பார்த்ததும் ஏற்பட்ட திகைப்பை விட இது இன்னும் அதிகம் வியக்க வைத்தது.

"உங்ககிட்டே இதெல்லாம் என் டாட்டர் பேசியிருப்பான்னு நினைச்சேன். ஏன்னா, அவ யார்கிட்டேயும் இதை மறைக்கிறதே இல்லை. உங்களுக்கு மேரேஜ் ஆகிடுச்சான்னு கேட்டா இன்னும் இல்லைன்னு சொல்லும்மான்னு நான் சொல்வேன். அதுக்கே என்கிட்டே சண்டைக்கு வருவா. எதுக்காக அந்தப் பொய்யைச் சொல்லணும். டைவர்ஸ் பண்ணிக்கிறது கிரிமினல் குற்றமா என்னன்னு வாதம் பண்ணுவா."

சேதுராமன் தயக்கமாகக் கேட்டான்.

"அவர் எங்கே இருக்கார்?"

"இதே ஊர்தான். விஸ்வநாதன்னு பேரு. ஒரு ஃபார்மாசூட்டிக்கல் கம்பெனில சூபர்வைசரா இருக்கார். பி. ஃபார்ம் படிச்சவர்."

என்ன காரணத்தினால் விவாகம் ரத்து செய்யப்பட வேண்டிய நிலை ஏற்பட்டது என்ற கேள்வியைக் கேட்க மிகத் தயக்கமாய் இருந்தது இவனுக்கு.

மிகவும் பர்சனலான விஷயம். கேள்வி சங்கடப்படுத்தலாம். சேதுராமன் எழுந்து கொண்டான். பாத்திரத்தை எடுத்துக் கொண்டான்.

"நான் வர்றேன் சார்."

"இருங்க, உங்களுக்கு ஒரு டம்ளர் எடுத்துட்டு வரச் சொல்லிருக்கேன்."

"பரவால்லை சார்"

"இருக்கட்டும். எங்க வீட்டுத் தயாரிப்பை டேஸ்ட் பண்ணுங்களேன்" என்று வற்புறுத்தி, சாப்பிட்ட பின்னர் தான் அனுப்பினார் கௌரிசங்கர்.

சைக்கிளில் கிளினிக்கிற்குத் திரும்பிய போது நம்மிடம் சொல்லாமல் மறைத்து விட்டார்களே என்று முதலில் தோன்றியது. பிறகு... நாம் எங்கே அவர்களிடம் திருமணம் பற்றிப் பேசினோம் என்று தோன்றியது. என்னிடம் சொல்ல வேண்டிய அவசியமும் இல்லையே. ஆனால் எத்தனை சிரித்த முகமாக, கலகலப்பாக இருக்கும் அந்த முகத்தின் உள்ளேயும் சோக ரணமா?

கிளினிக்கிற்கு வந்து சைக்கிளை நிறுத்திவிட்டு, வசந்தியின் அறைக்கு வந்த போது சீஃப் டாக்டர் இன்னும் வராததால்... அமர்ந்து ஒரு தலையணைப் புத்தகத்தை விரித்துக் கொண்டு, மெமோ பேடில் பென்சிலில் சில குறிப்புகள் எழுதிக் கொண்டிருந்தாள் வசந்தி.

"சொல்லிட்டேன் டாக்டர்" என்று உள்ளே வந்தான் சேதுராமன். "இதை உங்ககிட்டே கொடுக்கச் சொன்னாங்க."

"என்ன இது?"

"உங்களுக்குப் பிடிச்ச பாயாசமாம். ஆமாம், சாப்டிங்களா நீங்க?"

"வடையும், பூரியும் வாங்கிட்டு வரச் சொல்லி சாப்பிட்டுட்டேன். உக்காருங்க சேதுராமன், இதை ஷேர் பண்ணிக்கலாம்."

"உங்க வீட்ல வற்புறுத்தி சாப்பிட வச்சிட்டாங்க. சீஃப் இன்னும் வரலையா?"

"இப்பதான் மறுபடி போன் செஞ்சு நான் வர்றதுக்கு இன்னும் ஒரு மணி நேரமாகும், நீ வேணும்ன்னா சாப்பிட்டுட்டு வந்துடும்மான்னு சொல்றார். நான் இங்கேயே சாப்பிட்டுட்டேன். வெய்ட் பண்றேன்னு சொல்லிட்டேன்" என்று சிரித்தாள்.

இப்படி எப்படி இயல்பாய் சிரிக்க முடிகிறது?

"டாக்டர்"

"ம்?"

"ஓ கே. ஒண்ணுமில்லை. நீங்க பாயசம் சாப்பிடுங்க. நான் வர்றேன்"

"இருங்க சேதுராமன், என்னமோ கேக்க வந்திங்களே?"

"ஒண்ணுமில்லை."

"வீட்டுக்குள்ளே ஹாலுக்குப் போனிங்களா?"

"போனேனே... சோபால உக்காந்துதான் சாப்ட்டேன் பாயசம். நல்ல டேஸ்ட்"

"அப்போ நீங்க என்ன கேக்க வந்து தடுமாறி நிக்கிறிங்கன்னு நான் சொல்லட்டுமா? ஹால்ல எங்க கல்யாண போட்டோவைப் பாத்திருப்பிங்க."

பேசாமல் நின்றான் சேதுராமன்.

"உங்ககிட்டே சொல்ற சந்தர்ப்பம் வரலை. சொல்லலை. அதுக்காக நான் வேணும்னே மறைச்சுட்டேன்னு தயவு செஞ்சு நினைக்காதிங்க சேதுராமன்" என்றாள் பேனா ஸ்டாண்டைப் பார்த்துக் கொண்டு.

"சேச்சே. நான் அப்படிச் சொன்னேனா? மறைக்க, நினைக்கிறதா இருந்தா இன்னும் ஹால்ல அந்த போட்டோவை மாட்டி வைப்பிங்களா டாக்டர்?"

"வாஸ்தவம். மறுபடி கல்யாணம் செஞ்சுக்கிற எண்ணங்கள் இருந்தா மறைக்கலாம். எனக்கு அப்படி எண்ணம் இல்லை."

"டாக்டர் நீங்க?"

"சொல்றேன். ஏன் டைவர்ஸ் ஆச்சு. வரதட்சணைக் கொடுமை இல்லை. அவர் கண்ட பெண்கள்கிட்டே அலையலை, குழந்தை பெறத் தகுதி இல்லாதவ இல்லை நான், ஒரு தடவை உண்டாகி, அவ்வளவு சீக்கிரம் வேணாம்னு டெர்மினேட் செஞ்சுக்கிட்டவ நான். அதனால இதெல்லாம் காரணங்கள் இல்ல சேதுராமன், புரிந்து கொள்ளாமை. அடிப்படையா அந்த ஒரே காரணம். அதனால எங்களுக்குள்ளே நிறைய வார்த்தை விரயங்கள். ஈகோ

க்ளாஷ்! இல்லறத்திலே ஒரு சூட்சமம் இருக்கு சேதுராமன், அது பரஸ்பரம் விட்டுக்கொடுக்கிறது. என் விஷயத்திலே, நான் ஒருத்தி மட்டும் எத்தனை தடவைதான் விட்டுக்கொடுக்கிறது சொல்லுங்கள்! அவருக்குக் கொஞ்சம் இன்ஃபீரியாரிட்டி காம்ப்ளெக்ஸ். அதோட விளைவு, எதுக்கு எடுத்தாலும் கோபம். வார்த்தையிலேயே இதயத்தைக் குத்திக் கிழிப்பார். ம்கூம். என்னால கல்யாண வாழ்க்கையிலே வெற்றி அடைய முடியலை சேதுராமன். இனிமே ஆட முடியாதுன்னு கட்டம் வந்து, தோத்துட்டேன்னு வெளில வந்தாச்சு. வீட்டுக்குள்ளே நடந்தது பூராவையும் கோர்ட்ல கொட்டி, கையெழுத்துப் போட்டு, காகிதங்களை வாங்கிட்டு வீட்டுக்கு வந்தாச்சு. இப்போ எவ்வளவு நிம்மதியா இருக்கேன் தெரியுமா? நான், நானா இயங்கறேன். நான், நானா சிந்திக்கிறேன். நான், நானா முடிவெடுக்கிறேன். சர்விங் த சொசைட்டி, இதான் இப்போ எனக்கு லட்சியம். கல்யாணம், கணவன்னு எனக்குள்ளே மத்தவங்க மறுபடி ஏற்படுத்த நினைக்கிற சலனங்களை ஜெயிக்கிறதுக்காகத்தான் நடு ஹால்ல அந்த போட்டோ. வாழ்க்கையிலே தோத்துப் போனதுக்காக எனக்குக் கிடைச்ச கப்!" என்ற வசந்தியின் விழித்தாழ்வாரங்களில் தவழத் துடித்த கண்ணீரை அவசரமாகத் துடைத்தாள்.

அவளையே இரக்கமாய்ப் பார்த்துக் கொண்டிருந்த சேதுராமன், "எக்ஸ்கியூஸ் மி டாக்டர், நான் ஒண்ணு சொல்றேன். தப்பா எடுத்துக்காதிங்க" என்றான்.

"நோ நோ, சொல்லுங்க."

"ஒருத்தர் அப்படி நடந்துகிட்டதாலே. ஆம்பளைங்க அத்தனை பேருமா மோசமானவங்க? நீங்க ஏன் மறுபடியும்..."

"ம். சொல்லி முடிங்க. நான் ஏன் மறுபடியும் கல்யாணம் பண்ணிக்கக் கூடாது! அதானே? சிம்ப்பிள். கல்யாணம்ங்கிறது ஒரு பொண்ணுக்கு வாழ்க்கைல ஒரு தடவைதான்னு செண்டிமென்ட் பேசலை நான். மறுபடி அமையற கணவன் என் மனசை

புரிஞ்சுக்கிறவரா அமைவார்ன்னு நான் எப்படி நம்புறது? மறுபடி ரிஸ்க் எடுக்க நான் தயாரா இல்லை. ஜாக்கெட் தைச்சா கூட, போட்டுப் பாத்து சரியா இருந்தாதான் நாலு ரூபா கூலியே தர்றோம். கல்யாணம்னு வர்றப்போ அறிமுகமே இல்லாத ஒருத்தனுக்கு பேசாம கழுத்தை நீட்றோம். நம்ம மேரேஜ் சிஸ்டத்திலேயே அடிப்படையா எங்கேயோ தப்பு இருக்குங்க."

டாக்டர் சொல்வது நூறு சதவீதம் சரியாகப்பட்டது சேதுராமனுக்கு.

"ஆனா சேதுராமன், நான் எல்லா ஆம்பளைங்களும் மோசம்னு சொல்லலையே... சொல்லவே மாட்டேன், ஆனா ஒண்ணு. பெரும்பான்மையான ஆண்கள் பெண்களோட நுணுக்கமான மன உணர்வுகளைப் புரிஞ்சுக்கிறதில்லை. பூ வாங்கிக் கொடுத்தா சிரிப்பா. சினிமா கூட்டிட்டுப் போனா சந்தோஷப்படுவா. குழந்தை கொடுத்துட்டா பூரிச்சுப் போய்டுவா. சமையல், படுக்கை, குழந்தை பராமரிப்பு அவ்வளவுதான் பொம்பளை, வீக்கர் செக்ஸ். பாவம் பொம்பளை, பாவம் பிள்ளைத்தாச்சின்னே ஒதுக்கிட்டாங்க எங்கே இருக்கு சம உரிமை? விமன்ஸ் லிபரேஷன் எல்லாம் பேச கேக்க அழகா இருக்கு சொந்த வாழ்க்கைப் பாதிக்கப்படறப்போதான் உணர்வே வரும்."

வார்டுபாய் கதவைத் திறந்து உள்ளே வந்து, "சீஃப் வர்றாருங்க டாக்டர்" என்று சொன்னதும், "என்னென்னவோ பேசி உங்க மூடை அப்செட் பண்ணிட்டேன்னு நினைக்கிறேன். அப்புறம் பேசலாம்" என்று ஸ்டெத்தைக் கையில் எடுத்துக் கொண்ட வசந்தியை வியப்பாய்ப் பார்த்து வெளியேறினான் சேதுராமன்.

மனம் எடை கூடியிருந்தது. வெவ்வேறு சிந்தனைகள் உலவின. தொடர்பில்லாமல், யார் மீதோ, காரணமற்ற ஒரு எரிச்சல் ஏற்பட்டது. கவனத்துடன் வேலைகளில் ஈடுபட முடியவில்லை.

மாலையில் டிராயரைப் பூட்டி சாவி எடுத்துக் கொண்டு சைக்கிளை ஓட்டாமல் தள்ளிக் கொண்டே சிவகெங்கைப் பூங்காவுக்கு நடந்தான்.

சைக்கிளை நிறுத்திப் பூட்டிவிட்டு, உள்ளே நுழைய சீட்டு வாங்கிக் கொண்டு நுழைந்தான். செயற்கை ஊற்றுக்கு அருகே சேதுராமனின் அப்பா ராமநாதன் சிமெண்ட் பெஞ்சில் அமர்ந்து கடலை சாப்பிட்டுக் கொண்டிருக்க...

நெருங்கி, "முதல்லயே வந்துட்டிங்களாப்பா?" என்று அருகே அமர்ந்தான்.

"அஞ்சு நிமிஷம் ஆச்சு நான் வந்து, மனசைவிட்டுச் சொல்லு சேது. மாப்பிள்ளைக்கும் நம்ம கல்யாணிக்கும் நடுவிலே என்ன பிரச்சினை? என்ன சொன்னார்?"

ஒரு முறை அவர் முகத்தை நிமிர்ந்து பார்த்துவிட்டுச் சொன்னான். "கல்யாணி சொன்னதெல்லாம் உண்மை. குடிக்கிறார். இவளை பல தடவை அடிச்சிருக்கார், கல்யாணி சொல்லாத ஒரு அசிங்கமான உண்மை நான் போனப்போ தெரிஞ்சது."

"என்னப்பா அது?"

"எவளோ கஸ்தூரின்னு ஒருத்தியோட கொஞ்ச காலமா பழக்கம் வச்சிக்கிட்டிருக்காருப்பா."

"அடப்பாவி!" என்று தன் மேல் துண்டால் வாயைப் பொத்திக் கொண்டார் ராமநாதன், "இவரா? நம்பவே முடியலையே சேது?"

"என்கிட்ட க்ளீனா ஒத்துக்கிட்டாரேப்பா. நான் ஆத்திரமா பேசினேன். அணைச்சுப் பேசினேன். மசியலை, விதண்டவாதமா பேசறார். புத்தி சொல்லி எடுபடற நிலையிலே இல்லை. அவங்கப்பாவை சந்திச்சேன். அவரு பட்டுக்காம பேசறார். இவரு அங்கயும் வந்து யார் சொன்னாலும் கேக்க மாட்டேங்கறார்."

"என்னடா கொடுமை இது? என்னதான் சொல்றார்."

"என் இஷ்டம். அப்படித்தான் இருப்பேன். இஷ்டம்னா உன் தங்கச்சியை அனுப்பி வையி. வாழ்க்கை நடத்தறேன். அவளுக்குப் பட்டினி போட்டுட மாட்டேன், என் பழக்கத்தையும் மாத்திக்க மாட்டேன்னு சொல்றார்."

"விவாகரத்து செய்றாராம். சம்மதிச்சு இவ கையெழுத்துப் போடணுமாம். இவ்வளவு நடத்துருக்கு, பாவம் கல்யாணிக்கு இந்த விவகாரம் எதுவுமே தெரியாதுப்பா. குடிக்கிறார் புதுசா. அதனால அடிக்கிறார். இதான் அவ நினைப்பு. இன்னொரு தொடர்பு இருக்குன்னு தெரிஞ்சா, அதை எப்படித் தாங்கிக்கப் போறான்னு எனக்குப் புரியலை."

"பச்சைக் குழந்தைடா அவ" என்றார் ராமநாதன், வெடிக்க இருந்த உணர்வுகளைக் கட்டுப்படுத்திக் கொண்டு, "இவருக்கு ஏண்டா புத்தி இப்படி பேதலிச்சுப் போச்சு?"

"அந்த ஆராய்ச்சி முக்கியமில்லை. நம்ம கல்யாணிக்கு நல்ல வாழ்க்கை அமையும்னு நம்பினோம். மாப்பிள்ளை ரெட்டை வேஷம் போடறார். இப்போ நாம என்ன செய்யலாம்? அதைச் சொல்லுங்க."

"நாலு பெரிய மனுஷங்களை வச்சுப் பேசி..."

"ஊகூம். அதெல்லாம் எடுபடாது."

"வேற என்னடா பண்ண முடியும்? எந்த விதத்திலயாவது அந்தத் தொடர்பைத் துண்டிச்சுவிட்டு கல்யாணியோட வாழறத்துக்கு ஏற்பாடு பண்ணித்தானேப்பா ஆகணும்?"

"அப்பா, இந்த விஷயத்திலே தயவு செஞ்சு என் முடிவுக்கு விட்டுடுங்க, இப்படி ஒரு முரடன்கிட்டே வாழ்க்கை பூரா இவ அடிமையாகணும்னு தலையெழுத்தா? பேசாம விவாகரத்துக்கான ஏற்பாட்டை நான் செய்யப் போறேன்" என்றான் சேதுராமன் ஆத்திரமாக.

✳ ✳ ✳

22

அத்தியாயம்

ஆத்திரமாய் பேசும் சேதுராமனை நிதானமாகப் பார்த்தார் ராமநாதன்.

"இப்படி அமைதியா பார்த்தா என்ன அர்த்தம்? நான் சொன்னதை ஒத்துக்கறிங்களா இல்லையா?" என்றான் படபடப்பாய்.

"இரு சேது, பதட்டப்படாதே. நீ சொன்ன யோசனை என்ன?"

"விவாகரத்து!"

"அதாவது இனிமே அவங்க ரெண்டு பேரும் சேர்ந்து வாழவே முடியாத நிலைமைக்கு வந்தாச்சுன்னு சொல்றே."

"சேர்ந்து வாழ இப்பவும் நம்ம மாப்பிள்ளைத் தயார்ப்பா. ஆனா தன்னோட போக்கை மாத்திக்க மாட்டாராம். அடி, உதை வாங்கிக்கிட்டு, தன் புருஷன் இன்னொருத்தியோட ரகசிய வாழ்க்கை வச்சிக்கிறதை மெளனமா ஒப்புக்கிட்டு சகிச்சு வாழ கல்யாணி தயாரா?"

"சேது, அதை கல்யாணிதானே முடிவு செய்யணும்?"

"என்னப்பா இது. சிங்கத்தோட கூண்டுக்குள்ளே போகணும்னு குழந்தை கேட்டா அனுமதிச்சிடுவிங்களா? இப்ப நீங்கதானே சொன்னிங்க கல்யாணி குழந்தை மாதிரிடான்னு. அவளை எப்படி அந்த நரகத்துக்கு அனுப்ப முடியும்?"

"அதுக்காக நிரந்தரமாப் பிரிச்சுடறதா?"

"பின்னே, வேற வழி?"

"புஸ்தகம் படிச்சுட்டு, சினிமா பார்த்துட்டு வர்ற வேகத்தில் நீ பேசறே சேது. உண்மை வாழ்க்கை அப்படி இல்லைப்பா. கல்யாணங்கிறது சின்ன விஷயம் இல்லை."

"இப்படியே பேசிட்டு இருங்க, விவாகரத்து உலகத்திலேயே நடக்காத விஷயமா?"

"எதுதான் நடக்கலை உலகத்திலே? நடக்கிற எல்லாத்தையும் நாம் கடைப்பிடிக்கணும்னு என்ன அவசியம்?"

"நீங்க பேசறது எனக்குப் புரியலை."

"சேது மத்தியானம் உனக்கும், உன் பொண்டாட்டிக்கும் ஒரு பிரச்சினை வந்துச்சே, அப்போ உனக்கு ஆத்திரம் வந்து அறைஞ்சுட்டே அதானே நடந்தது?"

"ஆமாம்."

"பொண்டாட்டி மேல ஆத்திரப்பட்டுக் கொலை செஞ்ச புருஷன் பத்தி பத்திரிகையிலே படிக்கலை நாம்? உலகத்திலே கொலை ஒண்ணும் புது விஷயம் இல்லைன்னு சொல்லி, உன் ஆத்திரத்திலே கொலையா செஞ்சே? இல்லையே, ஏன்னா உன் வளர்ப்பு விதம் அப்படி இல்லை. அது மாதிரி, விவாகரத்துன்னு ஒரு வழி இருக்கு. ஆனா அது இந்த விஷயத்திலே சரியா வராது."

"பின்னே? என்ன செய்யப் போறிங்க?"

"ஏதாச்சும் செய்யணும் சேது. அது அவங்க வாழறதுக்காகச் செய்றதா இருக்கணுமே ஒழிய, பிரிக்கறதுக்காக இல்லை."

"உங்களை என்னால புரிஞ்சுக்கவே முடியலைப்பா. மாப்பிள்ளை செஞ்சது பச்சை துரோகம்ப்பா. அதை நியாயம்னு ஒப்புக்கறிங்களா?"

"இல்லை."

"இதே காரியத்தை கல்யாணி செஞ்சிருந்தா என்ன ஆகியிருக்கும். வெட்டிப் போட்டிருப்பான். ஆம்பளைன்னா தனி நியாயம்? பொம்பளைன்னா தனி நியாயம்?"

"மேடைல பேசற மாதிரி பேசாதே சேது. எவ்வளவு பேசினாலும், எவ்வளவு எழுதினாலும், நடைமுறை வாழ்க்கைல ரெண்டு நீதிதான் இருந்துட்டு வருது. நமக்குள்ளே பட்டிமண்டப விவாதம் வேணாம். கல்யாணியைப் பத்திப் பேசு."

"நான் ஒண்ணும் பேசலை, போகச் சொன்னிங்க. போனேன், அங்க நடந்ததை உங்ககிட்டே சொல்லிட்டேன். என்ன செய்யணும்னு நீங்களே முடிவு பண்ணிக்கங்க."

"சேது, இப்படி நீ மூணாம் மனுஷன் மாதிரி பேசாதே, கல்யாணிக்கு அண்ணன்டா நீ. இந்தப் பிரச்சினையைத் தீக்கறதிலே உனக்குப் பங்கில்லையா?"

"நான் ஏதாச்சும் சொன்னாதான் நடைமுறைக்கு ஒத்து வராதுன்னு சொல்லிடுவிங்களே."

"அனுபவம் இல்லாம பேசறே சேது. சரி, உன் யோசனையைப் பார்ப்போம். எந்தப் பொண்டாட்டி தான் தன் புருஷன் இன்னொருத்தியை வச்சுக்கிறதை அனுமதிப்பா? சரி, நம்ம கல்யாணிகிட்டே கேள்விப்பட்டதைச் சொல்லுவோம். அதிர்ச்சி அடைவா. அழுவா. அதுக்கப்புறம் என்ன செய்றதுன்னு நம்மைத்தான் யோசனை கேப்பா, விவாகரத்துன்னு முடிவு செய்றோம்னு வையி. அதுக்கும் மாப்பிள்ளை தயார்னு சொன்னே. அப்படியா?"

"ஆமாம்."

"சரி, விவாகரத்து ஆய்டுச்சு. பிரச்சினை முடிஞ்சிடுச்சா?"

"முடியாம? விவாகரத்துக்கப்புறம் அவன் யாரோ ஒருத்தனாய்டுவான்ப்பா. அவனோட நடவடிக்கைகள் கல்யாணியைப் பாதிக்காது. கொடுமைகளிலேர்ந்து சுதந்திரம். அப்புறம் ஏது பிரச்சினை?"

"அப்புறம்தாண்டா பிரச்சினை."

"கல்யாணி நம்மோட இருக்கிறதை நான் பிரச்சினையா நினைக்கலை. அவளுக்கு ஒரு உத்தியோகம் வாங்கிக் கொடுக்க என்னால முடியும்."

"என் பொண்ணு என்னோட இருக்கிறதையா பிரச்சினைன்னு சொல்வேன்? அதுக்கப்புறம் சொல்லு. ஒரு உத்தியோகம் வாங்கிக் கொடுத்துட்டா சரியாப் போச்சா?"

"நீங்க என்ன சொல்றிங்கன்னு புரியுது. காலம் இப்போ ரொம்ப மாறிடுச்சுப்பா. மறுபடியும் அவளுக்குக் கல்யாணம் நிச்சயம் பண்ண முடியும். டைவர்ஸ் செஞ்ச பெண்களைக் கட்டிக்கிற மனப்பக்குவம் உள்ளவங்களும் நிறையப் பேர் இருக்காங்க."

"நிஜமாவா?"

"நாளைக்கே போஸ்ட் பாக்ஸ் நம்பர் போட்டு ஒரு விளம்பரம் கொடுக்கிறேன். எத்தனை தபால் வருதுன்னு உங்களுக்குக் காமிக்கிறேன்."

"ஏன் சேது. இந்த மாதிரி விளம்பரங்கள் நீ பார்த்திருக்கியா?"

"நிறைய."

"உன் கல்யாணத்துக்கு முன்னாடி பார்த்திருக்கியா?"

"ஏன், பார்த்திருக்கேனே..."

"நீ ஏன்ப்பா தொடர்பு கொள்ளலை? பரந்த சிந்தனையோட அப்படி ஒரு பொண்ணுக்கு நீ ஏன் வாழ்க்கைத் தர நினைக்கலை."

சேதுராமன் தடுமாறினான். இதயத்தில் உறைத்தது. உச்சந்தலையில் லொட் என்று சுத்தியால் அடித்தது போல இருந்தது.

"என்ன சேது, பதிலைக் காணோம்? காலம் ரொம்ப மாறிப் போச்சுன்னு சொன்னியே, நீயும் இந்த மாறின காலத்தில இருக்கிறவன்தானே? ஆணுக்கும், பெண்ணுக்கும் தனித்தனி நீதியான்னு இப்பதானே உணர்ச்சிபூர்வமாப் பேசினே? ஏன் பதில் சொல்ல முடியலை!"

"வந்து... வந்துப்பா..."

"உன்னை நோகடிக்கணும்ங்கிறது என் நோக்கம் இல்லை, நீ அப்படி நினைக்காததாலே மோசமானவன் இல்லை. இதைத்தான் நடைமுறை வாழ்க்கைன்னு சொன்னேன். நமக்கெல்லாம் புரட்சியான எண்ணங்களும், புதுமையான சிந்தனைகளும் உண்டு. ஆனா நமக்குன்னு வர்றப்போ செயல்படுத்த தயங்குவோம். லட்சியங்கள் கொண்ட யதார்த்தவாதி நீ. உன்னை மாதிரிதான் பெரும்பான்மையானவங்களும். விதிவிலக்குகள் இல்லாம இல்லை. பரந்த சிந்தனையும், கொள்கைப் பிடிப்பும் உள்ள இளைஞர்கள் இருக்கத்தான் செய்றாங்க சேது. ஆனா... ரொம்ப ரொம்பக் குறைவான எண்ணிக்கைதான் இவங்க, இவங்களிலே ஒருத்தனைத் தேடிக் கண்டுபிடிச்சு கல்யாணியை மறுபடி கல்யாணம் பண்ணிக் கொடுக்கிறதிலே உனக்கு நம்பிக்கை இருக்கா? அப்படியே நடந்தாலும் அவனும் தான் யோக்யன்னு என்ன நிச்சயம்? நம்ம மாப்பிள்ளை கல்யாணமான புதுசிலே நல்லாதானே இருந்தார்? இப்போதானே மாற்றம்? இந்த மாற்றம் நீ தேடிக் கண்டுபிடிக்கிற லட்சியவாதிக்கும் ஏற்படாதுன்னு என்ன நிச்சயம்? ஆஃப்ட்ரால், மனுஷங்க தானேப்பா நாம! மாற்றம் யார்கிட்டே இல்லே? நேத்தைய வரைக்கும் உன் மனைவியை நீ அடிச்சிருக்கியா? இல்லை! இன்னிக்கு அடிச்சே! இது மாற்றமில்லையா?"

"அப்பா, நான் ஏன் அவளை அடிச்சேன்னு..."

"வேணாம். எனக்கு சொல்ல வேணாம். ஒரு உதாரணத்துக்குத்தான் சொன்னேன். அதை டைவர்ஸ்னு சிம்பிளா சொல்ல முடிஞ்ச உன்னால... அதுக்கப்புறம் ஒரு

பாதுகாப்பான, நிம்மதியான வாழ்க்கைக்கு ஒரு வழி சொல்ல முடியலை பார்த்தியா?"

"அப்பா, நிம்மதி மனசைப் பொறுத்தது. மறுபடி கல்யாணம் பண்ணிக்கிறது மட்டும்தான் நிம்மதியான வாழ்க்கையைத் தரும்னு எதிர்பார்க்க வேண்டியதில்லை. எங்க கிளினிக்ல டாக்டர் வசந்தின்னு இருக்காங்க. கல்யாணமாகி மனசுக்குப் பொருந்தாத கணவன் அமைஞ்சு அதுதான் விதின்னு சகிச்சுப் போகாம, துணிஞ்சு விவாகரத்து வாங்கிக்கிட்டு இப்போ சுதந்திரமா இருக்காங்க. மறுபடி கல்யாணமே செஞ்சுக்கப் போறதில்லை. வாழ்க்கை பூரா இந்த மருத்துவத்திலேயேன்னு முடிவு செஞ்சுக்கிட்டு நிம்மதியா இருக்காங்க தெரியுமா?"

"நிம்மதியா இருக்காங்கன்னு உனக்குத் தெரியுமா?"

"அவங்களே சொன்னாங்க."

"நான் நிம்மதியா இருக்கேன்னு ஒருத்தங்க சொன்னாலே, அவங்க நிம்மதியா இல்லைன்னுதான் அர்த்தம். நீ சொன்ன அந்தம்மா ஒரு டாக்டர். அவங்களுக்கு மனசைத் திருப்பறத்துக்கு ஒரு துறை இருக்கு சேது. அவங்க சூழ்நிலை வேற. நம்ம கல்யாணி ஒரு சாதாரண குடும்பப் பொண்ணு. விவாகரத்துக்கு அப்புறம் என்ன பிடிப்புல அவ வாழ முடியும்? வேலை நீ வாங்கித் தருவே சரி. அவ எதுக்காக வேலை செய்யணும்? யாருக்காக அந்த உழைப்பு? லட்சியம் இல்லாம இருக்கிறப்போ புது வம்புகள் நுழையும் சேது."

"அப்பா, நீங்களும் நானுமே பேசிக்கிட்டிருக்கிறதிலே புண்ணியமில்லை. கல்யாணிகிட்டே எதையும் நான் மறைக்கப் போறதில்லை. என்னைக்கிருந்தாலும் தெரியாமப் போகப் போறதில்லை. எல்லாத்தையும் சொல்லிடலாம். அதுக்கப்புறம் அவ வாழ்க்கையைப் பத்தி முடிவு செய்ய வேண்டியது அவ பொறுப்பு. அவ எப்படி முடிவு எடுத்தாலும் அந்த முடிவுக்கு உதவி செய்வோம்."

ராமநாதன் அவன் சொன்னதை ஆமோதிப்பதைப் போலத் தலையசைத்து, பெருமூச்சு விட்டார். கொஞ்ச நேரம் இருவரும் அமைதியாக இருந்தார்கள்.

"போலாமாப்பா?" என்று எழுந்தான் சேதுராமன்.

இருவரும் நடந்து பூங்காவைவிட்டு வெளியே வந்ததும், சேதுராமன் தன் சைக்கிளை எடுத்துக் கொண்டு வந்தான். ராமநாதன் பின்னால் உட்கார்ந்து கொள்ள... சேதுராமன் சைக்கிளை அமைதியாக மிதிக்க ஆரம்பித்தான். கொஞ்ச நேர மௌனத்துக்குப் பின் ராமநாதன் கேட்டார்.

"ஏன் சேது, கல்யாணிகிட்டே சொல்றதுக்கு முன்னாடி... நான் ஒரு தடவை மாப்பிள்ளையைப் பார்த்துப் பேசிட்டு வரட்டுமா?"

"நிச்சயமா வேணாம். நான் பட்டது போதும், நீங்க வேற அவமானப்பட்டுத் திரும்ப வேணாம். சுயபுத்தில இல்லை அவர். அந்த ராட்சசி அவரை ஆட்டிப் படைக்கிறான்னு நினைக்கிறேன்."

வீட்டிற்கு வந்து, சைக்கிளை நிறுத்திவிட்டு உள்ளே நுழைந்தபோது... ஒரு புதிய செருப்பு ஜோடியைக் கண்டார்கள். சேதுராமன் ஆச்சரியப்பட்டான். இது மாப்பிள்ளையின் செருப்பு அல்லவா?

23

அத்தியாயம்

வீட்டுக்குள்ளே நாற்காலியில் அமர்ந்து சேதுராமனின் குழந்தை சிவகாமியை மடியில் வைத்துக் கொண்டு, "எங்கம்மா பல்லைக் காணோம்?" என்று விளையாடிக் கொண்டிருந்தான் வெங்கட்ராமன்.

"அடடே வாங்க மாப்பிள்ளை" – என்று உதடுகளுக்கிடையில் பற்கள் அனைத்தையும் வெளிப்படுத்திக் கொண்டே அவன் அருகில் சென்று அமர்ந்தார் ராமநாதன்.

சேதுராமனுக்கு ஆச்சரியமாய் இருந்தது. எதற்காக வந்திருக்கிறான் என்று புரியவில்லை. மனசில் அத்தனை அழுக்கை வைத்துக் கொண்டு எத்தனை பிரமாதமாக நடிக்க முடிகிறது இவனால் என்று நினைத்தான்.

"வாங்க" என்று மட்டும் சொல்லிவிட்டு, "சிவகாமி, வந்துடு, மாமா பேண்ட்டை நனைச்சுடப் போறே" என்று குழந்தையை வாங்கிக் கொண்டான்.

"எப்ப வந்திங்க மாப்பிள்ளை!" என்றார் ராமநாதன்.

"இப்பத்தான், ஒரு அரை மணி நேரம் ஆச்சு."

"ஊர்ல எல்லாரும் செளகரியம்தானே?"

"இன்னிக்கு ஆபீஸ்..."

"லீவு போட்டுட்டு வந்தேன்."

அதற்குமேல் என்ன பேசுவது என்று ராமநாதனுக்குப் புரியவில்லை. வேறு ஏதாவது பேச சேதுராமனுக்குப் பிடிக்கவில்லை. வெங்கட்ராமன் அவனாக எதுவும் பேசுவதாக இல்லை.

ஒரு, அசிங்கமான அமைதிக்குப் பின்...

"என்னம்மா? அம்மாகிட்டே போறியா?" என்று குழந்தையைச் சாக்காக வைத்து உள்ளே நகர்ந்தான் சேதுராமன்.

தனது அறைக்கு வந்து குழந்தையைப் படுக்கையில் விட்டுவிட்டு... வெளி வந்து பின்கட்டுக்கு வந்தான்.

அடுப்படியில் அம்மா சட்டியில் எண்ணெய் வைத்து பஜ்ஜி போட்டுக் கொண்டிருக்க, அருகே மாலதி கடலை மாவில் வாழைக்காயைத் தோய்த்துக் கொண்டிருந்தாள்.

"மதன் எங்கே?" என்றான் பொதுவாக.

"விளையாடப் போயிருக்கான்" என்றாள் மாலதி திரும்பிப் பார்க்காமல்.

இன்னமும் கோபம்.

"எப்ப வந்தாரும்மா?" என்றான் அம்மாவிடம்.

"அரை மணி நேரம் இருக்கும்."

"என்னவாம்?"

"என்னடா கேள்வி இது... பொண்டாட்டியை அழைச்சுட்டுப் போக வந்திருக்காரு. வேறென்ன?"

"சொன்னாரா?"

"என்கிட்டே சொல்லலை. கல்யாணிகிட்டே வந்த உடனே சொல்லிட்டாராம். டிரெஸ் எல்லாம் எடுத்து வை. காலையிலே ஆறு மணிக்குப் புறப்படணும்னு சொன்னாராம்."

"நிஜமாவா?"

"பின்னே? இதிலே என்ன உனக்கு ஆச்சரியம்? ஆம்பளைங்களே அப்படித்தான் சேது. கடுமையா கோபிச்சுக்குவாங்க. ஆனா ஒரு ரெண்டு நாள் கூடப் பொண்டாட்டியைப் பிரிஞ்சு இருக்க முடியாது."

"ம்கூம். இவர் அப்படி டைப் இல்லை."

"என்னத்தைப் பெரிசா டைப்பைக் கண்டுட்டே நீ? குடும்பம்னா எல்லாம்தான் இருக்கும். கோபிச்சுக்கிட்டார், குடிச்சார், அடிச்சார்ன்னு அவ்வளவு தூரம் சொன்னாளே கல்யாணி, இப்ப பாரு, பிரியம் இல்லாமப் போச்சா? நீயும் போய் சமாதானமாப் பேசிட்டு வந்தே. மதிச்சு வந்துட்டாரா இல்லையா? அதை அதை அப்பப்போ மறந்துட்டு ஆக வேண்டியதை பார்த்துக்கிட்டே போனாதான் எல்லாருக்கும் நல்லது."

"நான் சமாதானமாப் பேசிட்டு வந்தேன்னு உங்களுக்குத் தெரியுமா? நான் போனப்போ என்னென்ன இவர் பேசினார்... சரி, அதெல்லாம் எதுக்கு இப்ப? இவரு இப்போ உண்மையான அன்போட கூட்டிட்டுப் போக வரலை."

"அர்த்தமில்லாமப் பேசாதே சேது, வேறென்ன?"

"உங்களுக்குத் தெரியாதும்மா இவரைப் பத்தி, கல்யாணி என்ன சொன்னா? ஒத்துக்கிட்டிருக்க மாட்டாளே போக மாட்டேன்னு சொன்னாளா?"

"என்னடா நீ புரியாத புள்ளையா இருக்கியே? அவர் வீட்டுக்குள்ளே நுழைஞ்சப்போ கல்யாணி முகத்தைப் பார்க்கணுமே. அப்படியே பூரிச்சுப் போய்ட்டா. டிரெஸ் எல்லாம் எடுத்து வைக்க ஆரம்பிச்சாச்சு."

"அய்யோ! அம்மா இவரோட நோக்கம்... சரி, எங்கே கல்யாணி?"

"பின்பக்கம் முகம் கழுவிட்டிருக்கா. சினிமா போலாம்னு சொன்னாராம். சேது, ஊர்லேர்ந்து வந்து அவரா போனா நல்லா இருக்காது. இங்கே ஒண்ணும் வேலை இல்லை. நீ, மாலதி

எல்லாரும் போய்ட்டு வாங்க, நாம அழைச்சுட்டுப் போன மாதிரி இருக்கும். என்ன?"

"வீடே இடிஞ்சு போச்சுன்னு நான் சொல்றேன். அடுப்புக்கு விறகு தேடறிங்களே நீங்க..."

"என்னடா பேச்சு இதெல்லாம்? என்ன நடந்து போச்சு இப்போ? புருஷன் – பொண்டாட்டின்னா அப்படித்தான் இருக்கும். அவங்களே ராசியாப் போயாச்சு. நீ கிடந்து குதிக்கிறியே..."

"உங்களுக்கு விஷயம் தெரியாது. விடுங்க" என்று சேதுராமன் பின்புறம் வந்தான்.

கிணற்றடியில் இறைத்த நீரில் முகம் கழுவிக் கொண்டிருந்தாள் கல்யாணி.

"கல்யாணி."

திரும்பிப் பார்த்த அவள், "நீங்க போய்ட்டு வந்த உடனே ரொம்ப ஃபீல் பண்ணாராம் அண்ணா. விபரமா அப்புறம் பேசலாம். நீங்களும் அண்ணியும் வர்றிங்க. என்ன?",

"சினிமாவுக்கு."

"நாங்க வரலை."

"ஏன்?"

"வரலைன்னா விட்டுடு. அப்போ... அழைச்சுட்டுப் போறாராமா?"

"ஆமாம். நாளைக்குக் காலையிலே ஆறு மணிக்கெல்லாம் புறப்பட்டாதான் அவர் ஆபீஸ் போறதுக்கு சரியா இருக்கும். இன்னிக்கே போலாம்னு வந்த உடனே துடிச்சார். நான்தான் அது நல்லா இருக்காது – நீங்க தங்கியே ஆகணும்னு வற்புறுத்தி சம்மதிக்க வச்சேன்."

இத்தனை ஆர்வமாகப் பேசும் அவளிடம் என்ன பேசுவது என்று தோன்றாமல் உள்ளே திரும்பினான்.

மாலதி மூன்று தட்டுகளில் பஜ்ஜி சட்னி வைத்துக் கொண்டு வந்து டீப்பாய் இழுத்துப் போட்டு வைத்தாள் ஹாலில். இவன்

ஹாலுக்கு வந்த போதும், அப்பாவும், அவரும் மௌனமாக இருந்தார்கள்.

"நீங்களும் வாங்க மச்சான் சினிமாவுக்கு" என்றான் வெங்கட்ராமன்.

"எந்தப் படம் போறிங்க?"

சொன்னான்.

"நான் பார்த்துட்டேன். நீங்க போய்ட்டு வாங்க." என்று வாட்சைப் பார்த்து "டைம் ஆச்சே. புதுப்படம். கூட்டம் அதிகமா இருக்கும். நீங்க சாப்பிட்டுட்டு ரெண்டு பேரும் புறப்பட்டு ரிக்ஷால வாங்க, நான் போய் டிக்கெட் வாங்கி, சீட் போட்டுட்டு வெளில வெய்ட் பண்றேன்" என்று புறப்பட்டான் சேதுராமன்.

"டிஃபன் சாப்பிட்டுட்டுப் போங்க" என்றாள் மாலதி உள்ளே இருந்து.

சேதுராமன் சைக்கிளை எடுத்துக் கொண்டு தியேட்டருக்கு விரைந்தான். அத்தனையும் நடிப்பு! ஏதோ நோக்கத்தோடுதான் அழைத்துச் செல்ல வந்திருக்கிறான். ச்சே! அத்தனை ஆத்திரமாகப் பேசிய கல்யாணி கூட உடனே பிரகாசம் ஆகி விட்டாளே! பூ... சினிமா... புடவை... இவற்றில் பெண்ணை வீழ்த்தி விட முடியும் என்பது உண்மைதானா?

தியேட்டருக்கு வந்து நீளமான கியூவில், கவுண்டர் அருகில் தனக்குத் தெரிந்த நபரைக் கண்டுபிடித்து, உதவி கேட்டு, இரண்டு டிக்கெட் வாங்கி... உள்ளே போய் வசதியான சீட்களாகப் பார்த்து – இரண்டு சீட்டுகளுக்குப் பொதுவாய் ஒரு கர்சீப் போட்டுவிட்டு...

வெளியே வந்து காத்திருந்தான் சேதுராமன்.

பத்து நிமிஷத்தில் ரிக்ஷாவில் கல்யாணியும் வெங்கட்ராமனும் வந்தபின்...

கல்யாணியை அமர வைத்துவிட்டு, இந்தியன் நியூஸ் ரெவ்யூவைப் புறக்கணித்து, "இதோ வர்றேன் இரு" என்று

வெளியே வந்த வெங்கட்ராமன் சுதந்திரமாக சேதுராமனின் தோள் மேல் கை போட்டுக் கொண்டான்.

"என்ன மச்சான், என் மேல கொள்ளைக் கோபமா?"

அமைதியாய் இருந்தான்.

"அதான் வந்துட்டேனே, அழைச்சுட்டுப் போக."

அமைதியாய் இருந்தான்.

"ஏன் மச்சான், கஸ்தூரி விஷயம் கல்யாணிகிட்டே சொன்னீங்களா?"

"இல்லை."

"ரொம்ப தாங்க்ஸ். நீங்க வந்துட்டுப் போனதும் ரொம்ப யோசிச்சேன், சேச்சே, பொண்டாட்டிதான் முக்கியம். அவதான் கடைசி வரைக்கும் துணையா நிப்பான்னு புறப்பட்டு வந்துட்டேன். நீங்க வந்தப்போ நான் ஏதாச்சும் தப்பாப் பேசி இருந்தா, பேசி இருந்தா என்ன? பேசினேன் அதுக்கு மன்னிப்புக் கேட்டுக்கிறேன் மச்சான்."

"இங்கே பாருங்க. உங்களை என்னால புரிஞ்சுக்கவே முடியலை. நீங்களும், தங்கச்சியும் சந்தோஷமா இருக்கணும்ங்கறதுதான் என் விருப்பம், நீங்க உண்மையாவே உணர்ந்து வந்திருக்கிங்களா, இல்லை வேற ஏதாச்சும் காரணம் மனசில வச்சிக்கிட்டு வந்திருக்கிங்களான்னு எனக்குத் தெரியாது. எதுவா இருந்தாலும் முடிவு எடுக்க வேண்டியது கல்யாணிதான். கஷ்டத்தை சந்தோஷமா ஏத்துக்கற மனப்பக்குவத்தை அவ வளர்த்துக்கிட்டாலும் சரி, கஷ்டத்தை எதிர்த்துப் போராடறதுன்னு முடிவு செஞ்சாலும் சரி, ரெண்டுக்கும் நாங்க துணை நிற்கத் தயாராக இருக்கோம். டைட்டில் போட்டாச்சு, போய் படம் பாருங்க" என்ற சேதுராமன் வெளியேறி சைக்கிளில் தன் வீட்டுக்குத் திரும்பியபோது அம்மா விம்மலுடன் அழுது கொண்டிருந்தாள்.

✳✳✳

24

அத்தியாயம்

தரையில் உட்கார்ந்து அழுது கொண்டிருந்த அம்மாவைப் பார்த்ததும் பதறிப் போனான் சேதுராமன். சற்றுத் தள்ளி மாலதி மௌனமாக அமர்ந்திருந்தாள், மடியில் சிவகாமியை போட்டுக் கொண்டு.

உள் அறைக்குள் மதன் பாடம் படித்துக் கொண்டிருந்தது கேட்டது.

"என்னம்மா, என்ன?" என்றான் சேதுராமன்.

நாற்காலியில் அமர்ந்திருந்த அப்பா பதில் சொன்னார்.

"நான் எல்லாத்தையும் சொல்லிட்டேன் சேது."

சேதுவிற்குத் தன் அப்பாவின் மேல் ஆத்திரம் வந்தது. இந்தச் சூழ்நிலையில் இவரை யார் அம்மாவிடம் சொல்லச் சொன்னார்கள்? அதுவும் பக்கத்தில் மருமகளை வைத்துக் கொண்டு.

"இப்ப எதுக்காகச் சொல்றிங்கப்பா?"

"எல்லாரும் சேர்ந்து மறைச்சுடலாம்னு நினைச்சிங்களா?" என்றாள் அம்மா கோபமாக.

"ஏன்ம்மா கோபப்படறிங்க? இதென்ன புதையல் ரகசியமா மறைக்கிறதுக்கு? தெரிஞ்சா

மனசு கஷ்டப்படுமேன்னு தான் யோசிச்சோம். அதுக்குள்ளே அப்பாவுக்கு அவசரம்."

"இல்லை சேது. இது சொல்லியாக வேண்டிய நேரம். நாளைக்குக் காலையிலே ஊருக்கு அழைச்சுட்டுப் போறதா மாப்பிள்ளை சொல்லியிருக்கார். அனுப்பறதா வேணாமான்னு எல்லாரும் சேர்ந்து பேசித்தானே முடிவு பண்ணனும்!" என்றார் ராமநாதன்.

"உங்க கேள்வி தப்புப்பா. இப்போ அனுப்பறதா, வேணாமாங்கறது பிரச்சினை இல்லை. போகலாமா, வேணாமாங்கிறது, ஆமாம். இது கல்யாணி முடிவு எடுக்கவேண்டிய பிரச்சினை. அவ முடிவும் எடுத்தாச்சு. பெட்டி கட்டியாச்சு."

"அப்படியா?" என்றார் அம்மாவைப் பார்த்து.

"ஆமாங்க"

"அப்படின்னா... நான் அவசரப்பட்டுட்டேன்னுதான் சொல்லணும்."

"என்னை என்ன குத்துக்கல்லுன்னே முடிவு பண்ணிட்டீங்களா? சந்தோஷப்படறதுக்கு மட்டும்தான் அம்மாவுக்கு உரிமையா? வருத்தப்படக் கிடையாதா? எவ்வளவு பெரிய பிரச்சினையை மறைக்கணும்னு மறுபடி நினைக்கிறிங்க."

"அய்யோ அம்மா – மறைக்கணும்னு விருப்பம் இல்லைம்மா. எப்போ சொல்றது என்கிறதுதான் பிரச்சினை. சரி விடுங்க. இப்போ எல்லாம் தெரிஞ்சுக்கிட்டீங்க. இப்போ மாப்பிள்ளை அழைக்க வந்திருக்கிறது உண்மையான அன்போடதான்னு நினைக்கிறிங்களா?"

"வேறென்ன நினைக்கிறே நீ?"

"வேறென்னன்னு புரியலை. ஆனா இதிலே உள்நோக்கம் இருக்குதுன்னு நினைக்கிறேன்."

"என்ன சேது, அவர் மனசு மாறியிருக்கலாமில்லையா?"

"அவரை சரியாப் புரிஞ்சுக்கலை நீங்க."

"இதோ பாரு சேது, நான் சொல்றதைக் கேளு" என்றார் அப்பா.

"சொல்லுங்க."

"கல்யாணியைப் பொறுத்தவரைக்கும் அந்த விஷயம் தெரியாது. நாமா தெரிவிக்கவும் வேணாம். புருஷன் மேல வச்சிருந்த சங்கட நினைப்பெல்லாம் அவரைப் பார்த்த உடனே பறந்துடிச்சு, இப்போ போகத் துடிக்கிறா. அதிலே நாம தடை எதுவும் விதிக்க வேணாம். மாப்பிள்ளை உணர்ந்து வந்திருக்கிறதா சொல்றார். அது உண்மையா, பொய்யான்னு ஆராய்ச்சி பண்ண வேணாம். உண்மைன்னு நம்புவோம். பொய்யா இருந்தா அது நாளையப் பிரச்சனை. அதுக்கு இப்பவே முடிவெடுக்க வேணாம். மாப்பிள்ளைகிட்டே சந்தோஷமா, சகஜமா எல்லாரும் பேசுங்க காலையிலே அவர் விருப்பப்படி அனுப்பி வைப்போம். எல்லாம் நல்லடியா இருக்கும்னு நம்புவோம்."

எல்லோரும் அமைதியாய் இருக்க... மதன் படிக்கிற சப்தம் மட்டும் கேட்டது.

அம்மா முந்தானையால் கன்னத்தைத் துடைத்துக் கொண்டு, "ஏங்க, அப்படின்னா, அந்த விஷயத்தைப் பத்தி நீங்க என்ன, ஏதுன்னு கேக்கவே போறதில்லையா?"

"எப்படிக் கேக்கறதுன்னு சொல்லு, சின்னவிஷயமா? சங்கடமான பிரச்சினை. சட்டு புட்டுன்னு வார்த்தையைக் கொட்டிட முடியுமா? ஏட்டிக்குப் போட்டியா ஒரு வார்த்தை சொல்லிட்டார்ன்னா என்னால தாங்க முடியாது. இப்ப பேசாம விட்டுடறதுதான் நல்லதுன்னு எனக்குப் படுது."

சேதுராமன், "அப்பத்தான் இன்னும் துளிர் விடும்" என்று முணுமுணுத்துக் கொண்டே தனது அறைக்குள் சென்று சட்டையைக் கழற்றினான்.

"பாட்டி ஏன்ப்பா அழுவுறாங்க?" என்றான் மதன்.

"பாடத்தைப் படிடா நீ" என்று எரித்து விழுந்தான்.

கொஞ்ச நேரத்தில் காபியோடு உள்ளே வந்தாள் மாலதி.

"பஜ்ஜி கொண்டாரட்டுமா?"

"வேணாம். காபியைக் கொண்டா."

கொடுத்துவிட்டு சிவகாமியைக் கீழே அமர்த்தினாள். அலமாரியைத் திறந்து சலவை பெட்ஷீட், தலையணை உறைகள் எடுத்தாள்.

"கொஞ்சம் எந்திரிச்சுக்கங்க. மாத்திடறேன்."

"இன்னிக்கு என்ன? அவ்வளவு ஒண்ணும் அழுக்கா இல்லையே..."

"அதுக்கு இல்லை. அவர் இன்னிக்குத் தங்குறாரே. இந்த வீட்ல இருக்கிறது ஒரு ரூம் தான். அத்தைதான் சொன்னாங்க"

"அதுக்கும் ஒண்ணும் குறைச்சல் இல்லை. மனுஷனா அவன்?" என்று எழுந்து வெளியே வந்தான் டபராவை வைத்துவிட்டு.

ரேடியோவை வைத்துவிட்டு அருகில் உட்கார்ந்து பத்திரிகை ஒன்றை எடுத்து மடியில் போட்டுக் கொண்டு புரட்டினான்.

இரவு ஒன்பதரை மணிக்கெல்லாம் சாப்பிட்டுவிட்டு ஒரு ஜமுக்காளமும், தலையணையும் எடுத்துக் கொண்டு "மாலதி நான் மொட்டை மாடில படுத்துக்கறேன்", என்றுவிட்டு மாடிப்படிகள் ஏறினான் சேதுராமன்.

"அப்பா நானும் வர்றேன்" என்றான் மதன்.

"பனி உனக்கு ஒத்துக்காது. நீ அம்மா கூட கீழே படுத்துக்கோ"

"நானும் வர்றேன்."

"சொல்றேன்ல. போடா. பிடிவாதம் எதிலயும்." மரப்படிகளில் 'தொம் தொம்' என்று ஏறி மொட்டை மாடிக்கான வாசலுக்குத் திரும்பும் முன் மாடிப் போர்ஷனில் ராதிகாவின் வீட்டுக் கதவுத் திறந்திருக்க உள்ளே வெளிச்சத்தில் ராதிகாவின் தந்தை கைலாசத்தைப் பார்த்தான்.

அவர் தன் வயிற்றின் அடிப்பாகத்தில் கை வைத்து அழுத்திக் கொண்டு, முகத்தைச் சுளித்துக் கொண்டு, உதட்டைக் கடித்துக் கொண்டு ஏதோ அவஸ்தையில் இருப்பது தெரிந்தது.

"என்ன சார்?" என்று உள்ளே வந்தான்.

"வாங்க தம்பி. என்னன்னு தெரியலை. காலையிலேர்ந்து இந்த இடத்திலே விட்டு விட்டு வலிக்குது. வாயுப் பிடிப்பா இருக்கணும்" என்று பெஞ்சில் அமர்ந்தார்.

"வலது பக்கத்திலேன்னாதான் அப்பெண்டிசிடிஸோன்னு பயப்படணும். இடது பக்கம்தானே வலிக்குதுன்னு சொல்றிங்க? பயப்பட ஒண்ணும் இல்லை. மாத்திரை எதுவும் சாப்பிட்டிங்களா?"

"இல்லை. அதுவா சரியாப் போய்டும்னு"

"அது எப்படி சரியாப் போகும்? உங்க பொண்ணு இல்லை வீட்ல."

"உங்க ஆஸ்பத்திரிலதானேப்பா யாரோ தெரிஞ்ச பொண்ணுக்குத் துணையா இருக்கேன்னு சொன்னா. சாயங்காலம் வந்து சமைச்சு வச்சிட்டுப் போனா. நாளைக்கு டிஸ்சார்ஜ் பண்றாங்களாம். அது வரைக்கும் கூட இருந்துட்டு வர்றேன்னு சொன்னா."

"ஆமாம். தெரியும். மறந்துட்டேன். இருங்க வர்றேன்" என்று மாடிப்படிகளின் உச்சிக்கு வந்து அங்கிருந்தே. "மதன்" என்று கத்தினான் சேதுராமன்.

"என்னப்பா?" என்று ஓடி முதல்படிக்கு வந்தான் மதன்.

"நம்ம ரூம்ல மாத்திரை டப்பா இருக்கு பாரு, அதை எடுத்துட்டு வா."

மதன் ஓட்டமாய்ச் சென்று எடுத்து வந்தான். அதிலிருந்து பல மாத்திரை அட்டைகளைப் புரட்டி இரண்டு மாத்திரைகளைக் கிழித்து எடுத்தான்.

"இதைச் சாப்பிடுங்க. காஸ் ட்ரபிள் சரியாய்ப் போய்டும்" என்று அவனே உரிமையாக சமையல் கட்டிற்குச் சென்று டம்ளர் தேடி, பானையில் நீர் மொண்டு வந்து தந்தான்.

அவர் அதை வாங்கிக் குடித்துவிட்டு, "வயசாய்டுச்சு இல்லே... அதான்."

"சரி, படுத்து ரெஸ்ட் எடுங்க."

"நான் படுக்கிறது இருக்கட்டும். இப்படி உட்காருங்க தம்பி. உங்ககிட்டே ஒரு சமாச்சாரம் பேசணும்" என்றார்.

அவர் அருகில் பெஞ்சில் அமர்ந்தான்.

"உங்களால எனக்கு ஒரு உதவி ஆகணும்."

"என்ன செய்யணும்?"

"எங்க வீட்டு நிலமைதான் தெரியுமே உங்களுக்கு. ராதிகாவோட வருமானத்திலேதான் அடுப்பு எரியுது. அவளுக்கு நிரந்தரமான, ஒரு கௌரவமான உத்தியோகம் அமைஞ்சுட்டா பிரச்சினை இல்லை. உங்களுக்குத் தெரிஞ்ச நல்ல இடத்திலே சொல்லி வையுங்களேன்."

"அடடே உத்தியோகத்துக்குப் போற மாதிரி உங்க பொண்ணுக்கு எண்ணம் இருக்குங்கறதே தெரியாதே... பாட்டு சொல்லித் தர்றதெல்லாம் அந்த இசைத் துறையிலே உள்ள ஈடுபாட்டினால்தான் செய்றாங்கன்னு நினைச்சிட்டிருந்தேன். அவசியம் முயற்சி பண்றேன் சார்."

"இன்னொரு விஷயம் தம்பி"

"என்ன?"

"நீங்களே சொல்லுங்க. இவளை மாதிரி ஆனவங்க எல்லாருமே மறுபடி கல்யாணம் பண்ணிக்கறதில்லையா? இவகிட்டே நான் பல தடவை சொல்லிப் பார்த்துட்டேன். அந்தப் பேச்சையே எடுக்காதீங்கன்னு சொல்றா."

"இதெல்லாம் அவங்கவங்க மனசைப் பொறுத்த விஷயங்க."

"அதெல்லாம் நாமா நினைச்சுக்கறதுதாங்க. கஷ்டம்தான். பழைய நினைப்பெல்லாம் தொல்லை தரும்தான். ஆனா எல்லாம் மாறிடும்ங்க."

"என்கிட்டே ஏன் சொல்றீங்க சார்."

"வந்து என் பொண்ணு உங்க மேல நல்ல மதிப்பு வச்சிருக்கா. உங்க நல்ல குணத்தைப் பத்தி அடிக்கடி பேசுவா. அதனால அவகிட்ட இன்னொரு கல்யாணம் பண்ணிக்கச் சொல்லி நீங்கதான் சொல்லணும். அதிலே உள்ள நியாயத்தை எடுத்துச் சொல்லணும்."

"மன்னிச்சிடுங்க சார், இதைப்பத்தி நான் பேசறது அவ்வளவு சிறப்பா இருக்காதுன்னுதான் எனக்குப் படுது. நீங்க ரெஸ்ட் எடுத்துக்குங்க. மதன், போய் மாத்திரை டப்பாவை வச்சிட்டு தூங்கு. அத்தையும், மாமாவும் வந்துட்டாங்களா?"

"வந்துட்டாங்கப்பா, சாப்பிடறாங்க" என்று கீழே இறங்கிச் சென்றான்.

சேதுராமன் ஜமுக்காளத்துடன் மொட்டை மாடிக்கு வந்து விரித்துப் போட்டு, தலையணை வைத்துக் கொண்டு படுத்தான்.

நேர் மேலே வானத்தில் மேக உதிரிகள் நிலாவை மறைக்க முயற்சித்துத் தோற்று விலகிக் கொண்டிருக்க...

கொஞ்ச நேரம் கழித்து...

மாடிப்படிகளில் கொலுசு சத்தம் கேட்டது.

25

அத்தியாயம்

மாடிப்படியேறி மொட்டை மாடி வந்த கல்யாணி, "தூங்கிட்டிங்களாண்ணா?" என்றதும், 'சடக்' என்று எழுந்து கொண்டான் சேதுராமன்.

"என்னம்மா?" என்றான்.

"அண்ணனுக்கு தண்ணிச் சொம்பு கொடுத்துட்டு வர்றேன்னு சொல்லிட்டு வந்தேன்." என்று அவனருகில் வைத்தாள். மௌனமாக நின்றாள்.

"சினிமா நல்லா இருந்திச்சா?"

"ம்" என்றாள்.

மௌனம்.

ஏதோ சொல்ல வந்திருக்கிறாள். சொல்ல முடியாமல் தடுமாறுகிறாள் என்பதைத் துல்லியமாகப் புரிந்து கொண்டான்.

"உக்கார்றியா கல்யாணி."

உட்கார்ந்தாள். தன் விரல்களைப் பார்த்துக் கொண்டாள்.

"அண்ணா, உங்களுக்கு அவர் மேல கோபமா?"

"இருக்கிறது நியாயம் இல்லையா?"

"இப்போ உணர்ந்துதானே வந்திருக்கார். அப்புறமும் சரியா பேசலையே நீங்க."

"இல்லை. பேசினேனே."

"தியேட்டர்ல அவர் என்கிட்டே சொன்னார். நீங்க காரைக்குடி போனப்போ அவர் உங்ககிட்டே சரியா நடந்துக்கலையாம்."

"அதெல்லாம் ஒண்ணுமில்லையே..."

"எல்லாம் அவரே சொன்னார்."

"என்ன சொன்னார்?" என்று பதறினான்.

"உங்களை கோபமா பேசிட்டாராம். நீங்க ஏன் குடிக்கிறீங்க. ஏன் என் தங்கையை அடிச்சு. சித்ரவதை பண்றிங்கன்னு கேட்டிங்களாம். அவரு மூடு சரியில்லாம இருந்தாராம். வேகமா பேசிட்டாராம். நீங்க சொல்லாம கூட புறப்பட்டு வந்துட்டிங்களாம். சரியா?"

நல்லவேளை என்று பெருமூச்சுவிட்டான் சேதுராமன்.

"சரி. இப்ப எதுக்கும்மா அதெல்லாம்?"

"அவர் நேரடியா சொல்ல ஒரு மாதிரியா இருக்காம். அதனால என்னைச் சொல்லச் சொன்னார்."

"என்ன?"

"மனசில எதையும் வச்சிக்க வேணாம்னு."

"இதுக்குத்தானா இப்ப வந்தே."

"இன்னொன்னு கேக்கணும் உங்களை."

"கேளு"

"நாளைக்கு அவர் கூட நான் போறதிலே உங்களுக்கு இஷ்டமில்லையா?"

"சேச்சே."

"மறக்காதிங்க, அம்மா சொன்னாங்க."

"அதெல்லாம் இல்லை கல்யாணி. நீ சந்தோஷமா போய்ட்டு வா, உன்னைப் பொறுத்தவரைக்கும் அவர் மேல மறுபடி இஷ்டமும், நம்பிக்கையும் ஏற்பட்டுப் போச்சுதானே? அதான் முக்கியம். லெட்டர் எழுதினதும் நீதான். நேர்ல குமுறி குமுறி என்னால அவரைப் புரிஞ்சுக்க முடியலைன்னு அழுததும் நீதான்."

கல்யாணி மெளனமாய் இருந்தாள்.

"ஏன் அண்ணா, இப்ப மட்டும் முழு இஷ்டத்தோடவா போறேன்? மனசோட ஓரத்திலே உறுத்தல் இருக்குண்ணா, ஆனா... பொண்ணா பொறந்தாச்சே. எல்லாத்தையும் சகிச்சுக்கிட்டுத்தானே போகணும்? வேறவழி? நான் போக மாட்டேன்னு முடிவெடுத்தா எத்தனை பேருக்கு பாரம்."

"என்ன கல்யாணி பேசறே? யார் யாருக்கு பாரம்?"

"இப்ப பேசுவிங்கண்ணே... அப்புறம்... போகப்போகக் கசக்கும். கல்யாணம்னு ஆகிட்டாலே... அப்புறம் பிறந்த வீட்ல தங்கறது மரியாதையே இல்லை. ஆனா... ஒண்ணு உறுதியா முடிவு செஞ்சிட்டேன். இனிமே என்னோட கஷ்டம் எதுவானாலும் என்னோடவே வச்சிக்கப் போறேன். அதைத் தெரியப்படுத்தறதாலேதானே வீட்ல அப்பா, அம்மா, நீங்க, அண்ணின்னு எல்லாரும் மனக் கஷ்டப்படறீங்க..."

"இந்தா பாரு கல்யாணி, நாங்க அன்னியங்க மாதிரி பேசாதே. இங்கே வீட்ல நடக்கிற நல்லது, கெட்டதை உனக்குத் தெரியப்படுத்தாம இருக்க முடியுமா? அதை மாதிரி... எதுவானாலும் நீயே மனசில வச்சிப் புழுங்கறதை விட்டுடு, தாராளமா எங்களுக்கு எழுதணும் நீ, என்ன?"

கல்யாணி எழுந்து கொண்டாள்.

"சரி. நான் கீழே போறேன்."

"மனசை லேசா வச்சிக்கம்மா. நான் அடிக்கடி வர்றேன். ஆனா எதுவானாலும் எழுதணும் மறைக்காம, என்ன?"

"சரி. வர்றேன்" என்று சென்றாள்.

கொலுசுச் சத்தம் படிப்படியாகக் குறைந்து மறைந்தது.

சேதுராமன் தண்ணீரைக் குடித்துவிட்டுப் படுத்துக்கொண்டு, வானத்தைப் பார்த்துக் கொண்டு நீண்ட பெருமூச்சு விட்டான். உறக்கம் அவனை நெருங்கவில்லை.

✴ ✴ ✴

"ஹலோ, குட்மார்னிங். பில் தயாரிச்சுட்டிங்களா?" என்று வந்து சேதுராமனின் எதிரே அமர்ந்தான் சரவணகுமார்.

"ரெடியா இருக்கு" என்று கிளிப்பிலிருந்து எடுத்துத் தந்தான்.

சரவணகுமார் பர்ஸ் எடுத்துத் தொகையைத் தர... ரசீது போட்டுத் தந்தான் எண்ணிக் கொண்டு.

"சீஃப் என்ன சொன்னார்?" என்றான் சேதுராமன்.

"இனிமே நார்மல் டயட் கொடுக்கலாம்னு சொன்னார், வைட்டமின் மாத்திரைகள் எல்லாம் எழுதித்தந்திருக்கார். ஓக்கே சார். நான் போய் டாக்ஸி கூட்டிட்டு வந்துடறேன்" என்று எழுந்தான்.

"நான் பையனை அனுப்பி வழக்கமா இங்கே வர்ற டாக்ஸியைக் கூட்டிட்டு வரச் சொல்றேன். நீங்க வார்டிலே இருங்க, வந்ததும் சொல்லி அனுப்பறேன்."

"தாங்க் யு" என்று சரவணகுமார் கிளினிக்கின் உள்வழிகளில் நடந்து மீனாவின் அறைக்கு வந்தான்.

ராதிகா இரண்டு பெரிய பைகளில் மீனாவின் உடைகளை, பொருள்களை, எவர்சில்வர் பாத்திரங்களை எடுத்து வைத்துக் கொண்டிருந்தாள். மீனா ஜன்னல் அருகில் நாற்காலியில் உட்கார்ந்து கொண்டு அந்தப் பக்கம் சக்கர நாற்காலியில் வைத்துத் தள்ளிச் செல்லப்படும் ஒரு நோயாளியைப் பார்த்துக் கொண்டிருந்தாள்.

"என்னங்க நீங்க... எடுத்து வைக்கிறதெல்லாம் கூட நான் செய்ய மாட்டேனா?"

"இப்ப என்ன அதனால? பில் பே பண்ணிட்டிங்களா?"

"ம். டாக்ஸி வந்ததும் சொல்லி அனுப்பறேன்னார் சேதுராமன்."

"சரி. அப்ப நான் புறப்படட்டுமா? பத்திரமா அழைச்சுட்டுப் போங்க."

"இவ்வளவு தூரம் உரிமை எடுத்துக்கிட்டு துணையா அவளுக்கு தெம்பா இருந்த நீங்க வீடு வரைக்கும் கொண்டாந்து விட்டுட்டுப் போங்க ப்ளீஸ். டாக்ஸிலதான் போறோம். திரும்ப உங்க வீட்ல இறங்கிவிட்டுடச் சொல்றேன்."

"சரி" என்றாள் ராதிகா.

"மீனா, போவமா?" என்றான்.

"ம்" என்றாள்.

பையன் ஒருவன் வந்து, "சார். டாக்ஸி வந்துடிச்சி" என்றதும்... பொருள்களை எடுத்துக் கொண்டு, நர்ஸ்களிடம் சொல்லிவிட்டு அவர்கள் புறப்பட்டார்கள்.

டாக்ஸியில் பின் சீட்டில் ராதிகாவும், மீனாவும் அமர்ந்துக்கொள்ள... டிரைவர் அருகில் சரவணகுமார் அமர்ந்து கொண்டான்.

சேதுராமன் டாக்ஸி அருகில் வந்து வழியனுப்பினான்.

டாக்ஸி சரவணகுமாரின் வீட்டு வாசலில் நின்று... அவர்கள் இறங்கியதும் "ஒரு பத்து நிமிஷம் வெய்ட் பண்ணுப்பா. இவங்க திரும்பிடுவாங்க. விலாசம் சொல்வாங்க. இவங்க வீட்ல இறக்கி விட்டுடு உள்ளே வாங்க மேடம்" என்று பூட்டைத் திறந்து, கதவைத் திறந்தான்.

உள்ளே வந்தார்கள்.

உள்ளறைக்கு மீனாவை அழைத்துச் சென்று கட்டிலில் படுக்க உதவி செய்து, "நல்லா ரெஸ்ட் எடுத்துக்கணும் மீனா.

படிப்பைப்பத்தி இன்னும் ஒரு வாரத்துக்கு மறந்துடணும்" என்றாள் ராதிகா.

"இல்லை டீச்சர். நிரந்தரமாவே மறக்கப் போறேன்."

"என்னம்மா இது?"

"ஆமாம் டீச்சர். முடிவு பண்ணிட்டேன். அண்ணன்கிட்டேயும் சொல்லிட்டேன்."

"அப்படித்தான் சொல்றா மேடம்" என்றான்.

"சரி, ஒரு வாரம் போகட்டும். பேசிக்கலாம்."

"எத்தனை வாரம் போனாலும்... இனி நான் படிப்பைத் தொடர்றதா இல்லை டீச்சர்."

"ஏன்ம்மா?"

"ஏன் விஷம் குடிச்சேன்னு எல்லோரும் கேப்பாங்க. என்னன்னு சொல்றது?"

"சரி. அப்புறம் முடிவு செஞ்சுக்கலாம். இப்போ மனசைப் போட்டு அலட்டிக்க வேணாம். நான் வரட்டுமா? அடிக்கடி வந்து உன்னைப் பார்க்கிறேன். ஒரு வாரம் கழிச்சு நீ மறுபடி பாட்டு கத்துக்கணும், உன் மனசுக்கு மாற்றம் வேணும்."

"அது நிச்சயம் கத்துக்கறேன்."

"சரி. நான் புறப்படறேன்" என்று மீனாவின் தலையை வருடிவிட்டு, "பாட்டு கேள். புஸ்தகம் படி, சும்மா இருக்காதே" என்று அறையிலிருந்து வெளியேறி ஹாலுக்கு வந்தாள். பின்னாலேயே சரவணகுமார் வந்தான்.

"ப்ளீஸ் உக்காருங்க. இதோ வர்றேன்" என்று அவளுக்கு ஸோபாவைக் காட்டிவிட்டு, சமையலறைக்குச் சென்றான். கொஞ்ச நேரத்தில் கிளாசில் ஜூஸுடன் வந்தான்.

"இதெல்லாம் எதுக்குங்க? பரவால்லை."

"இருக்கட்டும். வீட்டுக்கு வந்தவங்களைச் சும்மா அனுப்பறதா, சாப்பிடுங்க."

எதிரே நாற்காலியில் அமர்ந்தான்.

ராதிகா ட்ரே மேலிருந்து கிளாஸை எடுத்து மௌனமாகக் குடிக்க ஆரம்பித்தாள்.

சரவணகுமார் தன் விரல்களைப் பார்த்துக் கொண்டு மெதுவாகச் சொன்னான்.

"இவ்வளவு தூரம் உரிமையா, அன்பா நீங்க செய்ற உதவிகளைப் பார்க்கிறப்போ எனக்கு என்ன சொல்றதுன்னே தெரியலைங்க, எனக்கு நிறைய உறவுக்காரங்க வெளியூர்ல இருக்காங்க. ஆனா அவங்க யார்கிட்டேயும் இவ்வளவு அன்பைப் பார்த்ததில்லைங்க. எல்லாரும் வார்த்தை அளவுக்குதாங்க."

"நான் என்னங்க பெரிசா செஞ்சிட்டேன்... நீங்க அதிகமா சொல்றிங்க."

அவன் கொஞ்சம் மௌனமாய் இருந்தான்.

"நான் புறப்படட்டுமா?"

"போகலாம். இருங்க ஒரு நிமிஷம்"

"டாக்ஸி வெய்ட் பண்றான்."

"இருப்பாங்க. உங்களுக்கு மீனாவைப்பத்தி தெரிஞ்ச அளவுக்கு என்னைப் பத்தி எதுவுமே தெரியாது. நான் மீனாவோட அண்ணன்னு மட்டும்தான் தெரியும். இல்லையா?"

"ஆமாம்."

"கொஞ்சம் என்னைப்பத்தி அறிமுகப்படுத்திக்க விரும்புறேங்க உங்ககிட்டே. நான் படிச்சதெல்லாம் செங்கல்பட்டிலே. காலேஜ் படிப்பு மெட்ராஸ்ல. நாலஞ்சு வருஷம் வேலை கிடைக்காம திண்டாடினேன். அப்புறம் வேலை கிடைச்சி இங்கே வந்தோம். மீனாவுக்கு இப்படி ஒரு குறை இருக்கிறதாலே... அவளுக்கு இந்த பிரச்சினை தீராம நான் கல்யாணம் பண்ணிக்கிறதில்லைன்னு

எனக்குள்ளேயே ஒரு சின்ன சபதம் வச்சிருந்தேன். எல்லா டாக்டர்ஸ், எல்லா ஸ்பெஷலிஸ்ட்சும் பார்த்தாச்சு, மருத்துவத்திலே இனி சாத்தியம் இல்லைன்னுட்டாங்க. இப்போ எனக்கு வயசு முப்பத்தி நாலு. என் தங்கையை, அவ குறையை, குத்திக் காட்டாத, அவளை முழுக்க புரிஞ்சுக்கிற ஒரு நல்ல பெண் கிடைச்சா கல்யாணம் பண்ணிக்கலாம்னு நினைச்சேன். அப்பதான்."

"சார்! வண்டி வெய்ட்டிங்ல இருக்கு. அப்புறம் அதுக்கும் சேர்த்து சார்ஜ் தரணும்" என்று வாசலிலிருந்து டாக்ஸி டிரைவர் கத்த...

"சரிங்க. நீங்க புறப்படுங்க. இன்னொரு சமயம் பேசலாம்" என்றான் சரவணகுமார்.

ராதிகா தயக்கமாய் எழுந்து வெளியே வந்து டாக்ஸியில் ஏறிக் கொண்டாள். லேசாக வியர்த்தது. என்ன சொல்ல வந்தார்?

26

அத்தியாயம்

ராதிகாவை ஏற்றிக் கொண்டு டாக்ஸி முக்கிய சாலையில் கலந்து வேகமெடுக்க, அவள் மனதில் சரசரவென்று ஒரு பூச்சி அலைந்தது.

சரவணகுமார் என்ன சொல்ல வந்தான்?

தன் குடும்பப் பின்னணி எல்லாம் சொல்லி, ...தான் ஏன் இன்னும் திருமணம் செய்து கொள்ளவில்லை என்பதைச் சொல்லி... அந்தச் சமயத்தில் 'தான்' என்று துவங்கியபோதுதான். டாக்ஸி டிரைவர் குறுக்கிட்டு பேச்சு அறுந்து போனது.

ராதிகாவுக்கு உடல் பூரா ஒரு வித பரபரப்பு ஏற்பட்டிருக்க... டாக்ஸியின் ஜன்னல் வழிக் காற்றையும் மீறி லேசான வியர்வைக் கசகசப்பு!

குழம்பிய சித்திரமாக ஏதோஏதோ புரிந்தது. புரியாமல் புரிந்த அந்தக் குழப்பம் அது வதைத்தது. மனசில் நெருடுவது வெறுப்பா, அவமானமா, இல்லை அதிர்ச்சியான மெல்லிய சந்தோஷமா என்று பிடிபடவில்லை.

சந்தோஷமா? ச்சே! எதற்கு சந்தோஷம்? என்ன கேட்டான்? என்ன புரிந்து கொண்டேன்? அவன் முழுக்கப் பேசியிருக்கக் கூடாதா என்று ஒரு சின்ன

எதிர்பார்ப்பு ஒரு மூலையில் குடியிருக்கிறதா? சேச்சே. என்ன நினைப்பு இதெல்லாம்?

அவன் எதையோ, எதற்காகவோ சொல்ல வந்திருப்பான் - ஒரு ஆறுதலுக்காக, ஒரு விதமான பகிர்தலின் இதத்திற்காக... எதுவுமே புரியாத போதே எனக்குள் ஏன் இந்தத் தடுமாற்றமும் - உதறலும்?

எதுவுமே புரியவில்லை என்பது உண்மைதானா? நிஜமாகவே எனக்கு எதுவுமே புரியவில்லையா? பொய்! புரிகிறது. என்னவோ புரிகிறது. அந்தப் புரிதலில் எனக்கு ஆத்திரம் இல்லை. மகிழ்ச்சியும் இல்லை. ஆனால்,

என்ன ஆனால்?

அட! இதென்ன இப்படித் தவிக்கிறது இதயம்? எதற்காக இந்த அவஸ்தையான சிந்தனை? எதற்காக இத்தனை முக்கியமாக மனம் அலட்டிக் கொள்கிறது?

என்றோ, எப்போதோ, ஒரு வினாடியின் ஒரு துல்லிய பகுதியிலாவது, இப்படி ஒரு சந்தர்ப்பம், இப்படி ஒரு புரியாத துவக்கத்தை எதிர்பார்த்திருந்தேனோ? கடவுளே... இதென்ன கட்டுப்பட மறுக்கிற காளையாக, என்னைக் கேட்காமலேயே என் சிந்தனைகள் கொட்டிலில் இருந்து கயிற்றறுத்துக் கொண்டுப் பாய்கின்றன...

கயிற்றறுத்துக்...!

கயிற்றறுத்துக்...!

"தாலிக் கயித்தை அறுத்திடுங்க!"

அறுத்தார்கள்.

"பொட்டை"

அழித்தார்கள்.

"பூவை..."

பறித்தார்கள்.

கட்டிலில் படுத்திருந்த ராகவன் "ராதிகா, என்னை மன்னிச்சுடு!"

வாழ்க்கைக் காவியத்தின் கடைசி வார்த்தைகள்! 'என்னை மன்னிச்சுடு!', 'என்னை மன்னிச்சுடு!', 'என்னை மன்னிச்சுடு!'

மன்னிக்க வேண்டியது உங்களை அல்ல ராகவன்! விண்ணில் கோள்களை உருட்டி விளையாடும் விஞ்ஞானம், நோய்களை ஜெயிக்க வக்கற்ற இயலாமையை! இது உன் விதி என்றெனக்குப் பாரபட்சம் காட்டிய இரக்கமற்ற – கடவுளை! இல்லறத்தில் நொந்தவள் என்று உதடு சொல்ல... இளமைத் தீயில் வெந்தவள் என்று உள்ளம் சொல்லும் இந்தச் சமூகத்தை!

"வழி சொல்லுங்கம்மா" என்ற டாக்ஸி டிரைவரின் குரலில் கலைந்த ராதிகா அவசரமாகத் தயங்கி நின்ற விழி முத்துக்களைத் துடைத்துக் கொண்டு சொன்னாள்.

சந்து முனையிலேயே இறங்கிக் கொண்டு நன்றி சொன்னாள். எதிரே வந்த சைக்கிளின் மணி காதுக்குக் கேட்டும் மூளைக்குக் கேட்கவில்லை. கடைசி வினாடியில் பிரேக் அடித்து நிறுத்தி, "அடிச்சிக்கிட்டே வர்றேன், காது கேக்கலை?" என்று திட்டிவிட்டு அவன் அகன்றதும்... நடந்து வீட்டிற்கு வந்தாள். மௌனமாக மாடிப் படிகள் ஏறினாள்.

வெற்றிலை மடித்துக் கொண்டிருந்த கைலாசம். "டிஸ்சார்ஜ் ஆயாச்சா அந்தப் பொண்ணு!" என்றதற்கு...

"ம்" என்றுவிட்டு உள்ளறை வந்து கதவைச் சாத்தித் தாழிட்டுக் கொண்டு மரக்கட்டிலில் விழுந்தாள்.

திமிறலாய் வந்தது அழுகை, விம்மல் வெடிக்காமல் அழுது தீர்த்தாள். சட்டென்று நிறுத்தினாள்.

ஏன் அழுகிறேன் நான்? அன்றைய சோகத்தின் நினைவின் வதைப்பாலா? இல்லை. அது மரத்துப் போய் நாளாயிற்று. அதற்கான கண்ணீர் நெஞ்சிலேயே இருகிக் கண்ணீர் பாறையாகி விட்டது. புரியாத கேள்வியின் சங்கட உணர்விலா?

கேள்வியா அது என்பதே தெரியாது. புரியவில்லை என்று மீண்டும் மீண்டும் சொல்லிக் கொண்டு புரிந்ததை அழிக்க முயற்சிக்கிறேன் நான்.

தடுமாற்றமும், அழுகையும் என் உணர்வின் அனிச்சை செயல்கள் என்றால் என் உணர்வுக்குப் புரிகிறது எல்லாம். அதற்கான பதில்தான் இந்த அழுகை என்றால்...

அழுகையின் அர்த்தம்?

கடவுளே! என்னை எனக்கே புரியவில்லை.

கட்டிலில் சாய்ந்து ரொம்ப நேரம் அமர்ந்திருந்தாள் ராதிகா. தொடர்பில்லாத காட்சிகள், அர்த்தமற்ற கனவுகளாய் மனசில் நகர்ந்தன.

அருகே ஜன்னலில் கம்பியில் வந்து தொற்றிக் கொண்ட குருவியின் அலகில் வைக்கோல் இருந்தது.

அந்தக் குருவியையேப் பார்த்தாள்.

அந்த சுத்தமான அறைக்குள் கூடு கட்ட இடம் பார்க்கிறதோ?

குருவி அறைக்குள்ளே பறந்து சுழலாத மின் விசிறியின் மேலே வந்து அமர்ந்து தீர்மானமாக இடம் தேடியது. மர அலமாரியின் மேலே இடம் மாறி அமர்ந்து வைக்கோலை வைத்துவிட்டு வந்த வழியே பறந்தது.

மறுபடியும் அந்தக் குருவி வரும் என்று எதிர்பார்த்தாள் ராதிகா.

டாக்டர் வசந்தி பஸ்ஸில் இருந்து இறங்கி கிளினிக்கை நோக்கி நடந்தாள். கர்சீப் எடுத்து முன் நெற்றியில் ஒற்றிக் கொண்டு, கழுத்தில் வழிந்த வியர்வையை அழுத்தமாய்த் துடைத்துக் கொண்டாள்.

கிளினிக்கிற்குத் திரும்பும் சாலையில் யதேச்சையாக நிமிர்ந்தவள் – குட்டையான பாலத்திற்கு அருகே மோட்டார்

பைக்கில் தனியாக அமர்ந்திருந்து, இவளையே பார்த்திருந்தான் விஸ்வநாதன் – மாஜி கணவன்.

வசந்திக்குப் படபடப்பாக வந்தது. டைவர்ஸ் முடிந்து இரண்டு வருஷமாகி – இப்போதுதான் சந்திக்கிறாள். இப்போது அவனைக் கடந்துதான் நடக்க வேண்டும். அவனோ எந்தக் காரியத்தோடும் அங்கே நிற்பதாகத் தெரியவில்லை.

இவளுக்காகவே காத்திருப்பவன் போல காத்திருப்பு? எதற்காக? எல்லாம் ஆகி... 'நீ யாரோ, நான் யாரோ' என்று ஆன பிறகு...

வசந்திக்குக் குழப்பம் அதிகரிக்க... அதை மறைத்துக் கொண்டு மெதுவாக நடந்தாள். தலையைக் குனிந்து கொண்டு அவனைக் கடந்துவிடத் தீர்மானித்த போது...

"வசந்தி, ஒரு நிமிஷம்" என்றான் விஸ்வநாதன்.

சாலையோரத்தில் இந்த அழைப்பில் அடிப்பட்டவளாய் உணர்ந்த வசந்தி விருட்டென்று திரும்பி அவனை முறைத்துவிட்டு... விடுவிடுவென்று நடந்தாள்.

தன் கிளினிக்கை அடைந்தபோது, தன்னையும் மீறிக் கண்கள் திரும்பிப் பார்த்தபோது அவன் இன்னும் அங்கேயே அமைதியாய் உட்கார்ந்திருப்பதைப் பார்த்தன.

"குட் மார்னிங் டாக்டர்" என்றான் சேதுராமன்.

"குட் மார்னிங்" என்பதை உணர்ச்சியில்லாமல் சொல்லிவிட்டுத் தன் அறைக்கு வந்து சுழல் நாற்காலியில் அமர்ந்தாள்.

ஏன்? ஏன் அழைத்தார்?

மனதின் பதட்டத்தை மறைக்க... திசை திருப்ப... வார்டுகளுக்குச் சென்று நோயாளிகளை செக் செய்துவிட்டு மீண்டும் தன் அறைக்குத் திரும்பிய போது...

வார்டு பாய் கையில் கவர் ஒன்றுடன் காத்திருந்தான்.

"என்னப்பா?"

"மோட்டார் பைக்ல ஒரு சார் வந்து இதை உங்ககிட்டே கொடுக்கச் சொன்னாங்க டாக்டர்."

"சரி, நீ போ..."

கவரை வாங்கிக் கொண்டாள். அவன் போனதும் அந்த நீளமான கவரின் மேலுறையைப் படித்தாள்.

"திருமதி. வசந்திக்கு..."

இன்னும் ஏது திருமதி?

கவரைப் பிரிக்க வழுவழுப்பான அழகிய அட்டை ஒன்று வழுக்கலாய் வெளியே சரிந்தது. செக்கச் செவேல் என்று அழகான ஒரு ஒற்றை ரோஜா. அதன் இதழ்களில் பனித்துளிகள். காம்பில் முள், அடியில் இரண்டே வரிகளில்

ஆங்கில வாக்கியம் – கீழ்க்கண்ட தமிழ் அர்த்தத்தில்,

"நீ முள் என்கிறாய்
நான் மலர் என்கிறேன்."

வசந்தி அட்டையைப் பிரிக்க, உள்ளே விஸ்வநாதனின் கையெழுத்தை அடையாளம் காண முடிந்தது. இரண்டு வருடத்திற்குப் பின்னும் அந்தச் சாய்வான, ஒல்லியான கையெழுத்தைப் பளீர் என்று அடையாளம் தெரிந்து கொள்ள முடிந்ததில் ஒரு உற்சாகத் துளி உருண்டது.

'வசந்தி

இன்று நம் திருமண நாள். இல்லை. துக்க நாள் என்பாய் நீ. காலம் மாறுகிறது. ஒப்புக் கொள்கிறோம். நாகரிகம் மாறுகிறது. ஒப்புக் கொள்கிறோம். விஞ்ஞானம் நடைமுறை வாழ்க்கையை மாற்றுகிறது. மௌனமாக வரவேற்கிறோம். மனிதனின் மனதில் மட்டும் மாற்றங்கள் – சாத்தியம் என்பதை ஒப்புக்கொள்ளக் கூடாதா?

சட்டத்தைத் துணைக்கழைத்து என்னிடமிருந்து பிரிந்து போனாய். என் மனதில் சின்ன இடைவெளிகூட விடாமல் நீ நிரம்பியிருக்கிறாய் என்பதை தாமதமாகவே உணர்ந்தேன். ஒவ்வொருவனுக்குள்ளும் ஒரு மிருகம். சிலர் அதைச் செல்லப் பிராணியாய் பழக்கிவிட சிலர் கட்டவிழ்த்துப் பாய விடுகிறார்கள். என் மிருகம் உன்னைக் கீறி இருக்கிறது. குதறி இருக்கிறது. இப்போது அது தானாக செத்துப் போய்விட்டது.

வசந்தி, உன்னை காதலிக்கிற என் மனதை 'அடச்சீ பொய் சொல்கிறாய்' என்று அதட்டிப் பார்த்து விட்டேன். 'இல்லை' என்று அடம் பிடிக்கிறது.

இன்னொரு வாய்ப்புத் தாயேன் - நம் இல்லறத்திற்கு. இது வற்புறுத்தல் இல்லை. வேண்டுகோள். அங்கீகரிக்கப்படலாம் அல்லது நிராகரிக்கப்படலாம்.

என் அலுவலக போன் நம்பர் உனக்குத் தெரியும். சுழற்றி... "ஹலோ" என்றால் போதும். அங்கீகாரத்தை அடையாளம் காண்பேன். அவசரமே இல்லை. நிதானமாக என் தொலைபேசி ஒலிக்கட்டும் - எத்தனை வருடமானாலும் சரி!'

விஸ்வநாதன் கடித வாக்கியங்கள் வசந்திக்கு மேலும் படபடப்பைக் கூட்டின. இவரா? இவரா இப்படி எல்லாம் எழுதியிருக்கிறார்? இத்தனை இதமான வார்த்தைகள் கூட இவரிடம் உண்டா என்று சந்தேகிக்க வைத்தன.

மென்மையும், இதமும் எப்படி இருக்கும் என்று அறியாத மனிதர் அல்லவா அவர்? பின்னே இது என்ன? புதிதாகக் காதல் பொத்துக் கொண்டு வந்திருக்கிறது மாஜி மனைவி மேல், அதுவும் இரண்டு வருஷம் கழித்து.

எல்லாம் பித்தலாட்டம்! ஹம்பக்! ஏதோ திட்டமிட்ட வேலை! எதற்காகவோ பின்னும் வலை! மறுபடி அந்த வலையில் சிக்கிக்கொள்ள நான் தயாரில்லை.

"அபத்தம்!" என்று முணுமுணுத்தது. அந்த அட்டையைச் காலடியில் இருந்த குப்பைத் தொட்டியில் விசிறினாள் வஸந்தி.

அந்த ரோஜா பரிதாபமாகப் பார்த்தது.

'நீ முள் என்கிறாய்
நான் மலர் என்கிறேன்.'

மறுபடி அதை எடுத்தாள். மறுபடி படித்தாள். மறுபடி... மறுபடி...

மாறுதல் சாத்தியமோ? – யோசித்தாள்.

✳ ✳ ✳

27

அத்தியாயம்

கௌரி சங்கர் கூட்டிலிருந்து கண்ணாடியை வெளியே எடுத்துபோட்டுக் கொண்டு, தலை குனிந்து மௌனமாக நிற்கிற வசந்தியை முதலில் பார்த்தார்.

பின் அவள் நீட்டிய கவரை வாங்கிக் கொண்டு, "என்னம்மா இது?" என்றார்.

"படிச்சுப் பாருங்கப்பா."

நிதானமாகப் படித்துப் பார்த்துவிட்டு நிமிர்ந்து முதலில் சுவரில் மாட்டியிருந்த வசந்தி – விஸ்வநாதன் கல்யாண போட்டோவைப் பார்த்துவிட்டு வசந்தியின் முகத்தைப் பார்த்து, "என்ன முடிவு செஞ்சே வசந்தி?"

"நானே முடிவு செய்றதா இருந்தா உங்ககிட்டே காட்ட மாட்டேன்ப்பா."

"அப்படியா? சரி, இப்போ உனக்கு என் அனுமதி வேணுமா? ஆலோசனை வேணுமா?"

"ரெண்டுமில்லை."

"பின்னே?"

"ரெண்டு வருஷத்துக்கப்புறம் இப்போ திடீர்னு மாஜி மனைவி மேல பாசம் பொத்துக்கிட்டு

வந்து வார்த்தைகளிலே வழிஞ்சிருக்கே... இதைப் பத்தி உங்க அபிப்ராயம் வேணும்ப்பா..."

"என் அபிப்ராயம் என் பார்வை. உன் அபிப்ராயம் உன் பார்வை. எல்லாரோட பார்வையும் ஒண்ணு இல்லை. நாத்திகவாதிக்கு கல்... ஆத்திகவாதிக்குக் கடவுள். என் அபிப்ராயத்தை விட உன்னோடதுதான் உன் வாழ்க்கைக்கு முக்கியம், உனக்கு எப்படிப்படுதும்மா?"

"என்னைக் குழப்புதுப்பா இந்த திடீர் தலையீடு."

"என்ன குழப்பம்?"

"இத்தனை நாள் இல்லாம இன்னிக்கு என்ன திடீர்னு?"

"ஒவ்வொருத்தருக்கு காயம் ஆற நாளாகும் வசந்தி, ரொம்ப தாமதமாதான் புத்தி வரும். ஒரு மனுஷன் முழுக்க நல்லவனும் இல்லை. முழுக்கக் கெட்டவனும் இல்லை."

"மறுக்கலைப்பா. இதிலே எந்த குணம் தூக்கலா இருக்கோ. அதை வச்சிதானே எடை போட முடியும் ஒருத்தனை."

"உக்காரும்மா, நீ வளர்ந்தவ. படிச்சவ. கல்யாணம் பண்ணிக்கிட்டு இல்லறத்தைத் தாங்க முடியாம இறக்கி வச்சிட்டு பாதியிலேயே வந்துட்டவ. இப்போ ஆத்திலேயும் இறங்காம, கரையிலேயும் நடக்காம அவஸ்தைப்படறே."

"இல்லைப்பா. எனக்கு அப்படி அவஸ்தை எதுவும் இல்லைப்பா. முள்ளு குத்தினாலும், பாறை தடுக்கினாலும் கரையே பெட்டர்னு முடிவு செஞ்சாச்சு. நல்லா நீச்சல் தெரிஞ்சாலும் சுழல் இருக்கிற ஆத்திலே மறுபடி இறங்கத் தயாரா இல்லை."

கௌரி சங்கர் படபடப்பாகப் பேசும் தன் மகளை அமைதியாகப் பார்த்து, சற்று மௌனம்விட்டுப் பேசினார்.

"வசந்தி. நீ சொல்றதெல்லாம் சரி. ஆனா அதிலே நீ வசதியா இல்லை."

"எப்படிப்பா சொல்றீங்க?"

"உனக்குள்ளே தடுமாற்றம் இல்லைன்னா... இந்த லெட்டர் நீ படிச்சு முடிச்சு உடனே குப்பைத் தொட்டிக்குப் போயிருக்கும். அப்படிச் செய்யலை நீ, இதுக்கு முக்கியத்துவம் தர்றே. இதிலே இருக்கிற செய்தி உண்மைதானான்னு தவிக்கிறே. உன் மனசிலே இப்ப இருக்கிறது சந்தேகமும், குழப்பமும்தானே தவிர... தீவிரமான வெறுப்பு இல்லை, இதான் இயல்பு. இங்கேதான் நீ பக்குவப்பட்டு நிக்கிறேம்மா. இந்த ரெண்டு வருஷ தனி வாழ்க்கை உன் மனசில நிறைய விளையாடியிருக்கு. இல்லறம்ங்கிறதைப் பத்தி மறுபடி ஒரு சிந்தனை உனக்குள்ளே இருக்கிறதாலேதான் உன் மாஜி புருஷனோட லெட்டரை உடனே நிராகரிக்க முடியலை."

மௌனமாக அமர்ந்திருந்தாள் வசந்தி.

"நான் ஒண்ணும் அன்னியன் இல்லைம்மா. நமக்குள்ளே பாசாங்கு வேணாம். நீ விவாகரத்து வாங்கிட்டு வீட்ல இருக்கிறது எங்களுக்கு சந்தோஷத்தைக் கொடுக்குதுன்னு நினைச்சுக்கிட்டிருக்கியா? உன் உணர்வுகளை மதிச்சுதான் உன் விவாகரத்துக்கு சம்மதிச்சேன். மறுபடி முள் இல்லாத ஒரு நல்ல வாழ்க்கை அமையக் கூடிய சந்தர்ப்பம் வர்றப்போ அதை முயற்சி பண்ணிப் பார்க்கிறதிலே தப்பு ஒண்ணும் இல்லை."

"அப்பா, எனக்குள்ளே நான் குழம்பி இருக்கேன்ங்கிறது உண்மை. நேத்தைய வரைக்கும் என் மனசிலே உறுதி இருந்திச்சி. இப்போ குழப்பம். இன்னும் தீர்மானிக்க முடியலைங்கிறது வாஸ்தவம். அப்பா, எனக்குப் பயமா இருக்கு."

வசந்தியின் கண்களில் துளிர்த்த கண்ணீரைக் கண்டு பதறிப்போனார்.

"இப்ப எதுக்காகம்மா கலங்கறே? உன் விருப்பத்தை மீறி, உன் முடிவை மீறி இங்கே எதுவும் நடக்காது."

"இந்த லெட்டர் படிக்கிறப்போ இதமா இருக்கு. இந்த இதம் இவரோட வாழ்ந்த நாட்களிலே ஒரு தடவையாவது கிடைச்சிருக்கான்னு யோசிச்சுப் பார்க்கிறேன். நினைவுக்கே

வரலை. சதா நீயா, நானா பிரச்சினைதான்ப்பா, கீறிப் புண்ணாக்கற வார்த்தைகள் மனசில மறுபடி மறுபடி வந்து நிக்கிதுப்பா..."

"சரி விடு, இப்போ யார் உன்னைக் கட்டாயப்படுத்தறா? உன் மனசு சுத்தமா எல்லாத்தையும் அழிச்சுட்டு நார்மலுக்கு வந்தப்புறம்தான் நான் அடுத்த ப்ரபோசல் ஆரம்பிக்கணும்னு நினைச்சிட்டிருந்தேன். இன்னும் உனக்கு ஆறலை. இந்த ரணம் மனசில இருக்கிற வரைக்கும் எத்தனை விதமா ஒத்தடம் கொடுத்தாலும் வீக்கம்தான் தணியும், புண் ஆறாது. இந்த லெட்டரை மற. மனசை தொல்லை பண்ணிக்காதே."

"கவனம் இல்லாம ஒருவித நிம்மதிக்கு வந்து மருத்துவம்தான் என் கடமைன்னு வாழ்ந்துகிட்டிருக்கிறப்போ இந்த சமாதானக் கடிதம் வந்து டார்ச்சர் பண்ணுதேப்பா."

"வசந்தி, கிட்டே போய் தொடவும் விருப்பமில்லை. சரி, போன்னு விலகியும் நடக்க முடியலை. நீ சொல்றது சரிதான். இதுவும் ஒரு வகை டார்ச்சர்தான் இப்போ. அவன் கோணத்திலே ஏதோ மாறிட்டதா எழுதியிருக்கான், விவாரகத்து ஆன பிற்பாடு இத்தனை நாள் கழிச்சு எல்லாம் ரியலைஸ் பண்ணிருக்கான். மறுபடி வாழ நினைக்கிறவனுக்கு ஊர்ல ஆயிரம் பெண்கள் இல்லையா? கோர்ட்ல பிரிஞ்சு போன மாஜி மனைவி மேல உன்னை மாதிரியே அவனுக்கும் இன்னும் ஆறாத கோபம் இருக்க வேணாமோ? இருக்கிறதா தெரியலையே... மறுபடி உன்கிட்டேயே வர்றான்னா. புத்தி மாற்றம் தெரியலையா? செயல்ல ஒரு மென்மை தெரியலையா? வார்த்தைகளிலே உண்மை தெரியலையா? வசந்தி, இது உன் வாழ்க்கை, ரணப்பட்டவ நீ. அவனை நல்லாப் புரிஞ்சவ நீ. நிதானமா யோசி, அப்புறம் தீர்மானி. அவசரம் மட்டும் வேணாம். உதறிடறதுன்னு முடிவு செஞ்சாலும் நாலு நாள் கழிச்சு முடிவு செய், இந்த லெட்டர் சமாசாரம் அம்மாவுக்குத் தெரிய வேணாம். போ. டிரெஸ் மாத்திட்டு டிஃப்ன் சாப்பிடு, இந்தா."

மௌனமாக கவரை வாங்கிக் கொண்டு தன் அறைக்கு வந்தாள் வசந்தி

மனதில் விதவிதமான உணர்ச்சிகள் குழம்பி நின்றன. 'பொட் பொட்' என்று தலையை வலித்தது, கதவைச் சாத்திக் கொண்டு உரக்க அழ வேண்டும் போல இருந்தது. தொய்ந்து கட்டிலில் சரிந்தாள்.

✸ ✸ ✸

தங்கள் வீட்டின் சந்திலிருந்து வெளிப்பட்டு சாலைக்கு வந்ததுமே சொன்னாள் மாலதி, "பஸ், கார் எல்லாம் வேகமாப் போகுது. என் கையைப் பிடிச்சுக்கிட்டு வர்றதானா வா, இல்லைன்னா இப்பவே வீட்டுக்குப் போய்டு."

வேண்டா வெறுப்பாக அம்மாவின் கையைப் பிடித்துக் கொண்ட மதன். "அர்ச்சனைக் கூடையை நான் எடுத்துட்டு வர்றேன்" என்று வாங்கிக் கொண்டான்.

நடந்து கோயிலுக்கு வந்து பிச்சைக்காரனிடம் செருப்புகளைப் பார்த்துக்கொள்ளச் சொல்லிவிட்டு, அடம் பிடித்த மதனுக்கு திரும்பி வரும்போது பட்டாணி வாங்கித் தருவதாய் வாக்களித்துவிட்டு உள்ளே வந்தாள் மாலதி.

"சாமி பேருக்கே பண்ணிடுங்கோ" என்றாள்.

தீபாராதனையின்போது 'சப்சப்' என்று கன்னத்தில் போட்டுக் கொண்டு, 'அவருக்கு நல்ல புத்தியைக் கொடு, இன்னொரு பெண் மேல் லேசா நாட்டம் ஏற்பட்டிருக்கு. அதைக் கலைச்சு முழுக்க எனக்கே சொந்தமாக்கிடு' என்று வேண்டிக் கொண்டாள்.

"நான்தான் போடுவேன்" என்று அவளிடமிருந்து காசு பிடுங்கி உண்டியலில் போட்டான் மதன்.

பிரகாரம் சுற்றுகையில் ஜானகி மாமியைப் பார்த்தாள். நாலு வீடு தள்ளிக் குடியிருப்பவள் ஜானகி. இவளைப் பார்த்ததும் மலர்ச்சியால் வந்து கையைப் பிடித்துக் கொண்டாள்.

"நல்லா இருக்கியா மாலதி?"

"என்ன... போ. சாமர்த்தியம் பத்தலையே உனக்கு..."

"என்ன மாமி சொல்றீங்க?"

"உக்காந்து பேசலாம், வா"

ஒதுக்குப்புறமாய் ஒரு படிக்கட்டில் அமர்ந்துகொள்ள... பட்டாணி வாங்க மதன் ஓடிப் போனதும்...

"ஆமாம்... அவ பேரென்ன?" என்றாள் ஜானகி.

"அதான் உங்க வீட்ல குடிவச்சிருக்கிங்களே அறிவில்லாம."

"ராதிகாவா?"

"அவளைப் பத்தி தெருவுல என்ன பேசிக்கிறாங்கன்னு தெரிஞ்சும் ஏன் இன்னும் வீட்ல வச்சிருக்கிங்க? நல்லாவா இருக்கு இது? நல்ல ஜனங்கள் குடியிருக்கிற இடத்திலே இப்படி அசிங்கத்தைக் கொண்டு வந்து வைப்பாங்களா? அவ எப்படியோ இருந்துட்டுப் போறா! நம்ம குடும்ப செல்வாக்கு என்ன... நம்ம குடும்பத்துக்கு இருக்கிற பேரு என்ன... அங்க பாஞ்சி, இங்க பாஞ்சி... உன் மார்லயே பாய்றா போலிருக்கு. எப்படிப் பொறுத்துப் போறே நீ?"

"என்ன மாமி சொல்றீங்க? ராதிகாவைப் பத்தி நானும், அரசல் புரசலாகக் கேள்விப்பட்டிருக்கேன். மினுக்கிக்கிட்டுப் போறதைப் பார்த்து நானும் சந்தேகப்பட்டிருக்கேன். ஆனா... உறுதியா..."

"என்னடி இன்னும் உறுதி வேணும்? கூடப் பொறந்த உறவுக்கே யாரும் இப்ப செய்றதில்லை. யாரோ ஒருத்திக்கு உடம்பு சரியில்லைன்னு உன் வீட்டுக்காரரு ஆஸ்பத்திரிலே ரெண்டு மூணு நாளு பழியா கிடந்தாளாம். ராத்தங்கினாளாம். நேத்து என்னடான்னா காய்கறி வாங்கறதுக்காக வாசலுக்கு வந்தேன். தெரு முனையிலே ஒரு டாக்ஸி வந்து நிக்கிது. அதிலேர்ந்து இறங்கி வாறா இவ. பஸ்சில போகவே காசுக்கு ததிகினத்தோம். இவ டாக்ஸில் வந்து இறங்கறா... இதுக்கும் மேலே என்னம்மா வேணும்? ம்? யாரோ சரவணக்குமாராமே..."

"அவனோட ஆபீஸ் ரூம்லதான் காலைல பாட்டு ட்யூஷனே நடக்குதாம். அவனுக்கென்ன அக்கறை? ஆதாயம் இல்லாம ஆத்தோட போக மாட்டார்ங்கிற கதைதான். உன் வீட்டுக்காரரு

இருக்கிற ஆஸ்பத்திரில யாரையோ பார்க்கிறதுக்காக என் தம்பி போயிருக்கான், உன் வீட்டுக்காரரும், இவளும் சிரிச்சிப் பேசினாங்களாம். எனக்கு எதுவும் நல்லாப் படலை மாலதி, நீ சாமர்த்தியமா இருக்கிறது நல்லது. போவமா. பொழுது சாஞ்சிடுச்சி."

மௌனமாக, மனசுக்குள்ளே புயலடிக்க வீடு நோக்கி நடந்த மாலதியை, "ஏம்மா, ஒண்ணும் பேசாம வர்றே?" என்று கேட்ட மதனுக்குப் பதில் சொல்லாமல் முறைத்தாள்.

வீட்டிற்கு வந்ததும் வேகமாய் அடுப்படி வந்து அத்தையிடம் நின்றாள்.

"என்ன மாலதி? ஏன் படபடப்பா நிக்கிறே?"

"அத்தை, முதல் காரியமா மாடி போர்ஷன்ல குடியிருக்கிற ராதிகாவைக் காலி பண்ணணும்."

"என்ன திடீர்ன்னு..."

"அவ அவ்வளவு நல்ல பொண்ணு இல்லைன்னு எத்தனையோ தடவை சொல்லிருக்கேன். இப்போ தெரு பூரா விபரம் தெரிஞ்சுக்கிட்டு நம்மளைக் கேலி பண்ணுது. இனிமேயும் அவங்களை இங்கே வச்சிருக்கிறது நமக்கு மரியாதையும் இல்லை. நல்லதும் இல்லை."

"வாய் வலிக்காம எதையும் பேசுவாங்கம்மா மத்தவங்க. எல்லாத்தையும் நம்பிடறதா? நம்மகிட்டே நல்லபடியா நடந்துக்கிறாளே... நல்ல பொண்ணாதான் அவளை நான் நம்புறேன். ரெண்டாவது, பாவம்மா அவ வாழ்க்கை."

"அவ பாவத்தைப் பார்த்தா என் வாழ்க்கை பாவமாயிடும் அத்தை. அந்தச் சண்டாளி திட்டம் போட்டு முயற்சி பண்ணிக்கிட்டிருக்கா. நாளைக்கு உங்க பொண்ணு மாதிரி நானும் இளிச்ச வாய்த்தனமாக நிக்கணுமா, சொல்லுங்க!" என்றாள் ஆக்ரோஷமாக.

✳ ✳ ✳

28

அத்தியாயம்

தன் மகளைப் பற்றி அநாவசியமாகப் பேசியதில் சேதுராமனின் அம்மா அனந்தநாயகிக்குச் 'சுருக்' என்றது.

"இப்போ எதுக்காகத் தேவையில்லாம் கல்யாணியைப் பத்திப் பேசறே?" என்றாள் சற்றுக் கோடமாக.

"தேவை வந்ததாலேதான் பேசினேன். இத்தனை நாளும் பேசினேனா? அன்னைக்கு என்னைக்குமில்லாத திருநாளா உங்க பிள்ளை என்னை அறைஞ்சாரே. இத்தனை நாள்வ ஏன் அறைஞ்சார்ன்னு ஒரு வார்த்தை கேட்டிங்களா நீங்க?"

"வீணா வம்பு பேசறே மாலதி நீ. புருஷன் – பொண்டாட்டிக்குள்ளே ஆயிரம் இருக்கும். என்ன காரணம்னு நீ கேக்க வேணாம், கேட்டாதான் மாலதிக்கு வேதனை அதிகமாகும்னு உன் மாமனார் என்கிட்டே சொன்னதாலேதான் நான் கேக்கலை."

"நீங்க கேக்காததைக் குத்தமாச் சொல்லலை. கேட்ருந்தா நான் மனசிலேயேப் போட்டு குமுறிக்கிட்டிருக்கிற காரணத்தைச் சொல்லி இருப்பேன். எத்தனை நாள்தான் உள்ளுக்குள்ளேயே பொருமிக்கிட்டிருக்க முடியும்? வேத்து மனுஷி கேக்கறா என்னை – என்னடி இப்படி சாமர்த்தியம்

இல்லாம நடந்துக்கிறியேன்னு... சவுக்கால அடிச்ச மாதிரி இருந்திச்சி எனக்கு, ஊருக்கே தெரியற மாதிரி விவகாரம் வளர்ந்துகிட்டே இருக்கு. ஒரு முடிவு வேணாமா இதுக்கு?" என்றாள் மார்புகள் ஏறி இறங்க, மாலதி.

"இரும்மா. பறக்காதே. நிதானமாச் சொல்லு. இவ்வளவு தூரம் நீ கொதிப்படையற மாதிரி இங்கே என்ன நடந்து போச்சி?"

"அத்தை, அந்த ராதிகா சரியில்லை. மோசமானவ."

"சரி. உன் பார்வையிலே அப்படித் தெரியறா. அதுக்காக அவளைக் காலி பண்ணச் சொல்லணுமா?"

"என் புருஷன் எனக்கு நிலைக்கிறத்துக்காகத்தான் அவளைக் காலி பண்ணணும்னு சொல்றேன். எவளோ எப்படியோ இருந்தா எனக்கென்ன?"

"புரியற மாதிரி பேசு மாலதி."

"உங்க பையனை அவ வளைக்கப் பார்க்கிறா."

"அடிப்பாவி! நாக்கில நரம்பில்லாம பேசாதம்மா."

"அபாண்டமா பழி சுமத்தணும்னு எனக்கென்னத்தை ஆசை? இவரும் கொஞ்சம் கலங்கிப் போயிருக்கார். அவளைப் பத்தி ஒரு வார்த்தை தப்பாச் சொன்ன தாள மாட்டேங்கறார். அதிகப்படியா அக்கறை காட்றார். அவளைப் பத்தி ஒரு வார்த்தை தப்பாச் சொன்னதுக்குத் தான் என்னை அப்படி அறைஞ்சார். அவ்வளவு ஆத்திரம் எதுக்குன்னு கேக்கறேன். எல்லாம் இரக்கம்தான்னு நினைச்சு என்னையே ஏமாத்திக்க விரும்பலை அத்தை."

அனந்தநாயகி அமைதியாய் மருமகளைப் பார்த்தாள். இவள் ஆத்திரத்தின் தீவிரத்திற்குக் காரணம் இருக்கிறதோ? அவள் உண்மையில் நல்ல பெண் இல்லையோ? இவன் சொல்வது போல் சேது ஒருவேளை... சேச்சே!

"என்ன மாலதி, நம்ம சேதுவையா இப்படி எல்லாம் நினைக்கிறே? எனக்கு நினைச்சுப் பார்க்கவே பிடிக்கலைம்மா.

பெத்து வளர்த்தவ நான். எனக்கு நல்லாத் தெரியும் என் பிள்ளையைப் பத்தி, சேதுவை நீ இன்னும் புரிஞ்சுக்காம இருக்கிறதுதான் வருத்தமா இருக்கு"

"உங்க பிள்ளைன்னு இல்லை அத்தை... எல்லா ஆம்பளைங்களுமே அழுத்தமானவங்க. ஆம்பளைங்கற திமிர் எல்லாருக்கும் உண்டு. சிலருக்குக் குறைச்சல், சிலருக்குக் கூட உங்க பிள்ளையை புரிஞ்சுக்க நூறு வருஷம் தேவையில்லை. ரெண்டு பிள்ளை பெத்தும் நான் புரிஞ்சுக்கலைன்னா... நான் பொம்பளையே இல்லை. உங்க காலம் வேற. இப்ப உள்ள காலம் வேற. உங்க பிள்ளை தங்கம்தான், அமைதிதான். அடக்கம்தான். அதிலே இப்ப லேசா விரிசல் தெரியுது. ஆரம்பத்திலேயே கவனிக்கலைன்னா... கட்டடமே இடிஞ்சுடும். நெருப்பே பிடிக்கலையென்னு நீங்க சொல்றிங்க. பஞ்சும், தீக்குச்சியும் திட்டம் போடறதை நான் பார்க்கறேன். விபத்தைத் தடுத்தே ஆகணும். இல்லேன்னா எல்லாருக்கும் சேதம். ஒரு அளவுக்கு மேல அத்தனை விபரங்களையும் உங்ககிட்டே எப்படிச் சொல்ல முடியும் அத்தை?"

அனந்தநாயகி கலங்கிப் போனாள். மருமகள் வார்த்தையில் கொஞ்சம் நிஜம் உணர்ந்தாள். இருக்கலாமோ என்று சந்தேகப்பட்டாள். தப்பு நடந்துவிடக் கூடாதே என்கிற மருமகளின் தவிப்பும், ஆதங்கமும் நன்றாகப் புரிந்தது.

"மாலதி, இப்ப என்ன செய்யலாம்னு நினைக்கிறே? நீ நினைக்கிறது சரியா, நான் நினைக்கிறது சரியான்னு ஆராய்ச்சியை விட்டுடலாம். சந்தேகம்னு வந்துட்டா அது வாழ்க்கையிலே பெரிய இடைஞ்சல்... சொல்லு. என்ன நினைக்கிறே நீ?"

"அவளை காலி பண்ணச் சொல்லணும்."

"அதனால பிரச்சினை தீர்ந்துடுமா?"

"இங்கேயே இருக்கிறதனாலே பிரச்சினை வளருதே!"

"சரி. உன் மாமனார்கிட்டே பக்குவமா எடுத்துச் சொன்னா சரின்னு சொல்லிடுவார். சேதுவை எப்படி சம்மதிக்க வைக்க முடியும்?"

"ரெண்டு மாசமா வாடகை பாக்கி அத்தை, இதைவிட அதிக வாடகையிலே இங்கே வர்றதுக்கு ஆள் இருக்காங்க, இதையே காரணமா சொல்ல வேண்டியதுதான்."

"ம்கூம். இது சரியா வரும்னு படலை."

"சரி, விடுங்க, சாட்சிக்காரன் கால்ல விழறத்துக்கு. சண்டைக்காரன் கால்லயே விழுந்திடலாம். நான் ராதிகாகிட்டே நேரடியாப் பேசி... இந்தாம்மா நீ இங்கே இருக்கிறது எனக்குப் பிடிக்கலை. காலி செஞ்சிடுன்னு சொல்லிடறேன். கொஞ்சம் ரோஷக்காரி அவ. உடனே காலி செஞ்சிடுவா."

"பேசிப் பாரு. சண்டைக்கு வந்தா?"

"வர மாட்டா. வந்தா அவளை அசிங்கம் பண்ணிடுவேன். வண்டவாளம் பூரா அம்பலப்படுத்திடுவேன். உங்க பிள்ளைகிட்டே மட்டும் நீங்க எதுவும் கேக்க வேணாம். மாமனார்கிட்டேயும் சொல்ல வேணாம். மனசு தாங்காம உங்ககிட்டே கொட்டிட்டேன். உங்களோடேயே இருக்கட்டும்" என்று வெளியே போனாள் மாலதி.

✳ ✳ ✳

சீஃப் டாக்டர் பாலதண்டாயுதம் சுழல் நாற்காலியில் மெதுவாக அசைந்து கொண்டிருக்க... கதவைத் திறந்து கொண்டு உள்ளே வந்து நின்றான் சேதுராமன்.

"கூப்டிங்களா டாக்டர்?"

"ஆமாம். போன வாரம் சொன்னிங்க இல்லே, வொர்க்லோடு அதிகமா இருக்குது. எல்லா வேலைகளையும் ஒரே ஆளா பார்த்துக்கறது சிரமமா இருக்குன்னு சொன்னிங்கதானே? யோசிச்சேன். உங்களுக்கு ஒரு அசிஸ்டெண்ட் அவசியம் தேவைதான். டைப்பிங் தெரிஞ்ச யாராச்சும் பொண்ணாப் போடலாம்னு நினைக்கிறேன் சின்சியரா இருப்பாங்க, பேப்பர்ல விளம்பரம் தர்றிங்களா?"

சேதுராமன் முகம் மலர்ந்தான். "எவ்வளவு டாக்டர் சம்பளம் தருவிங்க?"

"ஐந்நூறு தரலாம்."

"டாக்டர், எங்க வீட்ல குடியிருக்கிற ஒரு பொண்ணு ஒரு நிரந்தர வேலை இல்லாம கஷ்டப்படுது. துணி தச்சி, பாட்டுச் சொல்லிக் கொடுத்து குடும்பம் ஓடுது. ரொம்ப கண்ணியமான பொண்ணு. டைப்பிங் தெரியும்."

"அப்புறம் என்ன? அட்வர்டைஸ்மெண்ட் செலவு மிச்சம். அழைச்சுட்டு வாங்களேன். பார்க்கலாம். ஒரு வாரம் வேலை செய்யட்டும். உங்களுக்குத் திருப்தியா இருந்தா தொடரலாம். சரியா வரலைன்னா வேற பார்க்கலாம். உதவப்போறது உங்களுக்குத்தான். வேலை உங்களுக்குப் பிடிச்சா சரிதான்."

"உடனே புரிஞ்சுக்குவாங்க டாக்டர். ஆனா... அவங்க ஒரு விடோ"

"அதனால என்ன சேதுராமன்? இதென்ன ஹோட்டல் ரிஸப்ஷன் வேலையா, அழகையும் பர்சனாலிட்டியையும் பார்க்க, வேலை சின்சியரா நடந்தா சரி. அட! ஒரு குடும்பத்துக்கு உதவின மாதிரியும் இருக்கட்டுமே. இந்த மாசம் முடிய இன்னம் பத்து தேதி இருக்கு. நாளைக்கே வரச் சொல்லுங்க. இந்த பத்து நாளும் விபரங்களைச் சொல்லிக் கொடுங்க. டிரெய்னிங் மாதிரி இருக்கட்டும். ஒண்ணாம் தேதி உங்க ஒபீனியன் சொன்னதும் நிரந்தரமா அப்பாயிண்ட் செஞ்சுடலாம்."

"ரொம்ப தாங்க்ஸ் சார்" என்று வெளியே வந்தான் சேதுராமன்.

தன்னால ஒரு குடும்பத்தின் நல்வாழ்வுக்கு உதவ முடிகிற சந்தோஷம் மனதில் உலவியது. பாவம் ராதிகா! இனி வருமானத்திற்கு ஒரு வழி பிறக்க... ஒரு நிம்மதி கிடைக்கும் அவர்களுக்கு, அவள் அப்பாவின் பெரிய மனக்குறை தீர்ந்தது. இன்னொரு குறை கூடச் சொன்னாரே. மறுபடியும் கல்யாணம் செய்துகொள்ள என்னைச் சிபாரிசு பண்ணச் சொன்னார்.

சேச்சே. இது ஒவ்வொருவரின் தனி விஷயம். அந்தரங்கப் பிரச்சினை. இதில் ஆலோசனை சொல்வது தப்பு. ஆலோசனை என்பதே அபத்தம். எனக்கு நியாயமாய் படுவது மற்றவருக்கு அநியாயமாய் படலாம்.

பொதுவாய் பார்க்கப் போனால்... இத்தனை சின்ன வயதில் விதவையாகி... மனம் முழுக்க இரும்பாகி... எல்லோரின் இடக்கு வார்த்தைகளையும் ஜீரணம் செய்து கொண்டு... ச்சே! அவஸ்தை பிரசவத்தைவிடப் பெரிய அவஸ்தை! வயிற்று பாரம் இறங்கியதுமே அந்த அவஸ்தை முடிந்து விடுகிறது. வெறும் உடல் வலி! மனதில் பாரம் சுமந்து கொண்டு... அதை இறக்கவே வழியில்லாமல் மனவலியால் வாழ்க்கை தொடர்வது நிச்சயம் பிரமாண்ட அவஸ்தை.

ராதிகாவைப் பொறுத்தவரை... என்னதான் இருக்கிறது வாழ்க்கையில் பிடிப்பு? இரை தேடல். அதற்கான அலைச்சல். அதில் பிறரின் பழிச்சொல். கண்ணீர் நனைத்த உறக்கம்... இந்தத் தொடர்கதை சித்ரவதை இல்லையா?

தொடர்கதை என்றால் ஒரு முடிவு வேண்டாமா? ஒரு 'முற்றும்' வரவே வராது என்றால் அது எப்படி கதை என்று அங்கீகாரம் ஆகும்? கட்டி, கட்டாமல் பாதி வேலைகளில் இருக்கும் நாளைய கட்டிடத்தை இன்றே கட்டிடம் என்று எப்படி அழைப்பது?

மறுமணம் தப்பில்லையே... முதலில் ஏற்றிய மெழுகுவர்த்தி அணைந்து போனதால் மறுபடி ஏற்றாமல் இருட்டுப் பாதையில் இடறி இடறி நடக்க வேண்டும் என்பது என்ன நியாயம்? கையில் மெழுகுவர்த்தியும் உண்டு, தீப்பெட்டியும் உண்டு. எனில் மறுபடி வெளிச்சம் வேண்டாம் என்பது முட்டாள் தனமில்லையா?

விஞ்ஞானம் வளர்ந்துவிட்டது. நாகரிகம் மாறி விட்டது. சரி, அடிப்படை சமுதாய அமைப்புகள் மாறி விட்டனவா என்ன? பெண் எனப்பட்டவள் வளர்ந்து கல்யாணம் செய்து கொண்டு, இன விருத்தி செய்து, குழந்தைகளைப் பராமரித்துச் செத்துப் போவதில்தானே சந்தோஷம் காண்கிறாள்! இதில் மாற்றமும், புரட்சி எண்ணங்களும் அங்கங்கே பளிச்சிட்டாலும்... இவை விதி விலக்குகளே தவிர வழிகள் அல்லவே...

ராதிகா விதிவிலக்குகளில் ஒரு அம்சம் இல்லையே... இல்லறம் வெறுக்கும் நங்கை இல்லையே... விரும்பி இணைந்த

இல்லறத்தில் ஆண் துணை அல்பாயுசில் போன சோகம்தானே பிரச்சினை. அந்த விரக்திதானே மனமெல்லாம்.

மாற்றம் கூடாதா? இல்லை நடக்காததா?

யோசிக்க யோசிக்க சேதுராமனுக்கு மனம்விட்டு ராதிகாவிடம் ஒரு நாள் தன் கருத்துக்களை சொல்லலாம் என்று தோன்ற... அவள் அதை அதிகப்பிரசங்கித்தனமாக எடுத்துக் கொள்வாளோ என்ற எண்ணமும் இருந்தது.

அன்று மாலை கிளினிக்கிலிருந்து புறப்பட்ட சேதுராமன், ராதிகாவின் வேலை விஷயத்தை இனிப்புடன் சொல்ல விரும்பி சாக்லேட் வாங்கிக் கொண்டு சைக்கிளை நகர்த்தின போது...

"ஹலோ... சேதுராமன். உங்களைப் பார்க்க உங்க கிளினிக்குத்தான் போய்க்கிட்டிருந்தேன். புறப்பட்டாச்சா?" என்றான் எதிரே வந்து நின்ற சரவணகுமார்.

"ஆமாம். என்ன விஷயம்?"

"கொஞ்சம் தனியாப் பேசணுமே உங்ககிட்டே."

"பேசுங்களேன்."

"நடு ரோட்லயா? வாங்க இந்த ஹோட்டலோட ஏ.சி. ரூமுக்குப் போய்டலாம். கூட்டம் இருக்காது."

வந்து எதிர் எதிராய் அமர்ந்து, ஆர்டர் சொல்லி சர்வரை விலக்கிய பின்னர் மேஜையைப் பார்த்துக் கொண்டு மெதுவாகச் சொன்னான் சரவணகுமார்.

"சேதுராமன், நான் ராதிகாவைக் கல்யாணம் செஞ்சுக்க விரும்பறேன்."

✱✱✱

29

அத்தியாயம்

ராதிகாவை கல்யாணம் செய்துகொள்ள விரும்புகிறேன் என்று சொன்ன சரவணகுமாரை அதிர்ச்சியான ஆச்சரியத்தோடு பார்த்தான் சேதுராமன்.

"என்ன சார் இது, நிஜமாதான் சொல்றிங்களா?"

"இதிலே பொய் சொல்ல என்ன இருக்கு? நிதானமா யோசிச்சுதான் இந்தத் தீர்மானத்துக்கு நான் வந்திருக்கேன்."

சேதுராமன் பரவசமாகிச் சடாரென்று கையை நீட்டி அவன் கையை அழுத்தமாகப் பற்றிக் குலுக்கினான்.

"உங்க எண்ணத்துக்கே என் பாராட்டுக்கள் சரவணகுமார், ராதிகாவோட அப்பாகிட்டே பேசினிங்களா?"

"இல்லை, ராதிகாவுக்கு மறுமணத்திலே ஆர்வம் இருக்கான்னு தெரிஞ்சுக்காம நான் எப்படி அவர்கிட்டே பேச முடியும்?"

"வாஸ்த்தவம். அவங்க விரும்பற மாதிரி தெரியலை."

"வெறுக்கிற மாதிரியும் தெரியலை சேது."

"அப்படியா?"

"ஆமாம். அவங்க ஒரு குழப்பமான மனநிலையிலதான் இருக்காங்க. ராதிகாவைப் பார்த்த உடனேயே எனக்குக் காதல்னு சொன்னா அது எனக்கே சிரிப்பைத் தருது. அப்படியெல்லாம் இல்லை. அவங்க குணம், மென்மை, இதம் இதெல்லாம் பிடிச்சிருக்கு. அவங்க வாழ்க்கையோட சோகப் பின்னணி என்னை சங்கடப்படுத்துது. ஏன் ஒரு புது வாழ்க்கை தரக் கூடாதுங்கற எண்ணம் தோணிச்சு. இதைக் கருணையினால் வந்த தியாகம்னு பட்டம் சூட்டிக்கவும் நான் தயாராயில்லை. ஏன்னா இதிலே சுயநலமும் கலந்திருக்கு எனக்கு அன்பான மனைவி, மனசில ரணம் வச்சிருக்கற என் தங்கையைப் புரிஞ்சுக்கிட்ட அனுசரணையான அண்ணி இந்த ரெண்டு ஸ்தானத்துக்கும் ராதிகா பொருத்தமா படறாங்க."

"உங்க மனப்பான்மை எனக்கு ரொம்பப் பிடிச்சிருக்கு சார். இது அபூர்வம். ரொம்ப அபூர்வம். எல்லா வகையான தெளிவும் எனக்கும் இருந்திச்சு. ஆனா... ஒவ்வொரு கட்டத்திலேயும் என் மனசிலபட்ட மாதிரி நான் என் வாழ்க்கையிலே முடிவே எடுத்ததில்லை."

"அதுக்குக் காரணம் உங்க குடும்பச் சூழ்நிலை மிஸ்டர் சேது. உங்களுக்கு மேல அப்பா, அம்மான்னு பெரியவங்க இருக்கிறதால, அவங்க சொல்லுக்குக் கட்டுப்பட வேண்டிய நிர்ப்பந்தங்கள் உங்களுக்குப் பெரிய தடை. அதனால உங்க முடிவுகள் அடிபட்டுப் போய்டலாம். இது இயல்பு. இப்போ எனக்கு அந்த மாதிரி இல்லை. என் சிந்தனைக்குச் சிறப்பா படறதைச் செயல்படுத்துறத்துக்கு எனக்கு உரிமை, அதிகாரம் எல்லாம் இருக்கு நான் யாரையும் கேக்க வேண்டியதில்லை."

கொஞ்ச நேர தயக்கத்திற்குப் பின்...

"சரவணன் சார், நீங்க ஏன் ராதிகாகிட்டேயே நேரடியா கேட்கக் கூடாது?"

"அதையேதான் நானும் நினைச்சேன். பேச ஆரம்பிச்சப்போ ஒரு குறுக்கீடு வந்திச்சி. - இன்னொரு சந்தர்ப்பத்திலே பேசிக்கலாம்னு விட்டுட்டேன். அப்புறம் யோசிச்சப்போ அப்படி குறுக்கீடு வந்தது நல்லதாப் போச்சின்னு நினைச்சுக்கிட்டேன்."

"ஏன்?"

"நான் நேரடியா உங்களைக் கல்யாணம் பண்ணிக்க விரும்பறேன்னு சொல்றது அவ்வளவு சரியான முறையா எனக்குப் படலை. அவங்க இரண்டாவது முறை கல்யாணம் பண்ணிக்கிற நோக்கத்திலே இருக்காங்களா, இல்லையாங்கிறதே தெரியாம அவங்களை அதிர்ச்சியடைய வைக்கிறது சரியில்லையே."

"சரி. இப்போ இதெல்லாம் என்கிட்டே எதுக்காக..."

"யோசிச்சுப் பார்த்தப்போ நீங்கதான் சரியான நபர்னு பட்டுச்சு."

"எதுக்கு?"

"ராதிகாவோட பேசறதுக்கு."

"உங்க விருப்பத்தைத் தெரியப்படுத்தச் சொல்றிங்களா என்னை?"

"இல்லை. அவங்க என்னத்தைத் தெரிஞ்சுக்கச் சொல்றேன்."

ஆர்டர் செய்த ஐட்டங்களை சர்வர் எடுத்து வந்து மேஜையில் பரப்பி விட்டு, ஜக்கிலிருந்து தண்ணீர் ஊற்றிவிட்டு விலகினான்.

"எடுத்துக்கங்க சேது. அவங்ககிட்டே பேச உங்களுக்கு எதுவும் சங்கடம் இருக்கா?"

"சேச்சே, அதெல்லாம் இல்லை. இன்ஃபாக்ட், ராதிகாவோட அப்பாவே என்கிட்டே அவங்களை மறுபடி கல்யாணம் பண்ணிக்கச் சொல்லி அட்வைஸ் பண்ணச் சொன்னார். இன்னொரு செய்தி. எங்க கிளினிக்கிலேயே எனக்கு உதவியாளரா வேலை செய்ய சீஃப்கிட்ட சொல்லி ராதிகாவுக்கு ஏற்பாடு பண்ணிருக்கேன். இன்னிக்குத்தான் சரின்னார்."

"வெரிகுட், ஒரு நல்ல உள்ளத்தை இன்னொரு நல்ல உள்ளம்தான் அடையாளம் கண்டுபிடிக்க முடியும். குறிப்பறிஞ்சு உதவி செய்ய முடியும்."

"ரொம்பச் சொல்லாதீங்க. என்னோட எல்லைக்குள்ளே என்னால முடிஞ்சதை முயற்சி பண்ணினேன். அதிகமா ஒண்ணும் அலட்டிக்கலை."

"இதையேதான் எத்தனைபேர் செய்யறாங்க சேது?"

"சரவணன், நான் ராதிகாகிட்டே பொதுவாப் பேசி, அவங்க மனசைப் புரிஞ்சுக்கிறேன். சந்தர்ப்பப்பட்டா உங்க எண்ணத்தையும் சொல்லலாமா?"

கொஞ்சம் யோசித்தான்.

"ம், சொல்லுங்களேன். தப்பில்லை."

சாப்பிட்டதும் பிடிவாதமாகச் சரவணகுமார் பில்லைப் பிடுங்கிக் கொண்டு பணம் கொடுத்தான். வெளியே வந்தார்கள்.

"ஒண்ணும் அவசரம் இல்லை சேது, சந்தர்ப்பம் வர்றப்போ பேசுங்க. நாலு நாள் கழிச்சு உங்களை கிளினிக்ல பார்க்கிறேன், இதுக்கு நடுவிலே என்னை சந்திக்கணும்னா என் ஆஃபீஸ் ரூம் வாங்க."

"சரி" என்று தன் சைக்கிளை எடுத்துக் கொண்டான் சேதுராமன்.

✸✸✸

குளித்துவிட்டு வெளியே வந்த ராதிகா தலைமுடியில் துண்டு சுற்றி முறுக்கித் துண்டோடு கொண்டையிட்டுக் கொண்டு முன் ஹாலுக்கு வந்தபோது...

"அம்மா... உனக்கு ஒரு தபால் வந்திருக்கும்மா" என்று உறையை நீட்டினார் கைலாசம்.

"யாரு?" என்று வாங்கி அனுப்பியவர் முகவரி பார்த்து மலர்ந்தாள். அவசரமாகக் கிழித்து, ஊதி, டைப் செய்யப்பட்டக் காகிதத்தை வெளியில் எடுத்தாள். வரி வரியாகப் படித்துவிட்டு, "அப்பா" என்றாள்.

"என்னம்மா? எங்கேர்ந்து வந்திருக்கு"

"மெட்ராஸ்ல ஒரு பிரைவேட் எலிமெண்ட்ரி ஸ்கூலுக்கு டீச்சர் வேணும்ணு பேப்பர்ல படிச்சு எழுதிப் போட்டிருந்தேன். ஐந்நூறு ரூபா சம்பளம்ணு எழுதி, இன்னும் நாலு நாள்ல சேரச் சொல்லியிருக்காங்க, மொத மொத இப்பத்தான் கடவுள் என் பக்கம் திரும்பிப் பார்த்திருக்கார்ப்பா."

"அவர் மொதல்லயே பார்த்துட்டாரும்மா, இங்கேர்ந்து மெட்ராஸ் போய் அலைய வேண்டியதில்லை. அதைக் கிழிச்சுப் போடு முதல்ல. நாலு நாள் கழிச்சுதானே அதிலே சேரச் சொல்லிருக்கு. அதே சம்பளத்திலே இன்னியிலேர்ந்து நீ வேலைக்குப் போகலாம்."

"என்னப்பா சொல்றிங்க?"

"இப்பத்தான் சேது தம்பி வந்திச்சு. நீ குளிச்சிக்கிட்டிருக்கேன்னு சொன்னதும் என்கிட்டே விபரம் சொல்லிட்டுப் போய்டுச்சு. உன் வேலைக்காக அதுகிட்டே நான் சொல்லிருந்தேன். அவங்க கிளினிக்லயே சீஃப் டாக்டர்கிட்டே கேட்டு ஐந்நூறு ரூபா சம்பளத்திலே கிளார்க் வேலை மாதிரியாம், ஒப்புதல் வாங்கிட்டாராம், இன்னியிலேர்ந்தே வரலாம், பத்து மணிக்கு உன்னை கிளினிக்குக்கு வர சொல்லிட்டுப் போச்சு."

ராதிகாவுக்கு உடனடியாக வந்தது சிரிப்புதான். பிரச்சினை என்றால் தொடர்ந்து பிரச்சினைகள். அதற்கு ஒரு விடிவு என்றால் தொடர்ந்து எது என்று திணற அடிக்கும் விடிவுகளா? சேதுராமனின் அன்பும், பொறுப்புணர்ச்சியும் நெகிழச் செய்தது.

"நீங்க என்னப்பா சொல்றிங்க?"

"என்னம்மா சொல்றது. ஒரு கௌரவமான நல்ல உத்தியோகம் கிடைக்காதான்னுதானே எதிர்பார்த்தே இத்தனை நாளும், புல்லாங்குழலைத் தவிர எதையுமே கத்துக்கலையேம்மா நான். என் உள் மனசாட்சியைக் கேட்டா அது துடிதுடிச்சுச் சொல்லும், நீ வேலைக்குப் போக வேணாம்ணு. விவேகத்தைக் கேட்டா

அது போகச் சொல்லும். நம்ம உண்மையான உணர்வுகள்படி எது நடக்குதும்மா?"

கைலாசம் கண்கலங்கிப் போக...

"ஏனப்பா என்னென்னவோ பேசிக்கிட்டு உங்க வயசுக்கு உங்களுக்குத் தேவை ஓய்வான நிம்மதி வாழ்க்கை. உழைக்க முடியலையே, சம்பாதிக்க முடியலையேன்னு சும்மா உங்களையே ஏன் குற்ற உணர்வோட பார்க்கிறிங்க? உங்களுக்கு ஒரு பையன் இருந்தா அவனோட கடமை என்னவோ அதைத்தானே நான் செய்றேன்? ஒரு பொண்ணுக்குண்டான வாழ்க்கை எனக்கு முடிஞ்சதுக்கப்புறம் மனசால நான் உங்க பையன்தான்ப்பா, எத்தனை மணிக்கு வரச் சொன்னார். சொல்லுங்க."

"பத்து மணிக்கு."

"சமையல் செஞ்சு வச்சுட்டுப் போயிடறேன். நேரமிருக்கு" என்று சமையல் அறையில் நுழைந்தாள் ராதிகா.

✦ ✦ ✦

ரவுண்ட்ஸ் முடித்துவிட்டுத் தன் அறைக்குத் திரும்பும் போது: "சேதுராமன் கொஞ்சம் என் ரூமுக்கு வந்துட்டுப் போறீங்களா?" என்றாள் டாக்டர் வசந்தி.

வந்ததும், "உக்காருங்க. மேஜையிலே வேலை ஜாஸ்தியா இருக்கா?"

"அவ்வளவு இல்லை. சொல்லுங்க, டாக்டர்."

"உட்காருங்களேன் சும்மா. வேலைக்காக இப்போ கூப்பிடலை. உங்களை ஒரு நண்பராத்தான் கூப்பிட்டிருக்கேன். ரெண்டு நாளைக்கு முன்னாடி என்னோட மாஜி கணவர் எனக்கொரு லெட்டர் அனுப்பியிருக்கார். ப்ளீஸ், படிச்சுப் பாருங்களேன் இதை" தன் கைப்பையிலிருந்து எடுத்து நீட்ட தயங்கினான் சேதுராமன்.

"பரவால்லை, சொல்லுங்க டாக்டர்."

"சும்மா படிங்க, பரவால்லை. முதல்ல உக்காருங்க."

நாற்காலி முனையில் அமர்ந்து, தயக்கமாகவே படித்தான்.

"இதிலேர்ந்து என்ன தெரியுது?" என்றாள்.

"அவர் மனசு மாறி இருக்கிறதா தெரியுது மேடம்."

"இது வந்ததிலேர்ந்து என் மனசு எவ்வளவு பரிதவிச்சுப் போயிருக்கும் மிஸ்டர் சேது? எவ்வளவு சலனங்கள், குழப்பங்கள் என்னை வதைச்சிருக்கும்? என் அப்பா தீவிரமா ஆலோசனை சொன்னார் சேது. நான் குழம்பி, தவிச்சு, பதறி, யோசிச்சு ஏன் மறுபடி ஒரு வாழ்க்கையை முயற்சி பண்ணக் கூடாதுன்னு ஒரு குழப்பமான, உறுதி இல்லாத தீர்மானத்துக்கு வந்தேன்."

"ரொம்ப சந்தோஷங்க. அதான் நல்ல முடிவு."

"முழுக்கக் கேளுங்களேன். இன்னிக்குக் காலையிலே மிஸ்டர் விஸ்வநாதன் ஆஃபீஸ்ல அவரோட வேலை பார்க்கிற ஒரு ஃபிரண்ட் என் வீட்டுக்கு வந்து என்னைச் சந்திச்சார். ரொம்பத் தயங்கித் தயங்கிச் சொன்னார், டைவர்ஸ் வாங்கிட்டாளே ஒழிய தனியா வாழக் கஷ்டப்படறா, எனக்காக ஒரு ஏக்கம் அவளுக்கு நிச்சயமா இருக்கு. நான் யெஸ்னு சொன்னா... அவளும் இப்போன்னு என்னைப் பத்தி இன்னொரு ஃபிரண்டுகிட்டே ஆஃபிஸ்ல பேசினானாம் அந்த ராஸ்கல், அதுக்கு அவன், 'உளறாதே, தீவிரமா டைவர்ஸ் வாங்கிட்டு, இப்போ டாக்டர் தொழில்ல கவனம் செலுத்தறவங்க அவங்க, உன்னை எப்பவோ மறந்தாச்சு'ன்னு சொன்னதும், 'நான் சொன்னதை நிரூபிக்கறேன்'ன்னு ஐம்பது ரூபா பந்தயம் கட்டினானாம் இந்த ஸ்கவுண்ட்ரல். அதோட விளைவுதான் உண்மை மாதிரி நம்ப வைக்கிற இந்த லெட்டர், இதைப் பூரா காலைல வந்தவன் சொல்லிட்டு இந்த லெட்டருக்கு மதிப்பு கொடுக்காதீங்கன்னு சொல்லிட்டுப் போறான். எப்படி பார்த்தீங்களா சேது, ஒரு பொண்ணோட மனசு விளையாட்டுக் களமா மாறுது!"

"அடப் பாவி!" என்றான் சேதுராமன்.

"இந்த யோக்கியனோட வாழ முடியாமதான் நான் பிரிஞ்சு வந்தேன். வந்தும். என் மனசோட இத்தனை சீப்பா விளையாடியிருக்கிறான் சேது, எனக்கு உங்க உதவி வேணும்."

"என்ன செய்யணும் சொல்லுங்க."

"ஒண்ணும் இல்லை. சும்மா துணைக்கு என்னோட வரணும். அவனை அவன் ஆஃபீஸ்ல வச்சு பளார்னு ஒரு அறை அறைஞ்சுட்டு, வந்துடப் போறேன். வாங்க, போலாம்" என்றாள் படபடப்பாய் வசந்தி.

30

அத்தியாயம்

"**வே**ணாங்க" என்றான் சேதுராமன்.

"என்ன வேணாம்?" என்றாள் வசந்தி.

"அவன் ஆஃபீசுக்கு நீங்கப் போறதும்... அவனை அறையறதும் ஒரு மென்மையான செயலா எனக்குப் படலை."

"சேதுராமன், என்னோட ஆத்திரத்தோட எல்லையைத் தொட வச்சிட்டான். எவ்வளவு காலம் என் மனசு கொந்தளிச்சிக்கிட்டிருக்குன்னு உங்களுக்குப் புரியலை."

"புரியுது டாக்டர். நல்லாப் புரியுது. நிலைப்படியிலே இடிச்சிக்கிட்ட ஆத்திரத்திலே நிலைப்படியை இடிக்கப் போறது சரியா?"

"உதாரணம் தப்பு மிஸ்டர் சேதுராமன், வேணும்னே ராங் சைடில் வந்து இடிச்ச பஸ் டிரைவரை சும்மா விட்டுட முடியுமா?"

"டாக்டர், அவனை அறையிறதனால உங்க மனசோட பதட்டம் அடங்கலாம். ஓரளவுதான். அந்த அவமானம் தாங்காம அவன் மேலமேல தொந்தரவு கொடுத்தா, இன்னும் பதட்டம் அதிகரிச்சுடுமே... இருக்கிற நிம்மதியும் போய்டுமே..."

"பயப்படச் சொல்றிங்களா?"

"விலகிடச் சொல்றேன். சீச்சி அப்படின்னு இக்னோர் பண்ணச் சொல்றேன். எதிலையோ படிச்சேன். பகையாளியை நண்பனாக நேசிக்கிற ஒரு மகானின் பக்குவம் நமக்கு வேணாம், நம் மன நிம்மதிக்காக, பிரச்சினையின்றி இருப்பதற்காகவாவது அவர்களை மன்னிக்கலாமே..."

"மன்னிக்கிறது பெரிய செயல் சேதுராமன். அந்த மன்னிப்பை ஏத்துக்கிற தகுதி கூட இல்லாத கழிசடை ஆளாய்ட்டான் அவன்."

"அவ்வளவுதரம் குறைஞ்சவனை நீங்க அடிச்சி உங்க தரத்தைக் குறைச்சுக்கணுமா? உங்களுக்கு விருப்பப்பட்டா போன் பண்ணச் சொல்லிருக்கான். நீங்க போனே பண்ணாதீங்க. இல்லைன்னா, போன்லே கூப்பிட்டு எதுவும் தெரிஞ்சதா காட்டிக்காமயே இந்த மாதிரி லெட்டர் அனுப்பற வேலையெல்லாம் வச்சுக்காதிங்க, நான் என்னைக்கோ உங்களை மறந்தாச்சின்னு பேசிட்டு வைச்சுடுங்களேன்." வசந்தி தனது நாற்காலியில் தொய்ந்து விழுந்தாள். இரண்டு கைகளாலும் தலையைத் தாங்கிக் கொண்டாள். கண்களை மூடிச் சற்றுநேரம் இருந்தாள். படபடக்கும் இதயத்தைக் கட்டுப்படுத்த முயன்றாள்.

"நிதானமா யோசிங்க. நான் வர்றேன்."

சேதுராமன் அறைக் கதவை ஓசைப் படுத்தாமல் திறந்து கொண்டு வெளியே வந்தான். அந்த முகம் தெரியாத விஸ்வநாதன் மேல் ஆத்திரம் பொங்கியது.

மனிதனுக்குள் ஏன் இத்தனை அரக்கத்தனம்! வன்மமும், விஷமமும் கற்றுத் தந்தது யார்? அப்படிப்பட்ட உணர்வுகளைப் படைக்காமல் விட்டிருக்கக் கூடாதா இந்தக் கடவுள்? கற்கால மனிதனின் புரியாமை காரணமாக எழும் ஆவேசச் செயல்களுக்கும். விபரங்கள் புரிந்து, நாலும் அறிந்தும் ஸோஃபிஸ்டிகேட்டடாக விஷமம் காட்டும் செயல்களுக்கும் என்ன வித்தியாசம் நாகரிகம் ஒன்றைத் தவிர?

மற்றொரு உயிரை நேசிக்க இவர்கள் கற்றுக்கொள்ளப் போவதே இல்லையா? கற்றுக் கொள்ளப் பிடிவாதமான மறுப்பா? இன்னொரு ஆத்மாவைத் துடிக்க வைப்பதில் என்ன இன்பம்? சேடிஸ்டிக் இன்பம் துய்க்கும் இவர்களை ஒரு அறை மாற்றி விடுமா என்ன? இன்னும் தூண்டும்.

விடியலையும், மலர்களையும், பனித்துளிகளையும், பச்சை வயல்களையும் ரசிக்கிற உள்ளம் பெண்ணின் உடம்போடு அதை நிறுத்திக் கொள்வதேன்? கொஞ்சம் ஊடுருவி அந்த உள்ளத்தையும் பார்க்கிறபோதுதானே அதன் கருணை, இதம், மென்மை, மென்மை எல்லாம் தெரியும். பார்க்கவே மறுப்பது எதற்காக?

சேதுராமனுக்கு ஒட்டு மொத்தமாக ஆண் இனத்தின் மீதே ஒருவித வெறுப்பு படர்ந்தது. ச்சே! டாமினேட்டிடங் ரோக்ஸ்! செல்ஃப் செண்டர்ட் இடியட்ஸ்! எல்லோரும் அப்படி இல்லைதான். ஆனாலும்... பெண்கள் விடுகிற கண்ணீரின் அளவு பெரும்பாலும் அப்படித்தானோ என்று சந்தேகப்பட வைக்கிறதே.

சேதுராமன் தன் மேஜைக்கு வந்து அமர்ந்தபோது...

"குட் மார்னிங்..."

நிமிர்ந்து பார்த்தான். பளிச் சென்று காட்டன் சேலையில், சின்ன சாந்துப் பொட்டில், சிறிதான சிரிப்பில் நின்று கொண்டிருந்தாள் ராதிகா.

"வாங்க, வாங்க. குட்மார்னிங், உக்காருங்க. சீஃப் இன்னும் வரலை. வந்ததும் முதல் காரியமா உங்களை அறிமுகப்படுத்தறேன்."

அவன் காட்டிய ஸ்டீலில் மெதுவாக அமர்ந்தாள்.

"எனக்காக நீங்க ரொம்ப சிரமம் எடுத்துகிட்டிருக்கிங்க சார்."

"அதெல்லாம் ஒண்ணும் இல்லைங்க. எனக்கு வேலைகள் ஜாஸ்தி இருக்கு. ஒரு அசிஸ்டெண்ட்ஸ் இருந்தா தேவலாம்னுதான் ரொம்ப நாளா சொல்லிட்டிருந்தேன். சரி, போட்டுக்கோன்னு சொன்னதும் உங்க ஞாபகம் வந்திச்சி. சொன்னேன். சரின்னுட்டாரு."

"இருக்கட்டும். இதுவே ஒரு அக்கறைதானே? என்ன மாதிரி வேலைகள் எனக்கு?"

"டைப்பிங், அக்கவுண்டிங், பில்லிங், டெஸ்பாட்சிங் எல்லாம்தான். சொல்லித் தர்றேன். சுலபம்தான். நாலு நாள்ல தன்னிச்சையா செய்யற அளவுக்குக் கத்துக்குவீங்க."

அப்புறம் சீஃப் டாக்டர் வந்தபிறகு அவரை அறிமுகப்படுத்தினான். டாக்டர் வசந்தியை, நர்சுகளை, பையன்களை அறிமுகப்படுத்தி... கிளினிக் முழுக்க அழைத்துச் சென்று காட்டினான். இரண்டு லெட்டர்கள் கொடுத்து டைப் அடிக்கச் சொன்னான்.

மாலையில் வேலை முடித்து புறப்பட்டு சேதுராமன் சைக்கிள் எடுத்துக் கொண்டு, அவள் அருகில் தள்ளிக் கொண்டு நடந்தபோது...

"நீங்க போங்க சார். பாவம் சைக்கிள் வச்சிக்கிட்டு ஏன் தள்ளிக்கிட்டே வர்றிங்க?" என்றாள் ராதிகா.

"இருக்கட்டும். உங்களோட ஒரு விஷயம் கொஞ்சம் பேசணும்."

"என்ன?"

"நடு ரோட்ல வேணாம்னு நினைக்கிறேன். பார்க் உள்ளே போய்டலாம்."

"போலாமே... ரொம்ப நேரமாய்டாதே...?"

"ஆகாது."

"பார்க் உள்ளே வந்து தனிமையாய் ஒரு புல்வெளியைத் தேர்ந்தெடுத்து எதிரெதிரே தள்ளி அமர்ந்தார்கள். பின்னால் மரங்களின் தலையில் பறவைகள் மாறிமாறி அமர்ந்து தேன் எடுத்துக் கொண்டிருந்தன."

"மேடம், எங்க வீட்லயே நீங்க குடியிருந்தாலும், அதிகமா உங்களோட நான் பேசினதில்லை, ஆனா மௌனமாகவே உங்க நடவடிக்கைகளைக் கவனிச்சிருக்கேன். ஒரு விதத்திலே

உங்க மேல ஒரு நல்ல மதிப்பு. என் மனசில இருக்கு. அந்த உரிமையிலே உங்க பர்சனல் வாழ்க்கையைப் பத்தி நான் பேசறதும், ஆலோசனை சொல்றதும் தப்பாக் கூட நீங்க எடுத்துக்கலாம்."

"இவ்வளவு வேணாம் சார். அப்படில்லாம் எடுத்துக்க மாட்டேன். நீங்க என்ன பேச நினைக்கிறிங்களோ, அதை தாராளமாய் பேசுங்க."

"உங்க சோகத்தை நினைவு படுத்தறதுக்காக மன்னிக்கணும். உங்க நிலை எவ்வளவு கொடுமையானதுன்னு உங்களை பார்க்கிறப்பல்லாம் என் மனசில ஒரு குமுறல் திமிறும்."

ராதிகா மௌனமாகத் தலைகுனிந்து, புல் கிள்ளினாள்.

"உங்க துக்கம் பெரிய துக்கம்தான். ஆனா எதுவுமே மனசைப் பொறுத்துதான், மறக்கிறதுங்கறது சாத்தியமே இல்லை. அதை ஒரு ஓரமா வச்சிக்கிட்டு நம்ம மனச வேற புது மலர்ச்சியையும் அனுமதிக்கலாமே... நேரா வர்றேன் மேடம். நீங்க ஏன் மறுபடி ஒரு கல்யாணம் பண்ணிக்கக் கூடாது!"

பட்டென்று நிமிர்ந்து பார்த்தாள் ராதிகா. உள்ளே ஒரு மின்சாரம் உடல் பூரா பாய்ந்து வடிந்தது. மிதிக்கக் கூடாததை மிதித்து விட்ட ஓர் உணர்வு!

மௌனமாக இருந்தாள். சேதுராமன் எதுவும் பேசாமல் இருந்தான்.

"என் கேள்வி உங்களைக் கோபப்படுத்தியிருந்தா என்னை மன்னிச்சிடுங்க."

"அதெல்லாம் இல்லை" என்றாள் அவசரமாக.

மறுபடி மௌனம்.

"ஸாரி மேடம். நான் உங்களை சங்கடப்படுத்திட்டேன்னு நினைக்கிறேன். உங்களைப் பொறுத்த வரைக்கும் நான் ஒரு அன்னியன். இந்தக் கேள்வி எதிர்பாராத விதமா, அதிர்ச்சியா

உங்களுக்கு இருக்கு. இவன் யாரு இதையெல்லாம் கேக்கங்கற மாதிரி உணர்றிங்கன்னு நினைக்கிறேன்..."

"அய்யோ! அப்படி எல்லாம் இல்லை சார். என் வாழ்க்கை மேல அக்கறை உள்ள ஒரு நல்ல மனிதராதான் இப்பவும் நினைச்சுக்கிட்டிருக்கேன். எந்த அக்கறையிலே எனக்கு வேலைக்கு ஏற்பாடு பண்ணிங்களோ, அதே அக்கறையோடதான் இந்தக் கேள்வியும் கேட்டு இருக்கீங்க. இதிலே தப்பு எதுவும் இல்லை. ஆனா..."

இந்த முறை நீண்ட மௌனம்.

"சில சமயம் நம் மன உணர்வுகளை வார்த்தைகளாக் கொண்டு வர முடியாது சார். அது மாதிரிதான் இந்தக் கேள்விக்குப் பதிலும், நீங்க கேட்ட இதே கேள்வியை இத்தனை நாட்கள்ல என் மனசுக்குள்ளே இருக்கிற மனசு கேட்டிருக்காதா?" என்றவளின் விழிகளை கவனித்த சேதுராமன் பதறிப் போனான்.

"அய்யோ! நீங்க ரொம்ப ஃபீல் பண்றிங்க ஸாரி மேடம். இப்படி அப்பட்டமா, குழந்தைத்தனமா நான் கேட்டிருக்கவே கூடாது. சின்ன விஷயமே இல்லை இது. பாட்டு பிடிக்குமான்னு கேக்கற மாதிரி சாதாரணமா நினைச்சுக் கேட்டுட்டேன். ப்ளிஸ்... என்னை மன்னிச்சுடுங்க... நான் கேட்டதை மறந்துடுங்க வாங்க. போகலாம்."

ராதிகா அமைதியாய் தன் கால்களில் நகம் பார்த்துக் கொண்டிருந்தாள். அசிங்கமாய் ஒரு மௌனம் நிலவியது.

"எதாச்சும் சாப்பிடறிங்களா?" என்றான் அபத்தமாய்.

"எதுக்காக கேட்டிங்க சார்?" என்றாள் தரை பார்த்துக்கொண்டு.

"வந்து... வந்து... ஜஸ்ட் லைக் தட் கேக்கணும்ம்னு நினைச்சேன். கேட்டேன். சின்ன வயசு. வாழ்க்கை பூரா இப்படியே கழிச்சுடறது கொடுமையாச்சே, மறுமணம் ஒண்ணும் இப்பல்லாம் புதுசில்லையேங்கிற எண்ணத்திலே... கேக்கற முறை தெரியாம கேட்டுட்டேன்."

"எனக்கு வாழவே பிடிக்கலை சார். அப்பா இல்லைன்னா என்னைக்கோ என் புருஷன் போன இடத்துக்குப் போயிருப்பேன். ஒரு பையன் இருந்தா அவரைக் காப்பாத்த மாட்டானா, அந்த மாதிரி அவரோட கடைசி காலம் வரைக்கும் அவரைக் காப்பாத்த வேண்டிய கடமை ஒண்ணு இருக்கும். அதனாலதான் நீங்க சொன்ன வேலையை ஒப்புக்கிட்டேன். ஆசைகளே இல்லாம ஒரு மாதிரி என் மைண்ட் செட் ஆகிடுச்சி சார். அதிலே மறுபடி தொந்தரவு கொடுத்துக்கிட்டு... ம்கூம்... எனக்கு சிரிப்பைத்தான் தருது உங்க கேள்வி. வாங்க."

நடந்து வெளியே வந்ததும் சேதுராமன் சைக்கிளை எடுத்துக்கொண்டு விடைபெற்று, மிதித்துக் கொண்டு விலகினதும்...

உள் மனது திட்டியது பாவி என்று.

இந்த உண்மையான மனிதரிடத்தில் எத்தனை பொய்களைச் சொல்லியிருக்கிறேன். பொய்யா? ஆசைகளே இல்லாத மனது என்பது பொய் இல்லையா? ச்சேச்சே! என்ன ஆசை? இன்னொரு திருமணத்திற்கா? அடப்பாவி! இது என்ன அபாண்ட எண்ணம்! துரோகம்! துரோகம்! என் அன்புக் கணவனின் சுகமான நினைவுகளில் இருந்து என்னை நானே பிடுங்கிக் கொள்வது தப்பு. அப்பாவைக் கடைசி வரைக் காப்பாற்ற வேண்டும் என்கிற ஒரே ஒரு கடமைதான் தடுக்கிறதா? இல்லை என்றால் என் பதில் ஆமாம் என்பதா? இதென்ன கிறுக்குத்தனமான எதிர்மறைச் சிந்தனைகள். எனக்குள்ளே என்னையே மீறச் சொல்லி இன்னொரு நான் இருக்கிறேனா? ஏன் இப்படி எனக்குள் குழப்பமானக் கலவை எண்ணத் தடுமாற்றங்கள்! ஏன் பிடிப்பாய் ஒரு இடத்தில் நிற்க மறுக்கிறது மனசு! காற்றில் துணி மாதிரி ஏன் படபடக்கிறது மனது அந்தக் கேள்வியில்? எனக்குள் பாறை மாதிரி உறுதியான பதில் இருந்தால் இப்படிப் படபடக்குமோ? அப்படியென்றால் நான்... அய்யோ! சத்தியமாக அப்படி விருப்பம் இல்லை. இதென்ன எனக்குள் நானே என்னை வதைத்துக் கொண்டு... விசித்திரமான அவஸ்தை! உள்ளே குழப்பம் இல்லையெனில் ஏன் கேட்டீர்கள் என்று ஒரு

கேள்வி ஏன் வருகிறது? அந்தக் கேள்விக்கான பதிலை ஒருவித ஆர்வத்தோடு எதிர்பார்த்தாய். பதிலில் ஒரு விவரிக்க இயலாத ஏமாற்றத்தை உணர்ந்தாய்.

ராதிகா தனக்குள் நடக்கும் போராட்டத்தில்...

"உன்னைத்தான். காதே கேக்கலையா?" என்று சாலையோரத்தில் தன் கையைப் பிடித்து நிறுத்தும் மாலதியைச் சற்று தாமதமாகத்தான் புரிந்துகொள்ள முடிந்தது.

31

அத்தியாயம்

"**எ**ன்ன கற்பனை?" என்றாள் மாலதி.

"அட நீங்களா, கவனிக்கலை நான். எங்கே, காய்கறி வாங்க வந்திங்களா?" என்ற ராதிகா பின்னால் இருந்து ஒலித்த காரின் ஹாரனுக்கு ஒதுங்கி ஓரமாக நின்று கொண்டாள்.

"ஆமாம். நீங்க எங்கேர்ந்து வர்றிங்க"

"கிளினிக்லேர்ந்துதான்."

"எந்த கிளினிக்?"

"உங்க புருஷன் சொல்லலையா உங்ககிட்டே?"

"எதை?"

"அவர் வேலை பார்க்கிற அதே கிளினிக்கிலே எனக்கு கிளார்க் வேலை வாங்கிக் கொடுத்திருக்கிறார். இன்னிக்குதான் சேர்ந்தேன். வேலை முடிஞ்சு திரும்பிக் கிட்டிருக்கேன்."

மாலதிக்குப் படபடப்பாய் வந்தது. உள்ளே அனல் விசிறப்பட்டு மேலும் மேலும் சிவந்தது. நாகம் சர் என்று படம் உயர்த்தியது.

தனது ஆத்திரம் முழுவதையும் வார்த்தைகளில் வார்த்து அவள் மேல் கொட்ட வேண்டும் என்கிற துடிப்பு உயரமாக எழுந்தது. பயம்.

ஆனால், அதற்கு நடுச்சாலை சரியான இடமாகப் படவில்லை. இவளை... இவளை... வீட்டில் வைத்து நாக்கைப் பிடுங்கிக் கொள்கிறாற்போலக் கேள்வி கேட்க வேண்டும்.

"வீட்டுக்குத்தானே வர்றிங்க? வாங்க போலாம்" என்றாள் ராதிகா.

"நீங்க போங்க. எனக்குக் கடைத் தெருவில இன்னும் கொஞ்சம் வேலை இருக்கு. பார்த்துட்டு வர்றேன்."

ராதிகா அவளைக் கடந்து நடந்ததும் அவள் முதுகை எரிக்கும் பார்வை பார்த்துப் பொருமினாள் மாலதி.

"நடக்கிற நடையைப் பாரு! சக்களத்தி. என்ன மாயம் செஞ்சேடி பாவி! இரு... இரு... உனக்கு வைக்கிறேன் உலை."

அரை மணி நேரம் கழித்து மாலதி வீட்டுக்குத் திரும்பிய போது நடையில் சைக்கிள் இருந்தது.

ராமநாதன் மாநிலச் செய்திகள் கேட்டுக் கொண்டிருக்க...

உள் அறையில் தரையில் அமர்ந்து மகனுக்குப் பாடம் சொல்லிக் கொடுத்துக் கொண்டிருந்தான் சேதுராமன்.

கையில் இருந்த கூடையோடு நேராய் சமையலறைக்கு வந்தாள் மாலதி, காபி கலந்து கொண்டிருந்த அத்தையைக் கிசுகிசுப்பாகக் கூப்பிட்டாள். "அத்தை ஒரு பத்து நிமிஷம் உங்ககிட்ட பேசணும். கொல்லைப் பக்கம் போய்டலாம், வாங்க"

மாட்டுக்கொட்டில் அருகே இருவரும் வந்ததும் படபடப்பாகச் சொன்னாள் மாலதி. "அத்தை, விபரீதம் தொடர்ந்து நடந்துகிட்டே இருக்கு."

"என்னம்மா சொல்றே?"

"உங்க பிள்ளையோட போக்கைத்தான் சொல்றேன்."

"விபரமாச் சொல்லும்மா."

"அந்த ராதிகா இன்னியிலேர்ந்து ஒரு கிளார்க் உத்தியோகத்துக்குப் போக ஆரம்பிச்சிருக்கா. இது உங்களுக்குத் தெரியுமோ? சொன்னாளா?"

"இல்லையே! தெரியாது."

"எங்கே போறாள்னு கேக்கலையே நீங்க. உங்க புள்ளை வேலை பார்க்கிற அதே நர்சிங் ஹோமிலே உத்தியோகம்."

"அப்படியா."

"செய்தி இன்னும் இருக்கு. இது யாரு சிபாரிசுபண்ணி வாங்கிக் கொடுத்த வேலை தெரியுமா? சாட்சாத் உங்க திருக்குமாரர்தான்."

"என்னம்மா இது வம்பா இருக்கு... இவன் இதைப்பத்தி ஒரு வார்த்தைகூட என்கிட்டே சொல்லலையே!"

"எப்படிச் சொல்வார்? மனசுல விகல்பம் இல்லாம இருந்தா சகஜமா சொல்வார். இங்கேதான் விஷமம் வண்டி வண்டியா சேர்ந்திருக்கே! எல்லாம் அவளோட திருவிளையாடல் அத்தை. அப்படி ஆட்டி வைக்கிறா இவரை. வீட்லயே அப்டி இப்டி சின்னச் சின்ன விஷயங்கள்ல அவளுக்காக இவர் பரிஞ்சுக்கிட்டு வர்றப்பவே, எனக்கு சந்தேகம்."

"என்ன மாலதி நீ, என்னென்னமோ சொல்றே?"

"பின்னே? வயித்தை எரியுது அத்தை. எந்தப் பொண்டாட்டி பொறுத்துப்பா? கண் முன்னாடி அநியாயம் நடக்குது. கண்டிக்கறதுக்கு ஆள் இல்லை. ஒரு வார்த்தை எதிராப் பேசினா கன்னத்தில அறை விழுது. இதுக்குமேல் என்னை இன்னும் இளிச்சவாய்த்தனமா பார்த்துக்கிட்டு பொறுமையா இருக்கச் சொல்றிங்களா?"

"இரும்மா. அவசரப்பட்டு எதுவும் யோசிக்காதே நான் உன் மாமனார்கிட்டே எல்லாத்தையும் பேசறேன்."

"நீங்க பேசுங்க, பேசாம இருங்க. இன்னிக்கு, இப்போ அவரை நான் நேரடியா கேட்டுடப் போறேன். என்ன நடந்தாலும் சரி." என்று உள்ளே வேகமாக நடந்தாள் மாலதி.

பாடம் படித்துக் கொண்டிருந்த மதனை ஒற்றைக் கையால் அவன் புஜத்தைப் பிடித்து எழுப்பி, "போடா வெளியே, பாடமும் படிக்க வேணாம். ஒரு எழவும் படிக்க வேணாம்" என்று அறைக்கு வெளியே உந்தித் தள்ளினாள்.

அவன் படித்துக் கொண்டிருந்த புத்தகத்தை எடுத்து மூலையில் வீசினாள்.

தரையில் அமர்ந்திருந்த சேதுராமன் இவளின் ஆவேசச் செயலில் முதலில் அதிர்ச்சியும், பிறகு ஆத்திரமும் சேர... எழுந்து நின்று கத்தினான்.

"மாலதி! என்ன ஆச்சு உனக்கு?"

"ம், பைத்தியம் பிடிச்சுடுச்சு. எனக்குப் பைத்தியம் பிடிச்சா உங்களுக்கு சந்தோஷம்தானே?" என்று முறைப்பாய் கேட்டாள்.

"என்ன நினைச்சிக்கிட்டு இப்படி நடந்துக்கறே? இப்படிப் பேசறே?"

"பொண்டாட்டிக்குப் பைத்தியம்னு சொன்னா கோர்ட்ல பிரிச்சு வச்சிடுவாங்களாமே. கேள்விப்பட்டிருக்கேன். எனக்குப் பைத்தியம் பிடிச்சா, என்னைப் பிரிச்சு வச்சுட்டு அந்த ராதிகா சிறுக்கியை சந்தோஷமா கல்யாணம் பண்ணிக்கலாமே நீங்க!"

"என்னடி சொன்னே?"

சேதுராமன் அவளின் அப்பட்டமான வார்த்தைகளால் பெரிதும் அடிபட்டு... தன்னுடைய தன்மானம் சிதைக்கப்படுவதில் கோபமுற்று, மனைவியின் சம்பந்தமில்லாத காட்டுக் கத்தலில் வெறுப்பேறி...

அவளின் கூந்தலை இறுக்கமாகப் பிடித்தான்.

"ம். அடிங்க, இது ஒண்ணும் புதுசில்லையே. அன்னிக்கே ஆரம்பிச்சாச்சே. ம்... அடிங்க, கொன்னுட்டிங்கன்னாலும் சந்தோஷம்தான். கண்டகண்ட அசிங்கத்தையும் பார்த்துக்கிட்டு தினம்தினம் சாகறதுக்கு ஒரே தடவையிலே செத்துடலாம், இல்லையா?"

சேதுராமன் கத்தலாய்க் கேட்டான், "உனக்கு என்னடி ஆச்சு சனியனே! எப்பப் பார்த்தாலும் சந்தேக புத்தி, எதுக்கெடுத்தாலும் ஆய், உளய்ன்னு குதிச்சு ஆர்ப்பாட்டம் பண்றியே, என்னடி நடந்திச்சு இப்ப? எதுக்காக இந்தப் பேயாட்டம் ஆடறே?"

வாசலில் அம்மா தெரிந்தாள்.

"சேது, மொதல்ல அவ மேலேர்ந்து கையை எடு, அவளை விரட்டாதே, நான் கேக்கறேன். எனக்குப் பதில் சொல்லு. ஏங்க, இங்க யுத்தம் மாதிரி நடந்துகிட்டு இருக்கு. இடிச்ச புளியாட்டம் ரேடியோகிட்டேயே உக்காந்திருந்தா என்ன அர்த்தம்?"

ராமநாதன் தயக்கமாய் எழுந்து அறைக்குள் வந்து...

"சேது, நீ பக்குவப்பட்டவன். எதுவா இருந்தாலும் உனக்குள்ளேயே பிரச்சினைகளை முடிச்சுடுவேன்னுதான் நான் எதிலையும் தலையிடறதில்லை. ரெண்டு, மூணு நாளா உன் அம்மா என்கிட்டே உன்னைப் பத்திச் சொன்ன சில விஷயங்கள் நல்லா இல்லை. உன் பொண்டாட்டி மேல நீ ஆத்திரப்படறது சரியில்லை. பாவம். சராசரி பொண்ணுப்பா அவ. பெரிய அதிர்ச்சி எல்லாம் தாங்க முடியாது அவளால. மனசுக்குள்ளேயே புழுங்கிப் புழுங்கி இன்னைக்கு வெடிச்சுட்டா."

"இருங்க, இருங்கப்பா, ஆள் ஆளுக்கு நான் என்னமோ கொலைக் குத்தம் பண்ணிட்டு வந்து நிக்கிற மாதிரி இல்லே பேசறிங்க? இது என்ன விசாரணையா? இதெல்லாம் என்ன வேலை?" என்று மாலதியை முறைத்தான்.

"இங்கே என்னைப் பார்ரா."

"என்னம்மா?"

"நேரா கேக்றேன். நேரா சொல்லு. மாடியில குடியிருக்காளே ராதிகா, அவகிட்டே நீ பழகற முறை எந்த விதத்தில் நியாயம்?"

'சொடேர்' என்று உள்ளங்கையால் தன் நெற்றியில் ஒரு தரம் அறைந்து கொண்டான் சேதுராமன்.

"இவதான் அர்த்தங்கெட்டத்தனமா பேசிக்கிட்டிருக்கான்னா... நீங்களும் என்னம்மா பேசறிங்க? என்ன உங்க நினைப்பு? ச்சே! மனுஷெங்கல்லே ஒருத்தருக்கொருத்தர் உதவறதும், ஆறுதலா பேசறதும் கூட முறை இல்லாத காரியமா?"

"உன் கிளினிக்கிலேயே வேலை வாங்கித் தந்தியா?"

"ஆமாம்."

"உனக்கென்ன அக்கறை? மாலதியோட சித்தப்பா பொண்ணுக்கு ஒரு வேலை பார்க்கச் சொல்லி எத்தனை தடவை சொல்லிருக்கா உன்கிட்டே. காதில் வாங்கிட்டியா? இந்தப் பொண்ணுக்காக நீ காட்ற ஆர்வம் என்ன அர்த்தத்திலே?"

சேதுராமனின் நெற்றி நரம்புகள் அசைந்தன. ஜிகுஜிகுவென்று ஒரு கோப மின்னல் உள்ளே மின்னிக் கொண்டிருக்க கேள்வி கேட்ட அம்மாவை ஒரு முறைப்பாய்ப் பார்த்துவிட்டு, முந்தானைக்குள் விம்மும் மாலதியை உக்கிரமாகப் பார்த்து, அவளை நோக்கி அவசரமாய் நடந்தான்.

"இங்கே பாருடி" என்று மாலதியின் குனிந்திருந்த முகத்தை நேராய் நிமிர்த்தி வைத்து, "நான் தப்பு செய்ய மாட்டேன். செஞ்சா அதை மூடி மறைக்க மாட்டேன் துணிச்சலா ஒத்துக்குவேன். நல்லது எது கெட்டது எதுன்னு எனக்குத் தெரியும். அசிங்கத்தனமா நீயா ஒண்ணை கற்பனை செஞ்சிக்கிட்டதோட இல்லாம அம்மா, அப்பாவையும் தூண்டி விட்டுட்டு வேடிக்கைப் பார்க்கறியா? என் மனசைப் பத்தி எனக்குத் தெரியும். என்னைப் புரிஞ்சு நடந்தா நடந்துக்கங்க. புரிஞ்சுக்காம வறட்டுத் தனமா பேசினா. என் நன்னடத்தைய நிரூபிச்சுக் காட்டிக்கிட்டிருக்க முடியாது."

சேதுராமன் படபடப்பாகப் பேசிவிட்டு, சட்டையை எடுத்து அணிந்து கொண்டு அறையைவிட்டு வெளியேற... மாலதி, ராமநாதன், அனந்தநாயகி மூவரும் அவன் முதுகைக் குழப்பமாகப் பார்த்துக் கொண்டு நின்றார்கள்.

குறிக்கோள் இல்லாமல் நடந்து கொண்டிருந்தான் சேது.

'ச்சே என்ன பெண் இவள்! மறுபடி மறுபடி சந்தேகம். எதைப் பார்த்தாலும் கோணல் பார்வை. வக்ரமான எண்ணம். விகாரமான கற்பனை.'

மனம் பொருமிக் கொண்டே இருக்க... ஒரு மணி நேரத்திற்கு மேல் சுற்றியடித்துவிட்டு வீடு திரும்பினான் சேதுராமன்.

அமைதியாய் இருந்தது வீடு, ரேடியோ அருகில் அப்பா. அருகில் தூணில் சோகமாய் சாய்ந்து அமர்ந்து கொண்டு அம்மா.

சேது நேராய் தன் அறைக்கு வந்தான், படுக்கையில் சிவகாமி இல்லை. மதனும் இல்லை. "மதன்" என்றான். பதிலில்லை. வெளியே வந்து சமையலறைக்குள் எட்டிப் பார்த்தான்.

மாலதி இல்லை. பின்பக்கம் இருட்டாய் இருந்தது விளக்கில்லாமல், ஆகவே அங்கேயும் இல்லை. எங்கே?

ஹாலுக்கு வந்து பொதுவாகக் கேட்டான். "எங்கே எல்லாரும்?"

அம்மா நீர் கோர்த்த விழிகளுடன் தயக்கமாய்ச் சொன்னாள். "நாங்க எவ்வளவோ சொல்லிப் பார்த்தோம் சேது. கேக்கலை. ரெண்டு குழந்தைகளையும் கூட்டிக்கிட்டு, 'நான் எங்கம்மா வீட்டுக்குப் போறேன். நானும் குழந்தைகளும் வேணும்னா அந்த ராதிகாவை வீட்டை விட்டும், வேலையை விட்டும் நீக்கிட்டு வந்து கூட்டிட்டு வரச் சொல்லுங்க'ன்னு சொல்லிட்டுப் போய்ட்டா."

சேதுவுக்கு முகம் எல்லாம் ரத்தம் பாய்ந்து ஜிவுஜிவு என்று கோபம் ஏறியது.

"அவ்வளவு தூரம் திமிர் பிடிச்சிருக்கா அவளுக்கு? போவட்டும், விடுங்க, திமிரும், அழிச்சாட்டியமும் தானா அடங்கி வந்தா வரட்டும். இல்லைன்னா அங்கேயே இருக்கட்டும். கொஞ்சமாவது புருஷனைப் புரிஞ்சுக்க வேணாம்! சரி, அது கூட வேணாம்? ஒரு சுயபுத்தி வேணாம்? இவ்வளவு ரகளையும் மாடில இருக்கிற அந்தப் பொண்ணுக்குத் தெரிஞ்சா... துடிச்சுப் போய்ட மாட்டா அவ?"

"அவளுக்கு எல்லாம் தெரியும் சேது, நீ வெளில போனதும், மாலதி மாடிக்குப் போய் அழுது ஆர்ப்பாட்டம் பண்ணிட்டு வந்துட்டா, அந்தப் பொண்ணும், அவங்கப்பாவும் எறங்கி வந்து உங்கப்பா கால்ல விழுந்து மனசளவில் கூட எங்ககிட்டே கல்மிஷம் இல்லைன்னு புலம்பிட்டுப் போனாங்க. நாளைக்கு காலி பண்ணிக்கிறாங்களாம்."

சேதுராமன் பளிச் என்று தன் நெற்றியில் அடித்துக் கொண்டான்.

ஒரு முடிவுக்கு வந்து வேகமாகப் படிகள் ஏறி மாடிக்கு வந்தான். படுத்திருந்த கைலாசம் இவனைப் பார்த்ததும் எழுந்தார். துணிகளை மடித்து வைத்துக் கொண்டிருந்த ராதிகா இவனைப் பார்த்து அதிர்ச்சி அடைந்தாள். உடனே தலை குனிந்தாள்.

சேது கைலாசத்தின் பக்கம் வந்து அமர்ந்து கொண்டு அவர் கையைப் பிடித்துக்கொண்டு, "சார் நடந்ததுக்காக நான் மன்னிப்புக் கேட்டுக்கறேன். என் மனைவியோட சுபாவம் சந்தேகம்ங்கிறது. ஆத்திரத்தில் தராதரம் தெரியாம, மனுஷங்க புரியாம நடந்துகிட்டிருக்கா. தயவுசெஞ்சி நீங்க ரெண்டு பேரும் பெரிசா எடுத்துக்கக் கூடாது. வேலையை விடவும் வேணாம். வீட்டைவிட்டுப் போகணும்ன்னும் அவசியம் இல்லை. என் மனைவியை நான் உங்ககிட்டே மன்னிப்புக் கேக்கச் சொல்றேன்."

கைலாசம் அவன் தோளில் தட்டி, "தம்பி, முதல் தடவையிலே ஒருத்தர் மேல நமக்கு வெறுப்பா ஒரு அபிப்பிராயம் பதிஞ்சிட்டா, கடைசி வரைக்கும் அவங்க செய்ற காரியம் எல்லாமே வெறுப்பாதான் படும். உங்களை எனக்கு நல்லா தெரியும், உங்க மனைவி பேர்லயும் தப்பில்லை. சொல்றவங்க வார்த்தையை அப்படியே நம்பிடற பொண்ணு. எங்களால உங்க குடும்பத்திலே விரிசல் வர்றது தப்பு."

ராதிகா புடவை மடித்துக் கொண்டே சொன்னாள். "சார் மாலதியோட குணம் இந்த வீட்டுக்கு நான் வந்த முதல் நாளிலேர்ந்தே தெரியும். என்னைச் சுத்தமா பிடிக்காது அவுங்களுக்கு. இது என்னைக்கோ, எப்படியோ வெடிக்கப் போவுதுன்னு நான் நினைச்சேன். இன்னைக்கு நடந்துடிச்சி. இது எதிர்பார்த்ததுதான். அதனால அதிகம் வலிக்கலை. பரவாயில்லை. அவங்க தப்பா புரிஞ்சிக்கிட்டது வருத்தமா இருந்தாலும் அந்தப் போராட்டம் பிடிச்சிருந்தது எனக்கு. தன் புருஷனை விட்டுக்கொடுக்காத போராட்டம். ஆம்பளைங்க அப்படித்தான் இருப்பாங்கன்னு மழுங்கிப் போகச் சம்மதிக்காத போராட்டம். அவங்க உங்களை வெறுக்கலை மிஸ்டர் சேது. ரொம்ப ரொம்ப விரும்பறாங்க, அதோட வெளிப்பாடுதான் இது.

நடந்தது எல்லாம் தெரியும் எனக்கு. ரெண்டு மூணு நாளா ஒரு குழப்பத்தில் இருந்தேன் தஞ்சாவூரா மெட்ராஸான்னு. இப்போ தெளிவு கிடைச்சுது. ஆமாம் சார். மெட்ராஸ்ல ஒரு பிரைவேட் ஸ்கூல்ல டீச்சர் வேலை கிடைச்சது. நாளைக்கு ராத்திரி டிரெய்ன்ல நானும், அப்பாவும் புறப்படறோம்."

"மேடம், நான் சொல்றதைக் கேளுங்க, இந்த பிரச்சினைக்காக நீங்க போகணும்ங்கறது வேணாம். எல்லாம் சரியாப் போய்டும்."

"இல்லை சார். என்னை கன்வின்ஸ் பண்ண வேணாம். நாங்க தீர்மானிச்சுட்டோம். இன்னிக்கு நடந்த பிரச்சினைக்காக மட்டும் எடுத்த முடிவு இல்லை, இது. டீச்சர் உத்தியோகம். என் மனசுக்குப் பிடிச்ச தொழில், அதிலே முழுக்க என்னை ஈடுபடுத்திக்கப் போறேன். எனக்கு ஒரே ஒரு உறுதி தருவிங்களா, நீங்க?"

"என்னங்க?"

"தயவு செஞ்சி நீங்க உங்க மனைவியையும் குழந்தைகளையும் நாளைக்கே போய் கூட்டிக்கிட்டு வரணும். அவங்க செஞ்ச ஆர்ப்பாட்டத்தோட வழிமுறை சரியில்லாததா இருக்கலாம். உங்க தன்மானத்தைத் தாக்கறதா இருக்கலாம். ஆனா அடிப்படையான நோக்கம் சிறப்பானது. மாலதி ஒரு நல்ல பொண்ணு. மனுஷங்களைப் புரிஞ்சுக்கிற பக்குவம்தான் இல்லை அவங்ககிட்டே."

"அது எனக்குத் தெரியுங்க... ஆனா"

"இந்த ஆனால்லாம் வேணாம். நாளைக்கு என்னை வழியனுப்பறிங்க, உடனே புறப்பட்டு திருச்சி போறீங்க. அழைச்சுட்டு வந்தாச்சுன்னு லெட்டர் எழுதறீங்க, என்ன!" என்றாள்.

சேதுராமன் மௌனமாக, எடை கூடிய இதயத்தோடு கீழே இறங்கி வந்தான்.

✳ ✳ ✳

ரயில் புறப்பட நேரமிருந்தது. உள்ளே கைலாசம் அமர்ந்திருக்க வெளியே பிளாட்பாரத்தில் வழியனுப்ப வந்திருந்த மீனாவோடு பேசிக் கொண்டிருந்தாள் ராதிகா.

சற்றுத் தள்ளி சரவணகுமாரும், சேதுராமனும் கைகளை மார்புக்குக் குறுக்கே கட்டிக்கொண்டு நின்றிருந்தார்கள்.

"சேது, இத்தனைக் குழப்பத்திலேயும் எவ்வளவு தெளிவா இருக்கறாங்க பாருங்க. நல்லவேளை, இந்த சந்தர்ப்பத்திலே நீங்க வேற, நான் சொன்ன விஷயத்தைப்பத்திப் பேசிடலையே!" என்றான் சரவணகுமார்.

"உங்க எண்ணத்தைச் சொல்லலை. ஆனா பொதுவா மறுபடி கல்யாணம் பண்ணிக்கிறது பத்தி பேசிப் பார்த்தேன், அவங்க அந்தப் பேச்சையே விரும்பாத மாதிரி இருந்திச்சி."

"நல்லவேளை, நானே நேரடியா அவங்க எண்ணம் புரியாம மடத்தனமா என் விருப்பத்தைச் சொல்ல இருந்தேன். சில பேர் உடும்புப் பிடியா சில மாற்ற முடியாத கொள்கைகள் வச்சிருப்பாங்க சேது, ராதிகா அந்த வகை, எனக்குத்தான் அதிர்ஷ்டம் இல்லைன்னு எடுத்துக்கணும்."

கிரீன் சிக்னல் விழுந்ததும்...

"எனக்கு அடிக்கடி லெட்டர் போடணும் போடுவியா?" என்றாள் மீனாவை ராதிகா.

"போடறேன் டீச்சர். நீங்களும் எழுதணும்."

"கண்டிப்பா. அப்போ வர்றேங்க" என்றாள் இரு கை கூப்பி சேதுவை.

"வாங்க. போய் விலாசம் எழுதுங்க."

டிரெயினில் ஏறி தன் பகுதியில் ஜன்னல் ஓரமாக அமர்ந்து கொண்ட ராதிகா வெளியே செவ்வகமாகப் பிரிக்கப்பட்ட சரவணகுமாரையும், சேதுராமனையும் பார்த்தாள்.

"அன்றைக்கு என்ன சொல்ல வந்தீர்கள் சரவணன்? அப்புறம் கடைசி வரை ஏன் அந்த வாக்கியத்தை முடிக்கவே இல்லையே ஏன்?"

ச்சே! இதென்ன மறுபடி மறுபடி அதே கேள்வி! அந்த மீதி வாக்கியத்தை எதிர்பார்த்தேனா? எதிர்பார்த்து? ச்சீ! அதெல்லாம் இல்லை. எனக்கு வாழ்க்கையில் ஒரே கணவன்! இறந்த கணவன். அந்த காலியிடம் அப்படியே புனித இடமாக... இதயத்துக்குள்ளே நினைவுச் சின்னமாக... அந்த இனிமையான கொஞ்சகால வாழ்க்கையை மதிக்கிறேன். மறுபடி மறுபடி நினைக்க விரும்புகிறேன். அந்த நினைவுகளை வலுக்கட்டாயமாக விலக்க எனக்குச் சம்மதமில்லை. என் ஒரே சொத்து அவை!

டிரைன் நகர...

தலையைத் திருப்பி கடைசியாக ஒருமுறை சரவணகுமாரைப் பார்த்தாள். முதுகு காட்டி நடந்து கொண்டிருந்தான் விலகி.

ஸ்டேஷனுக்கு வெளியே பைக்கில் சரவணகுமாரும், மீனாவும் புறப்பட்டுச் சென்றதும் தன் சைக்கிளை மிதித்தான் சேதுராமன்.

ரணமாய் இருந்த அவன் மனசுக்குள் திசை தெரியாத ஒரு கோபப் பந்து துள்ளிக் கொண்டிருந்தது.

வழியில் பந்தல் போட்டு, மின்சார பல்புகள் பொருத்தி நடந்து கொண்டிருந்த கவியரங்கத்தில் இருந்து காற்று சுமந்து வந்தது கவிதை ஒன்று.

பெண்ணே,
உன்னை நெருங்க
முடியாமல்
உனக்கும், எனக்கும்
நடுவில்
ஒரே ஒரு ஜன்னல்!

முட்டாள் கவிஞனே. ஜன்னலுக்கு அந்தப் பக்கம் அவள் பாதுகாப்பாக இல்லை. ஜன்னலை முன்னால் வைத்து அவள் கைதியாக்கப்பட்டிருக்கிறாள். சில ஜன்னல்கள் – இயற்கையாய் எழுபவை. சில அவளாலேயே எழுப்பப்பட்டவை. சில நீயே எழுப்பி வைத்திருப்பவை! எப்படியும் ஒரு பெண்! எப்படியும் ஒரு ஜன்னல்!

சேதுராமனுக்கு சாலையின் இயக்கங்கள் அன்னியமாய் தெரிந்தது. சிரித்துக் கொண்டு நடக்கிற பெண்கள் பொய்யாய்ப்பட்டது. மாலதியைப் பற்றி நினைக்கும்போது இப்போது ஆத்திரத்தைவிட ஒரு இரக்கமே தோன்றியது.

தன் வீட்டின் வாசலில் சைக்கிளை நிறுத்தியபோது உள்ளே இருந்து வந்த அழுகைக்கு உரிய குரலை, அவனால் உடனே அடையாளம் காண முடிந்தது.

குழப்பமாய், அவசரமாய் உள்ளே வந்தான்.

அம்மாவின் மடிமேல் கவிழ்ந்து கொண்டு தேம்பின கல்யாணி, "என் பேர்ல பாங்கில் போட்டிருந்த பணத்தை எல்லாம் அவர் பேருக்கு மாத்திக்கிறத்துக்கு கையெழுத்து வாங்கினார். உடனே பழைய குணம் வந்து அடி, உதைதான். இன்னிக்கு கழுத்தைப் பிடிச்சி வெளியே தள்ளாத குறை, எங்க போவேன்ம்மா நான்? புறப்பட்டு வந்துட்டேன்" என்று விசும்பிக் கொண்டிருந்தாள்.

மேல் துண்டால் கண்ணைத் துடைத்துக் கொண்டிருந்தார் அப்பா.

சேதுராமன் உள்ளே வந்து, அமைதியாய் நாற்காலியில் அமர்ந்து திடீரென்று உடைந்து அழ ஆரம்பித்தான். கல்யாணிக்காக மட்டும் அல்ல அந்த அழுகை என்பது புரியாத அப்பா, அவன் தோளைத் தட்டி...

"எல்லாம் சரியா வந்துடும். கவலைப்படாதே" என்றார்.

—— முற்றும் ——

www.ingramcontent.com/pod-product-compliance
Lightning Source LLC
Chambersburg PA
CBHW051317130726
47987CB00004B/1846